ഗോത്ര പഠനങ്ങൾ

Gothra Padanangal
Study

Dr. Azeez Tharuvana

CHINTHA PUBLISHERS
Thiruvananthapuram

First Edition
August 2022

Second Impression
February 2023

Published & Typesetting
Chintha Publishers, Thiruvananthapuram

Printed at
Repro India Ltd, Mumbai

Cover Design
Vinod Mangos

Cover Painting
M R Ramesh

ISBN : 978-93-93468-64-2

CO - 3134 / 6332

Email: chinthapublishers@gmail.com
Website: www.chinthapublishers.com

A version is available at National Libraries
Kolkata, Mumbai, Chennai and Delhi

Distribution
DESHABHIMANI BOOKHOUSE
H O Thiruvananthapuram 695035

Branch
Head Office Kunnukuzhi • Statue Thiruvananthapuram
KSRTC Bus Terminal Thampanoor • Saphalyam Complex Thiruvananthapuram
KSRTC Bus Station Alappuzha • KSRTC Bus Station Ernakulam
Machingal Lane Thrissur • IG Road Kozhikode
Mavoor Road Kozhikode • NGO Union Building Kannur
Central Bus Terminal Complex Thavakkara Kannur

ഗോത്ര പഠനങ്ങൾ

ഡോ. അസീസ് തരുവണ

ചിന്ത പബ്ലിഷേഴ്സ്
തിരുവനന്തപ രം-695 035

ഡോ. അസീസ് തരുവണ

വയനാട് ജില്ലയിലെ തരുവണയിൽ ജനനം. പുതിയോട്ടിൽ അഹമ്മദും ബിയ്യാത്തുവുമാണ് മാതാപിതാക്കൾ. കാലിക്കറ്റ് യൂണിവേഴ്സിറ്റിയിൽനിന്ന് ബിരുദാനന്തരബിരുദവും പി എച്ച് ഡിയും. കേരള ഭാഷാ ഇൻസ്റ്റിറ്റ്യൂട്ട് എഡിറ്റർ, ട്രൈബൽ സ്റ്റഡീസ് ആന്റ് റിസർച്ച് അസി. ഡയറക്ടർ എന്നീ സ്ഥാനങ്ങൾ വഹിച്ചിട്ടുണ്ട്. ഇപ്പോൾ ഫാറൂഖ് കോളേജ് മലയാളവിഭാഗം അസിസ്റ്റന്റ് പ്രൊഫസർ. *വയനാടൻ രാമായണം, ബഷീർ ഫലിതങ്ങൾ, ബഷീർ സംഭാഷണങ്ങൾ, ഖലീൽ ജിബ്രാന്റെ അറുപതു കഥകൾ, പ്രണയവും ധ്യാനവും, പി കെ കാളൻ ആദിവാസി ജീവിതത്തിന്റെ സമരമുഖം, ഓഷോ: ദാർശനികതയുടെ ഗിരിശൃംഗം, എത്രയെത്ര രാമായണങ്ങൾ, ജിബ്രാന്റെ അനശ്വരകഥകൾ, ഫാറൂഖ് കോളേജ്: ഓർമ്മ, അനുഭവം, ദൂരക്കാഴ്ചകൾ, വിദ്യാഭ്യാസചിന്തകൾ, The Ramayanas of Wayanad* എന്നിവ കൃതികൾ. *വയനാടൻ രാമായണത്തിന്* അംബേദ്കർ നാഷണൽ എക്സലൻസി അവാർഡ് ലഭിച്ചിട്ടുണ്ട്.

വിലാസം : വകുപ്പ് അദ്ധ്യക്ഷൻ
മലയാള വിഭാഗം
ഫാറൂഖ് കോളേജ്
കോഴിക്കോട്.

ഫോൺ : 7907634894.
E-mail : azeeztharuvana@gmail.com

ഉള്ളടക്കം

പ്രസാധകക്കുറിപ്പ്

ഗോത്ര പഠനം വികസിച്ചുവരുന്ന ഒരു പഠനശാഖയാണ്. കേരളത്തിൽ ഗോത്രപഠനങ്ങൾ ഏറെയുണ്ടായിട്ടുണ്ടെങ്കിലും ആധുനിക നരവംശശാസ്ത്രത്തിന്റെയും ചരിത്രത്തിന്റെയും വെളിച്ചത്തിൽ ശാസ്ത്രീയമായ പഠനങ്ങൾ ഇനിയുമേറെ ഉണ്ടാകേണ്ടിയിരിക്കുന്നു. ഈ വഴിയിലുള്ള ശ്രദ്ധേയമായൊരു ചുവടുവയ്പാണ് ഡോ. അസീസ് തരുവണയുടെ *ഗോത്രപഠനങ്ങൾ*. ആദിവാസി ജീവിതവും സംസ്കാരവുമായി ബന്ധപ്പെട്ട ലേഖനങ്ങളുടെ സമാഹാരമാണിത്. ആദിവാസികൾ എങ്ങനെ പാർശ്വവല്ക്കരിക്കപ്പെട്ടു? ഇന്ത്യൻ സംസ്കാരത്തിലും സ്വാതന്ത്ര്യ പോരാട്ടത്തിലും അവർക്കുള്ള പങ്ക് എന്തായിരുന്നു? തുടങ്ങി നിരവധി ചോദ്യങ്ങൾക്ക് ഉത്തരം തേടുകയാണ് ഡോ. അസീസ് തരുവണ ഈ പഠനഗ്രന്ഥത്തിൽ.

ചിന്ത പബ്ലിഷേഴ്സ്

ആമുഖം

മനുഷ്യ സംസ്കാരത്തിന്റെ ആദിമരൂപങ്ങളെ പാരമ്പര്യമായി സംരക്ഷിച്ചു പോരുന്നവരാണ് ആദിവാസികൾ. ഇന്ത്യയിലെ ഏറ്റവും പ്രാക്തന ജനതയാണവർ. ചരിത്രത്തിൽ തുല്യതയില്ലാത്തവിധം അടിച്ചമർത്തപ്പെട്ടവരും പ്രാന്തവല്ക്കരിക്കപ്പെട്ടവരും അപരവല്ക്കരണത്തിന് ഏറ്റവും വിധേയരായവരുമാണവർ. ഇന്നും നമ്മുടെ സമൂഹത്തിലെ ഏറ്റവും അധ:സ്ഥിതരും ചൂഷിതരും പിന്നോക്കാവസ്ഥയിലുള്ളവരുമാണ് ആദിവാസികൾ. അവർക്ക് 'സമ്പൂർണ്ണ മനുഷ്യപദവി' പോലും ലഭ്യമായത് സമീപകാലത്താണ്.

കേരളത്തിലെ ആദിവാസികളുടെ ജീവിതവും സംസ്കാരവും പഠനവിഷയമായി തുടങ്ങിയതു സമീപകാലത്താണ്. കൃത്യമായി പറഞ്ഞാൽ, ഇരുപതാംനൂറ്റാണ്ടിന്റെ ആരംഭത്തിൽ. അതിനുമുമ്പ് കൊളോണിയൽ ചരിത്രകാരന്മാർ എഴുതിവെച്ച ചില കുറിപ്പുകൾ മാത്രമാണുള്ളത്.

ഈ പുസ്തകം ആദിവാസി ജീവിതവും സംസ്കാരവുമായി ബന്ധപ്പെട്ട്, പലപ്പോഴായി എഴുതിയ ആറു പ്രബന്ധങ്ങളുടെ സമാഹാരമാണ്. കേരളത്തിലെ ആദിവാസികൾ സ്വാതന്ത്ര്യ സമരത്തിൽ വഹിച്ച പങ്കിനെക്കുറിച്ചുള്ളതാണ് ഇതിലെ ഒരു പ്രബന്ധം. ഇന്നും ആദിവാസികളുടെ സ്വാതന്ത്ര്യ സമരത്തിലുള്ള പങ്ക് സവിശേഷമായി പഠിക്കപ്പെട്ടിട്ടില്ല. വില്യം ലോഗൻ അടക്കമുള്ളവർ എഴുതിവെച്ച ബ്രിട്ടീഷ് അനുകൂല രേഖകൾ അപ്പടി പിന്തുടരുകയാണ് തദ്ദേശീയ ചരിത്രകാരന്മാരും. അതിൽനിന്ന് തെന്നിമാറിയുള്ള ചില അന്വേഷണങ്ങളാണ് ഇതിൽ നടത്തിയിട്ടുള്ളത്.

കേരളീയ നവോത്ഥാന പ്രസ്ഥാനങ്ങൾ ആദിവാസികളെ സവിശേഷമായി അഭിമുഖീകരിച്ചതായി ചരിത്രരേഖകളില്ല. എന്നുമാത്രമല്ല,

കേരളത്തിലെ നവോത്ഥാന-ജാതിപരിഷ്കരണ പ്രസ്ഥാനങ്ങളിൽ ആദിവാസി പ്രസ്ഥാനങ്ങളേയുണ്ടായിരുന്നില്ല. നവോത്ഥാന നായകരായി പരിഗണിക്കപ്പെടുന്നവരിലും ആദിവാസിയായ ഒരാളുപോലുമില്ല. കേരളീയ ആദിവാസി നേതാക്കളിൽനിന്ന് ആദ്യമായി ഒരു നവോത്ഥാന നായകനെ അവതരിപ്പിക്കുകയാണ് പി കെ കാളന്റെ *നവോത്ഥാന സംഭാവനകൾ* എന്ന പ്രബന്ധത്തിൽ. 'റൂസ'യുടെ സഹായത്തോടെ നടത്തുന്ന മൈനർ ഗവേഷണത്തിന്റെ ഭാഗമായി തയ്യാറാക്കുന്ന പ്രബന്ധത്തിന്റെ ഒരു ഭാഗമാണ് ഈ ഉപന്യാസം. പി കെ കാളൻ കമ്യൂണിസ്റ്റായിരുന്നു, ആദിവാസി മൂപ്പനായിരുന്നു, ഗദ്ദിക എന്ന കലാരൂപത്തിന്റെ പരിഷ്കർത്താവും ആദിവാസി നവോത്ഥാന നായകനുമായിരുന്നു. അടിയ ആദിവാസി വിഭാഗത്തിനിടയിൽ അദ്ദേഹം നടത്തിയ നവോത്ഥാന പരിഷ്കരണശ്രമങ്ങളും പരിണതഫലങ്ങളും ആഴമാർന്ന ഗവേഷണം അർഹിക്കുന്ന വിഷയമാണ്.

വയനാട്ടിലെ പന്ത്രണ്ടോളം ആദിവാസി വിഭാഗങ്ങളെപ്പറ്റി പ്രതിപാദിക്കുന്ന ഒരു പ്രബന്ധവും അടിയാന്മാരുടെ പുരാവൃത്തലോകം അനാവരണം ചെയ്യുന്ന ഒരു ലഘു ഉപന്യാസവും ഈ പുസ്തകത്തിലുണ്ട്. ഒപ്പം, പലവിധ കുതന്ത്രങ്ങളിലൂടെ ആദിവാസികളെ ഹിന്ദുത്വവല്ക്കരിക്കുവാൻ നടത്തുന്ന ഗൂഢശ്രമങ്ങളെ തുറന്നുകാട്ടുന്ന പ്രബന്ധം, ആദിവാസി സാഹിത്യത്തിന്റെ ചരിത്രവും പ്രത്യയശാസ്ത്രവും വിശദമായി വിലയിരുത്തുന്ന പഠനവും അടക്കം ആറു പ്രബന്ധങ്ങളാണ് ഈ പുസ്തകത്തിലുള്ളത്.

ഈ പ്രബന്ധ സമാഹാരമൊരുക്കുന്നതിൽ സഹായിച്ചവർ നിരവധിയാണ്. ഫാറൂഖ് കോളേജ് പ്രിൻസിപ്പാൾ ഡോ. കെ എം നസീർ, ചരിത്ര വിഭാഗം തലവൻ ഡോ. ടി മുഹമ്മദലി, കീർത്താട്സ് മ്യൂസിയം ഡയറക്ടർ ഇന്ദു വി മേനോൻ, സുഹൃത്ത് ശൈജൽ, ഭാര്യ ഹസീന തുടങ്ങിയവരോടുള്ള നന്ദിയും കടപ്പാടും വാക്കുകളിൽ ഒതുങ്ങാത്തതാണ്.

ഡോ. അസീസ് തരുവണ

സ്വാതന്ത്ര്യ സമരചരിത്രത്തിലെ നഷ്ടപ്പെട്ടതാളുകൾ

ഇന്ത്യൻ സ്വാതന്ത്ര്യസമരത്തിൽ ആദിവാസിവിഭാഗങ്ങൾ വഹിച്ച പങ്ക് നിസ്തുലമാണ്. തങ്ങളുടെ ആവാസവ്യവസ്ഥയിലേക്ക് അനധികൃതമായി കടന്ന് വനവിഭാഗങ്ങൾ കൊള്ളയടിക്കുകയും കർക്കശമായ നിയമങ്ങളിലൂടെ തങ്ങളുടെ സ്വച്ഛന്ദമായ ജീവിതതാളത്തെ തടയിടുകയും ചെയ്തപ്പോഴെല്ലാം ആദിവാസികൾ അധിനിവേശശക്തികൾക്കെതിരെ കലാപങ്ങൾ നടത്തിയിട്ടുണ്ട്. എന്നാൽ മുഖ്യധാരാ സ്വാതന്ത്ര്യ സമരചരിത്രഗ്രന്ഥങ്ങളിലൊന്നുംതന്നെ ആദിവാസികൾ നടത്തിയ ഇത്തരം കൊളോണിയൽ വിരുദ്ധ കലാപങ്ങളെക്കുറിച്ചോ ചെറുത്തുനില്പുകളെക്കുറിച്ചോ കാര്യമായ സൂചനകളുടെ ഇടംപോലും നേടിയിട്ടില്ല. കാട്ടുവാസികളും അപരിഷ്കൃതരുമായ ആദിവാസികൾക്കെന്ത് സ്വാതന്ത്ര്യ സമരം എന്ന മട്ടിലാണ് പല ഉന്നത ചരിത്രകാരന്മാരും ഈ വിഷയത്തെ വീക്ഷിച്ചത്. ഇത്തരത്തിൽ ആദിവാസി സമൂഹം അധിനിവേശ ശക്തികൾക്കെതിരെ നടത്തിയ നൂറുകണക്കിന് പ്രക്ഷോഭങ്ങൾ തമസ്കരിക്കപ്പെട്ടു.

ഇന്ത്യൻ നാഷണൽ കോൺഗ്രസ് പിറവി കൊള്ളുന്നതിനു എത്രയോ മുമ്പുതന്നെ ബ്രിട്ടീഷ് ഈസ്റ്റ് ഇന്ത്യാ കമ്പനിയുടെ ചൂഷണ നയങ്ങൾക്കെതിരെ ഇന്ത്യയിൽ പലേടത്തും ആദിവാസികൾ ചെറുത്തുനില്പുകൾ നടത്തിയിട്ടുണ്ട്. ഉദാഹരണമായി, ബ്രിട്ടീഷ് സൈന്യത്തിനെതിരായ ഹൽബാ കലാപം (ഛത്തിസ്ഗഢ്, 1774–79), ഛോട്ടാ നാഗ്പൂരിലെ പഹാഡിയ സർദാറുകൾ നടത്തിയ കലാപം (1778), മഹാരാഷ്ട്രയിലെ കോളനി വിഭാഗം നടത്തിയ കലാപം (1784), ഭീലുകൾ നടത്തിയ പ്രക്ഷോഭം (1818), സാന്താളുകളുടെ നേതൃത്വത്തിൽ നടന്ന ഖേർവാർ

മൂവ്മെന്റ് (1833), ഒറീസയിലെ കോണ്ട് വിഭാഗത്തിന്റെ നേതൃത്വത്തിൽ നടന്ന കലാപം (1855), കിഴക്കൻ ഇന്ത്യയിലെ സാന്താൾ വിഭാഗം നടത്തിയ ബ്രിട്ടീഷ് വിരുദ്ധ പ്രക്ഷോഭം (1855) തുടങ്ങിയവ 1855 ലെ ഒന്നാം സ്വാതന്ത്ര്യ സമരത്തിന് മുമ്പ് അരങ്ങേറിയ ബ്രിട്ടീഷ് വിരുദ്ധ ആദിവാസി കലാപങ്ങളിൽ ചിലതുമാത്രമാണ്. ഇത്തരം കലാപങ്ങളുടെ ഭാഗമായി ആദിവാസികൾ നടത്തിയ ഒളിപ്പോർ സമരമുറകളെ അതിജീവിക്കുവാൻ കഴിയാതെ ബ്രിട്ടീഷ് സൈന്യത്തിന് തോറ്റു പിൻവാങ്ങേണ്ടി വന്നുവെന്നത് ചരിത്രം.

ഇത്തരത്തിൽ ആദിവാസി വിഭാഗങ്ങളുടെ നേതൃത്വത്തിൽ നടന്ന പ്രക്ഷോഭങ്ങളെപ്പറ്റിയോ അതിൽ പങ്കെടുത്ത പോരാളികളെക്കുറിച്ചോ കാര്യമായ പഠനങ്ങളൊന്നുംതന്നെയുണ്ടായിട്ടില്ല. ഔദ്യോഗിക ചരിത്ര ഗ്രന്ഥങ്ങളിൽ അവ പൂർണ്ണമായും തമസ്കരിക്കപ്പെടുകയാണുണ്ടായത്. ഹോന്യ കേംഗ്ലേ, രാഘോജി ഭാംഗ്രേ, ബിർസാ മുണ്ട, താത്യാഭീൽ, ദുർഗാവതി മഢാവി, വീര ചന്ദ്രയ്യ, ഗുലാം മഹാരാജ്, കാലുഭായ് ഭീൽ, കാലുബാ ദുർഗ്ഗാവതി മഢാവി, തിൽകാമാത്ഥി തുടങ്ങി സ്വാതന്ത്ര്യസമര ചരിത്രത്തിൽ ഉജ്ജ്വല അദ്ധ്യായം രചിച്ച ഏതാനും ആദിവാസികളെ മാത്രമേ നമുക്കറിയൂ. ബ്രിട്ടീഷുകാർക്കെതിരെ ധീരമായി പൊരുതി ജീവൻ ബലിയർപ്പിച്ച ആയിരക്കണക്കിന് പോരാളികളുടെ പേരുകൾ പോലും ചരിത്രത്തിൽ അടയാളപ്പെടുത്തപ്പെട്ടിട്ടില്ല. ഔദ്യോഗിക ചരിത്രഗ്രന്ഥങ്ങളിൽ ഇടം കിട്ടാതെപോയ ഇത്തരം പോരാളികൾ ആദിവാസികൾക്കിടയിലെ തല മുതിർന്ന അംഗങ്ങളുടെ ഓർമ്മകളിലും അവരുടെ വാമൊഴിപ്പാട്ടുകളിലും കഥകളിലും മാത്രമാണിന്ന് ജീവിക്കുന്നത്.

കുറിച്യ-കുറുമ കലാപം

പ്രചാരത്തിലുള്ള മുഖ്യധാരാചരിത്രമനുസരിച്ച്, കേരളത്തിലെ ആദിവാസി വിഭാഗങ്ങളിൽനിന്ന് ബ്രിട്ടീഷ് വിരുദ്ധ പോരാട്ടത്തിൽ പങ്കാളികളായത് വയനാട്ടിലെ കുറിച്യരും കുറുമരും മാത്രമാണ്. അവരുടെ പങ്കിനെപ്പറ്റിയുള്ള തെളിവുകൾ ബ്രിട്ടീഷ് രേഖകളിൽ കാണാം. അതാകട്ടെ, കൊളോണിയൽ വീക്ഷണ കോണിലൂടെയുള്ളതാണുതാനും. അതിനാൽ നിലവിലുള്ള കുറിച്യ കുറുമ പോരാളികളെക്കുറിച്ചുള്ള ചരിത്ര രേഖകൾ, ബ്രിട്ടീഷ് രേഖകൾ പ്രകാരം അല്ലെങ്കിൽ പ്രചാരത്തിലുള്ള മുഖ്യധാരാചരിത്രമനുസരിച്ച് പഴശ്ശിയുടെ അധികാരം നിലനിർത്തുന്നതിനുവേണ്ടി പഴശ്ശിപ്പടയോടൊപ്പം കുറിച്യരും കുറുമരും പോരാടി എന്നാണ്. പഴശ്ശിയാകട്ടെ, ബ്രിട്ടീഷ് അധിനിവേശ ശക്തികളോട്, ദേശാഭിമാന പ്രചോദിതനായി, തന്റെ രാജ്യത്തിന്റെ മാനം കാക്കുന്നതിനുവേണ്ടി പടപൊരുതി എന്ന മട്ടിലുള്ള മുഖ്യധാര ആഖ്യാനങ്ങൾ വസ്തുതാവിരുദ്ധമാണെന്ന് പഴശ്ശിരേഖകൾ തെളിയിക്കുന്നു. പഴശ്ശി,

ഈസ്റ്റ് ഇന്ത്യാ കമ്പനിക്കെഴുതിയ കത്തുകളിൽ, താൻ ബ്രിട്ടീഷ് വിരുദ്ധനല്ലെന്ന് വ്യക്തമാക്കുന്നുണ്ട്.

പഴശ്ശി ഈസ്റ്റ് ഇന്ത്യ കമ്പനിക്കെഴുതിയ രണ്ട് കത്തുകളിലെ പരാമർശങ്ങൾ വിശകലനം അർഹിക്കുന്നതാണ്. 1797 ഏപ്രിൽ 21 ന് പഴശ്ശി ബോംബെ ഗവർണർ ജോനാതൻ ഡങ്കനു ഇങ്ങനെയെഴുതി:

> എന്റെ പൂർവ്വികന്മാരും ഞാനും എല്ലായ്പ്പോഴും ബഹുമാനപ്പെട്ട കമ്പനിയിൽ വിശ്വാസം അർപ്പിച്ചിരുന്നു. എന്നാൽ ഞാൻ ചെയ്തിട്ടില്ലാത്ത കുറ്റങ്ങൾ കുറുമ്പ്രനാട് രാജാവും പഴയവീട്ടിൽ ചന്തുവും കമ്പനി പ്രതിനിധികളോട് പറയുകയും അതിന്റെ പേരിൽ എന്റെ കോവിലകത്തു കടന്ന് കമ്പനിയുടെ ആൾക്കാർ അതിക്രമം പ്രവർത്തിക്കുകയും ചെയ്തു. ഇത് സംബന്ധിച്ചുള്ള വിവരം കമ്മീഷണർമാർക്കും വടക്കൻ പ്രവിശ്യാ സൂപ്രണ്ടിനും വയനാട്ടിൽ നിന്ന് ഞാൻ അയയ്ക്കുകയുണ്ടായി. എന്റെ നിർഭാഗ്യമാണ് കമ്പനിയെ എന്റെ ശത്രുവാക്കിയത്. കമ്പനിയോടു ഞാൻ കാണിച്ച വിശ്വസ്തത കണക്കിലെടുത്ത് എനിക്കും എന്റെ പ്രജകൾക്കും മുമ്പെന്നതുപോലെ സംരക്ഷണം നല്കണമെന്നാണ് എന്റെ അഭ്യർത്ഥന.[1]

മറ്റൊരു കത്തിൽ പഴശ്ശി ഇങ്ങനെ എഴുതി: "ഞാൻ കമ്പനി ഒരാളെ ചതിച്ച പ്രകാരം കേട്ടിട്ടില്ല. ഇനി ചതിക്കുമെന്ന് ഞാൻ വിശ്വസിച്ചിട്ടുമില്ല. കമ്പനി തന്നെയാണ് എന്റെ രക്ഷ എന്നേ ഞാൻ കരുതിയിട്ടുള്ളൂ." - ഇത്തരത്തിൽ ബ്രിട്ടീഷുകാരോട് കൂറും വിധേയത്വവും കാണിച്ച പഴശ്ശിയെ ഒടുവിൽ ചൊടിപ്പിച്ച ഘടകം എന്തായിരിക്കാം? ഉത്തരം ലളിതമാണ്: 1794 ൽ മലബാറിൽ നികുതി പിരിക്കുവാനുള്ള അവകാശം ബ്രിട്ടീഷുകാർ പഴശ്ശിയിൽനിന്ന് ഒഴിവാക്കി പഴശ്ശിയുടെ ബന്ധുവായ വീരവർമ്മയെ ഏല്പിച്ചു. അഞ്ച് വർഷത്തേക്കായിരുന്നു ഈ അവകാശം. വീരവർമ്മ ഈസ്റ്റ് ഇന്ത്യ കമ്പനി ആവശ്യപ്പെടുന്ന കപ്പം നല്കുവാൻ തയ്യാറായിരുന്നു. 1793 ലെ കരാർ പ്രകാരം കുറ്റ്യാടി, താമരശ്ശേരി, കതിരൂർ എന്നിവിടങ്ങളിൽ നിന്ന് നികുതി പിരിച്ച് കമ്പനിയെ ഏല്പിക്കുവാനുള്ള മാനേജരായി ഈസ്റ്റ് ഇന്ത്യ കമ്പനി പഴശ്ശിയെ നിയമിച്ചിരുന്നു. ഈ കരാർ ഏകപക്ഷീയമായി റദ്ദാക്കിയാണ് വീരവർമ്മയെ നിയോഗിച്ചത്. തന്നെ തഴഞ്ഞ് ബന്ധുവായ വീരവർമ്മയെ രാജാവാക്കിയതും നികുതി പിരിക്കുവാനുള്ള അവകാശം റദ്ദ് ചെയ്തതുമാണ് യഥാർത്ഥത്തിൽ, പഴശ്ശിയെ പ്രകോപിതനാക്കിയത്.

ബ്രിട്ടീഷുകാർ നികുതി പിരിക്കുവാനുള്ള അവകാശം പഴശ്ശിയെ ഏല്പിക്കുകയും രാജാവായി തുടരുവാനുള്ള അധികാരം നല്കുകയും ചെയ്തിരുന്നെങ്കിൽ, ബോംബെ ഗവർണർ ജോനാതൻ ഡങ്കന് എഴു

തിയ കത്തിൽ സൂചിപ്പിക്കുന്ന പ്രകാരം, വിനീതവിധേയനായി, ഈസ്റ്റ് ഇന്ത്യ കമ്പനിയുടെ വിശ്വസ്തനായി പഴശ്ശി തുടരുമായിരുന്നു.

1.44 ലക്ഷം നികുതിയിനത്തിൽ ജനങ്ങളിൽനിന്ന് പിരിച്ച് ഈസ്റ്റ് ഇന്ത്യാ കമ്പനിയെ ഏല്പിക്കുക എന്നതായിരുന്നു 1794 ലെ വീരവർമ്മ യുമായുള്ള കരാർ. 1.4 ലക്ഷം രൂപ പിരിച്ചെടുക്കുകയെന്നാൽ സാമാന്യ ജനത്തെ അങ്ങേയറ്റം പിഴിയേണ്ടി വരുമായിരുന്നു. ഇത്തരത്തിൽ വർദ്ധിച്ച തോതിലുള്ള തുക പിരിക്കുന്നതിനുവേണ്ടി കർഷകരായ, സാധാരണക്കാരെ സമീപിച്ചതാണ് ആദിവാസികളിൽ ബ്രിട്ടീഷ് വിരുദ്ധവികാരം ആളിക്കത്തിച്ചത്.

ഈയൊരു ഘട്ടത്തിൽ തന്നെയാണ് (1795 ജൂൺ 28) കോട്ടയം താലൂക്കിൽ നിന്നുള്ള റവന്യൂ പിരിവ് നിർത്തിയതായി പഴശ്ശി വിളംബരം ചെയ്യുന്നതും ജനങ്ങളോട് നികുതികൊടുക്കരുതെന്ന് ആഹ്വാനം ചെയ്യുന്നതും. അതോടെ രണ്ടുതരം താല്പര്യങ്ങളുടെ സംഗമം സാദ്ധ്യമായി. അധികാരം നിലനിർത്തുവാനുള്ള പഴശ്ശിയുടെ പോരാട്ടവും തങ്ങളെ അടിമുടി ചൂഷണം ചെയ്തിരുന്ന നികുതി പിരിവിനെതിരെയുള്ള ആദിവാസികളുടെ ചെറുത്തുനില്പും ഐക്യപ്പെട്ടു. ഈയൊരർത്ഥത്തിൽ, കുറിച്യ, കുറുമ ആദിവാസി വിഭാഗങ്ങൾ നടത്തിയ പോരാട്ടത്തെ ഇന്ത്യയിൽ പലേടത്തും ആദിവാസികൾ നടത്തിയ കാർഷിക കലാപവുമായി ബന്ധപ്പെടുത്തിയാണ് വിശകലനം ചെയ്യേണ്ടത്. എന്നാൽ ബ്രിട്ടീഷ് രേഖകളിലും ഔദ്യോഗിക ചരിത്രരേഖകളിലുമെല്ലാം പഴശ്ശിയുടെ അധികാരം സംരക്ഷിക്കുവാൻ വേണ്ടി ആദിവാസികൾ നടത്തിയ പോരാട്ടമായാണ് ചിത്രീകരിക്കുന്നത്. ഇത് ചരിത്ര വിരുദ്ധമായ സമീപനമാണ്.

നമ്മുടെ മുമ്പിലുള്ള പരിമിതി, ബ്രിട്ടീഷുകാർക്കെതിരെയുള്ള കുറിച്യ-കുറുമ പോരാളികളുടെ വിശദ വിവരങ്ങൾ ലഭ്യമല്ലെന്നുള്ളതാണ്. ലഭ്യമായ ദത്ത (Data) ങ്ങളാവട്ടെ, ബ്രിട്ടീഷുകാർ എഴുതിവെച്ച *മലബാർ മാന്വൽ* അടക്കമുള്ള ഗ്രന്ഥങ്ങളിൽ നിന്നുള്ളതുമാണ്. അതാകട്ടെ ബ്രിട്ടീഷുകാരുടെ വീക്ഷണ കോണിലൂടെയുള്ളതാണ്. ഇത്തരം കൊളോണിയൽ ആഖ്യാന രൂപങ്ങളെ അതേപടി പകർത്തുകയാണ് പിന്നീട് ചരിത്രം രചിച്ചവർ ചെയ്തത്. അതിനാൽ ഇന്ത്യൻ സ്വാതന്ത്ര്യസമര ചരിത്രത്തിലെ ഉജ്ജ്വല അദ്ധ്യായമാകേണ്ടിയിരുന്ന, വയനാട്ടിലെ ആദിവാസികൾ നടത്തിയ കാർഷിക കലാപം വേണ്ടവിധം അടയാളപ്പെടുത്താതെ പോവുകയാണുണ്ടായത്.

1802 ഒക്ടോബർ 11 ന് തലക്കൽ ചന്തു (ഇദ്ദേഹം കുറിച്യ ആദിവാസി വിഭാഗത്തിൽപ്പെട്ടയാളാണ്) വിന്റെ നേതൃത്വത്തിൽ പനമരത്തെ ബ്രിട്ടീഷ് സൈനിക പോസ്റ്റ് ആക്രമിച്ച് അവിടെയുണ്ടായിരുന്ന എഴുപത് ബ്രിട്ടീഷ് പട്ടാളക്കാരെ വകവരുത്തിയതും പട്ടാള ക്യാമ്പ് അഗ്നിക്കിരയാക്കിയതും 112 തോക്കുകളും ആറുപെട്ടി വെടിക്കോപ്പുകളും 6000 രൂപയും കൈക്കലാക്കിയതും ബ്രിട്ടീഷ് രേഖകളിൽ നിന്നാണ് നാം വായി

ക്കുന്നത് എന്നതിനാൽ ഉജ്ജ്വലമായ ഈ പോരാട്ടത്തിന്റെ തിളക്കം വേണ്ടുംവിധം നമുക്ക് ലഭിച്ചിട്ടില്ല. യഥാർത്ഥത്തിൽ, കേരള ചരിത്രത്തിലെ ബ്രിട്ടീഷ് വിരുദ്ധ പോരാട്ടത്തിലെ വിജയകരമായ ആദ്യ സായുധ ചെറുത്തുനില്പാണിത്.

ബ്രിട്ടീഷ് രേഖകളിലെ വസ്തുതകൾക്കപ്പുറമായിരിക്കണം ഈ കലാപത്തിന്റെ വ്യാപ്തി. അന്ന് ആദിവാസി പോരാളികൾ എത്രമേൽ ശക്തരും ജനകീയരുമായിരുന്നു എന്നറിയാൻ പനമരം സംഭവാനന്തരം നടന്ന പോരാട്ടം തെളിവാണ്. തലക്കൽ ചന്തുവും എടച്ചേന കുങ്കനും പുൽപ്പള്ളി ക്ഷേത്രത്തിൽ വെച്ച് ജനങ്ങളോട് ആയുധമെടുത്ത് പോരാടാൻ ആഹ്വാനം ചെയ്തു. അമ്പലത്തിൽ പ്രതിജ്ഞയെടുത്ത ആദിവാസികൾ ഉൾപ്പെടെയുള്ള മൂവായിരം പേർ പുൽപ്പള്ളിയിലും അയ്യായിരം പേർ മാനന്തവാടിയിലെ വള്ളിയൂർക്കാവിനടുത്തും കേന്ദ്രീകരിച്ചു. ഡിണ്ടിമ്മൽ മുതൽ വള്ളിയൂർക്കാവ് വരെ അവർ പ്രതിരോധമുയർത്തി. ആദ്യഘട്ടത്തിൽ തെക്കൻ വയനാട് പ്രദേശത്തുള്ളവർ കലാപത്തിൽനിന്ന് ഒഴിഞ്ഞു നില്ക്കുകയായിരുന്നു.[2]

ഈ പോരാട്ടത്തെപ്പറ്റി ബ്രിട്ടീഷ് രേഖകളിൽനിന്നും വ്യക്തമാവുന്നത്, വൻജനപിന്തുണ കലാപത്തിനുണ്ടായിരുന്നു എന്നാണ്. മലബാർ നോർത്തേൺ ഡിവിഷൻ സബ് കലക്ടറായിരുന്ന ടി എച്ച് ബാബർ, മലബാറിന്റെ പ്രിൻസിപ്പൽ കലക്ടർക്ക് എഴുതിയ കത്തിൽ(1805) കലാപത്തിൽ നേതൃസ്ഥാനത്തുണ്ടായിരുന്ന കുറുമരെപ്പറ്റി പറയുന്ന കാര്യങ്ങളിൽ നിന്ന് മനസ്സിലാവുന്നത്, അവർ അങ്ങേയറ്റം വില്ലാളി വീരന്മാരും കലാപത്തിൽ സജീവപങ്കാളിത്തം വഹിച്ചവരുമായിരുന്നു എന്നാണ്. ബാബർ എഴുതി:

> കുറുമ്പർ അഥവാ കുറുമർ വില്ലാളികളും ഒരു സമുദായമെന്ന നിലയിൽ വയനാട്ടുകാർക്കിടയിൽ ഏറ്റവും പരുഷ സ്വഭാവികളുമാണ്. കുറുമർ ഒരൊറ്റയാൾ ഒഴിയാതെ വീടും കുടിയും ഉപേക്ഷിച്ച് പഴശ്ശിയോടൊപ്പം ചേർന്നിരിക്കുകയാണ്. അതീവ ദയനീയമാണ് അവരുടെ കാര്യം. കമ്പനി ഗവൺമെന്റ് അവരെ നശിപ്പിക്കുവാൻ പോകുന്നുവെന്നാണ് അവരുടെ ധാരണ. പള്ളൂർ ഏമാന്റെ പ്രലോഭനങ്ങളിൽപ്പെട്ടുപോയ ഈ ഗിരിവർഗ്ഗക്കാർക്ക് ആ ധാരണ എവിടെനിന്ന് കിട്ടിയെന്ന് പ്രത്യേകം പറയേണ്ടതില്ല. പള്ളൂർ ഏമാൻ കലാപകാരികളുടെ പക്ഷം ചേർന്നപ്പോൾ കുറുമരും ഒന്നടങ്കം അയാളുടെ കൂടെപ്പോയി. കലാപത്തിൽ അവർ മുൻനിരയിൽ അണി നില്ക്കുകയും ചെയ്തു. കുറുമർ എന്ത് ക്രൂരതയും ചെയ്യുവാൻ മടിക്കാത്തവരാണ്[3].

കുറുമരെ പരാമർശിച്ചുകൊണ്ടുള്ള മേൽ കത്തിൽനിന്ന് വ്യക്തമാ

വുന്നത്, അവർ വില്ലാളിവീരന്മാരും വീരശൂരപരാക്രമികളുമാണെന്നാണ്. ഒന്നൊഴിയാതെ എല്ലാ കുറുമകുടുംബങ്ങളും സമരസജ്ജരായി പോരിനിറങ്ങി എന്നാണ് ബാബർ പറയുന്നത്. ഒളിപ്പോരിൽ വിദഗ്ദ്ധരായ കുറിച്യ-കുറുമ പോരാളികളുടെ ചെറുത്തുനില്പിനു മുമ്പിൽ ബ്രിട്ടീഷുകാർക്ക് പിൻമടങ്ങേണ്ടിവന്നു എന്നതാണ് ചരിത്രം. ആറു വർഷക്കാലം ആദിവാസികൾ കമ്പനിപ്പടയെ വയനാട്ടിൽ ചെറുത്തുനിന്നു എന്നാണ് രേഖകൾ വ്യക്തമാക്കുന്നത്.

പഴശ്ശിയുടെ കാലശേഷം 1812 ൽ നടന്ന രണ്ടാം ആദിവാസി കാർഷിക കലാപവും അർഹിക്കുംവിധം അടയാളപ്പെടുത്തപ്പെട്ടിട്ടില്ല. തങ്ങളുടെ സ്വത്തിനും അഭിമാനത്തിനും അസ്തിത്വത്തിനുംനേരെ ബ്രിട്ടീഷുകാർ നടത്തിയ കടന്നാക്രമണത്തിനെതിരെയുള്ള കലാപമായിരുന്നു അത്. 1805 ന് ശേഷം ബ്രിട്ടീഷുകാർ ആദിവാസി പോരാളികളുടെ സ്വത്ത് വഹകൾ കണ്ടുകെട്ടിയിരുന്നു. കൃഷിയും മറ്റ് സ്വത്തുക്കളും കമ്പനിയുടെ അധീനതയിലായതോടെ ആദിവാസികൾ ഭൂരഹിതരായി. ബ്രിട്ടീഷുകാരുടെ വനനയവും വർദ്ധിച്ച തോതിലുള്ള നികുതി ഈടാക്കലുമെല്ലാം ആദിവാസികളായ കർഷകരുടെ നട്ടെല്ലൊടിച്ചു. ആദിവാസികളോട് പരുഷവും ക്രൂരവുമായാണ് ബ്രിട്ടീഷുകാർ പെരുമാറിയിരുന്നത്. ആദിവാസികളെ മനുഷ്യരായിപ്പോലും ബ്രിട്ടീഷുകാർ പരിഗണിച്ചിരുന്നില്ല. ഇത്തരത്തിൽ അടിച്ചമർത്തപ്പെടുകയും അവകാശങ്ങൾ നിഷേധിക്കപ്പെടുകയും ഓരംതള്ളി നിർത്തപ്പെടുകയും ചെയ്യപ്പെട്ട ആദിവാസി ജനതയുടെ സ്വാഭാവികമായ പൊട്ടിത്തെറിയായിരുന്നു 1812 ലെ ആദിവാസി കർഷക കലാപം.

1812 മാർച്ച് 25 നാണ് വയനാട്ടിൽ തമ്പടിച്ചിരുന്ന കമ്പനി സൈന്യത്തെ കുറിച്യ കലാപകാരികൾ ആക്രമിച്ചത്. വയനാട്ടിലേക്കുള്ള ചുരങ്ങളുടെ നിയന്ത്രണം അവർ ഏറ്റെടുത്തു. സുൽത്താൻ ബത്തേരി, മാനന്തവാടി എന്നിവിടങ്ങളിലെ ബ്രിട്ടീഷ് സൈനികകേന്ദ്രങ്ങൾ ആക്രമിക്കപ്പെട്ടു. കുറിച്യ നേതാക്കളായ പ്ലാക്കചന്തു, ആയിരം വീട്ടിൽ കോന്തപ്പൻ, മാമ്പിലാട്ടോടൻ യാമു, വെൺകലോൻ കേളു എന്നിവരാണ് ഇതിനു നേതൃത്വം നല്കിയത്.[4]

ഈ പോരാളികൾ എത്ര ശക്തരും രണോത്സുകരുമായിരുന്നു എന്ന കാര്യം ബ്രിട്ടീഷ് രേഖകളിൽനിന്ന് വ്യക്തമാണ്. മലബാർ സബ്കലക്ടറായിരുന്ന ടി എച്ച് ബാബർ രേഖപ്പെടുത്തിയത്, വട്ടത്തൊപ്പിക്കാരെയെല്ലാം കശാപ്പുചെയ്യുകയായിരുന്നു കലാപകാരികളുടെ രീതി. കുറിച്യ പോരാളികൾ ബ്രിട്ടീഷ് സൈന്യത്തിന്റെ പേടിസ്വപ്നമായിരുന്നു. ഒളിപ്പോരിലും അമ്പും വില്ലുമുപയോഗിച്ചുള്ള പോരാട്ടത്തിലും അവരെ മറികടക്കുവാൻ കമ്പനിപ്പടയ്ക്ക് ഏറെ ശ്രമപ്പെടേണ്ടി വന്നു. ഒടുവിൽ ആദിവാസികളുടെ ധീരമായ പോരാട്ടത്തെ അടിച്ചമർത്തുവാൻ കമ്പനിക്ക് ശ്രീരംഗപട്ടണത്തുനിന്നും കൂടുതൽ സൈന്യത്തെ കൊണ്ടുവരേണ്ടിവ

ന്നു.

ബ്രിട്ടീഷുകാരുടെ ആധുനികായുധങ്ങൾ ഉപയോഗിച്ചുള്ള അടിച്ച മർത്തലുകൾക്ക് മുമ്പിൽ കുറിച്യ-കുറുമ പോരാളികൾ അമ്പും വില്ലും കൊണ്ട് ആറുമാസക്കാലം ചെറുത്തുനിന്നു. ഒടുവിൽ ചെറുത്തുനില്പിനെ അടിച്ചമർത്തുകയും സമരനേതാക്കളെ നിഷ്ഠൂരമായി വധിക്കുകയും ചെയ്തതോടെയാണ് വയനാട്ടിൽ ബ്രിട്ടീഷുകാർക്ക് സമ്പൂർണ്ണാധിപത്യം നേടാനായത്. ആദിവാസി ചെറുത്തുനില്പിന്റെ ചില സന്ദിഗ്ദ്ധഘട്ട വിജയങ്ങൾ അനാവരണം ചെയ്താൽ ഇക്കാര്യം കൂടുതൽ വ്യക്തമാവും.

മലബാറിൽനിന്ന് വയനാട്ടിലേക്ക് വന്ന കമ്പനി പട്ടാളത്തെ കുറ്റ്യാടിച്ചുരത്തിൽ ആദിവാസികൾ അമ്പുംവില്ലും ഉപയോഗിച്ച് ആക്രമിച്ചു. സൈനികമേധാവികൾക്കും 18 പട്ടാളക്കാർക്കും പരിക്കേറ്റു. അതോടെ കമ്പനി സൈന്യത്തിനു പിന്തിരിഞ്ഞോടേണ്ടി വന്നു. മാനന്തവാടിക്കടുത്ത നല്ലൂർനാട്ടിൽ സമ്മേളിച്ച ആദിവാസികൾക്കുനേരെ കമ്പനി പട്ടാളം വെടിവെച്ചു. പക്ഷേ, ആദിവാസികൾ തിരിച്ചടിച്ചതോടെ പട്ടാളക്കാർക്ക് പിൻവാങ്ങേണ്ടി വന്നു. മുപ്പതാം ബറ്റാലിയനിലെ രണ്ടായിരം സൈനികരെ കമ്പനി വയനാടൻ ചുരത്തിൽ അണിനിരത്തി. ആറു മാസം കലാപം നീണ്ടുനിന്നു. ഇംഗ്ലീഷ് സൈന്യം ആദിവാസി ഗ്രാമങ്ങൾ വളഞ്ഞ് കൊലയും കൊള്ളയും നടത്തി. പ്ലാക്കചന്തു, ആയിരവീട്ടിൽ കോന്തപ്പൻ, മാമ്പിലാട്ടോടൻ യാമു എന്നീ ആദിവാസി നേതാക്കൾ കൊല്ലപ്പെട്ടതോടെയാണ് കലാപം ഇല്ലാതാകുന്നത്. മറ്റൊരു നേതാവായ രാമനമ്പിയെ പിടികൂടി തലവെട്ടി. തമ്പിയുടെ വെട്ടിയെടുത്ത തല മകന്റേയും ബന്ധുക്കളുടെയും മുന്നിൽ പ്രദർശിപ്പിച്ചു. 1812 മെയ് 5 ന് മറ്റൊരു കലാപനേതാവായ വെൺകലോൻ കേളുവിനെ പരസ്യമായി തൂക്കിലേറ്റി.[5]

കേരളത്തിൽ നടന്ന കൊളോണിയൽ വിരുദ്ധപോരാട്ടത്തിലെ ഉജ്ജ്വല അദ്ധ്യായമാണ് കുറിച്യരും കുറുമരും നടത്തിയ ബ്രിട്ടീഷ് വിരുദ്ധ പോരാട്ടം. തികച്ചും ജൈവികമായി ഉയർന്നുവന്ന നേതൃത്വത്തിന്റെ കീഴിൽ നടന്ന ഈ കലാപങ്ങൾ, കേരളത്തിൽ പിന്നീട് നടന്ന ഏറെ കൊട്ടിഘോഷിക്കപ്പെടുന്ന പല പോരാട്ടങ്ങളെക്കാളും തിളക്കമാർന്നതാണ്. എന്നാൽ ഖേദകരമായ വസ്തുത, ബ്രിട്ടീഷുകാർ രേഖപ്പെടുത്തിവെച്ച രേഖകൾക്കപ്പുറം ഈ കലാപങ്ങളെപ്പറ്റിയോ കലാപത്തിന് നേതൃത്വം വഹിച്ച നേതാക്കളെപ്പറ്റിയോ വിവരങ്ങൾ ലഭ്യമല്ല എന്നതാണ്.

കുറുമരുടേയും കുറിച്യരുടേയും ഇടയിലെ തലമുതിർന്നവർ പങ്കുവെക്കുന്ന, അവർ തലമുറകളായി കൈമാറിവരുന്ന വാമൊഴി പാട്ടുകളിലും കഥകളിലും 1800 കളുടെ ആരംഭകാലത്ത് നടന്ന ബ്രിട്ടീഷ് വിരുദ്ധ

കലാപത്തെപ്പറ്റിയുള്ള അമൂല്യമായ വിവരങ്ങൾ അടങ്ങിയിരിക്കാം. ചരിത്രത്തിന് മുകളിൽ പടർന്നു പന്തലിച്ച അതിശയോക്തിയുടേയും അമാനുഷികതയുടേയും പരിവേഷങ്ങൾ അഴിച്ചുമാറ്റിയാൽ ഇത്തരം വാമൊഴി ആഖ്യാനങ്ങളിൽനിന്ന്, കൊളോണിയൽ ശക്തികൾ കാണാതെപോയ യഥാർത്ഥ ചരിത്രം നമുക്ക് കണ്ടെത്തുവാൻ സാധിക്കും.

വയനാട്ടിലെ ആദിവാസികൾ നടത്തിയ ബ്രിട്ടീഷ് വിരുദ്ധ കാർഷിക കലാപം (1797-1805) പലതുകൊണ്ടും പ്രസക്തമാണ്. ഇന്ത്യയുടെ പല ഭാഗങ്ങളിലായി ആദിവാസികൾ നടത്തിയ ബ്രിട്ടീഷ് വിരുദ്ധ പോരാട്ടത്തിലെ ആറാമത്തെ കലാപമാണ് വയനാട്ടിലേത്. അതും ഒന്നാം സ്വാതന്ത്ര്യ സമരത്തിനും (1857) അരനൂറ്റാണ്ട് മുമ്പ് ദക്ഷിണേന്ത്യയിൽ നടന്ന ആദ്യ കമ്പനി വിരുദ്ധ സായുധ കലാപമാണിത്. വിജയകരമായി നടന്ന ഒളിപ്പോർ എന്ന അർത്ഥത്തിലും കുറിച്യ-കുറുമ കലാപങ്ങൾ പ്രസക്തമാണ്. എന്നാൽ ഔദ്യോഗിക ചരിത്രഗ്രന്ഥങ്ങളിലെല്ലാം തന്നെ ഉജ്ജ്വലമായ ഈ കലാപങ്ങൾ പഴശ്ശിയോടൊപ്പം ചേർന്ന് പഴശ്ശിയുടെ അധികാര സംരക്ഷണത്തിനുവേണ്ടി ആദിവാസികൾ നടത്തിയ കലാപങ്ങൾ മാത്രമാണ്. അതിനാൽ പഴശ്ശിയുടെ അധികാര സംരക്ഷണവുമായി ബന്ധപ്പെട്ട സമരവുമായി ബന്ധിപ്പിച്ചാണ് ആദിവാസി കലാപത്തെ വിലയിരുത്താറുള്ളത്. അതേസമയം, പഴശ്ശി പടയാളികളിൽ നല്ലൊരു പങ്കും കുറിച്യ-കുറുമ വിഭാഗങ്ങളിൽപ്പെട്ടവരായിരുന്നു. ഒരു ഘട്ടത്തിൽ, ആദിവാസി കലാപകാരികളും പഴശ്ശിയും ഒറ്റക്കെട്ടായി എന്നതും ചരിത്ര യാഥാർത്ഥ്യമാണ്. ഇരുവിഭാഗങ്ങളുടെയും പൊതുശത്രു ബ്രിട്ടീഷുകാരായിരുന്നുവെന്നതിനാൽ പഴശ്ശിയുടെ നേതൃത്വത്തിൽ ആദിവാസികൾ അണിനിരക്കുകയായിരുന്നു. ആദിവാസികൾക്കും പഴശ്ശിക്കും ഒരുമിച്ചുള്ള പോരാട്ടം നല്കിയ കരുത്ത് ഒട്ടും ചെറുതല്ല.

ചില ഓർമ്മകൾ, ഓർമ്മപ്പെടുത്തലുകൾ

കുറിച്യ-കുറുമ സമുദായങ്ങൾ നൂറ്റാണ്ടുകളായി കൈമാറി വരുന്ന വാമൊഴി കഥകളിലും വാമൊഴിപ്പാട്ടുകളിലും വാമൊഴി ചരിത്രത്തിലുമെല്ലാം ആദിവാസി കലാപവും അതുമായി ബന്ധപ്പെട്ട കാര്യങ്ങളുമുണ്ട്. മുഖ്യധാരാസ്വാതന്ത്ര്യ സമരചരിത്രഗ്രന്ഥങ്ങളിലോ ബ്രിട്ടീഷ് രേഖകളിലോ ഇടംപിടിക്കാത്ത വസ്തുതകളാണവ. പോരാളികളുടെ ഒളിത്താവളങ്ങളിലെ വിശേഷങ്ങൾ, സൈനികരുടെ പരിശീലനം, പഴശ്ശിയും മറ്റും ഒളിവിൽ കഴിഞ്ഞ തറവാടുകൾ തുടങ്ങി നിരവധി കാര്യങ്ങൾ വാമൊഴി ചരിത്രത്തിൽ കാണാം. ഉദാഹരണമായി, കുറുമ പാരമ്പര്യ രാജാവായിരുന്ന കാപ്പിമൂപ്പൻ (പാക്കം സ്വദേശി, ജീവിച്ചിരിപ്പില്ല) പങ്കുവെക്കുന്ന ചില കാര്യങ്ങൾ പ്രസക്തമാണ്. ബ്രിട്ടീഷുകാരിൽനിന്നും രക്ഷനേടാനായി പഴശ്ശി വയനാടിന്റെ പല ഭാഗങ്ങളും ഒളിത്താവളങ്ങ

ളാക്കി മാറ്റിയിരുന്നെന്നും അവസാന നാളുകളിൽ പഴശ്ശി കുറിച്യരുടെയും കുറുമരുടേയും സംരക്ഷണത്തിലായിരുന്നുവെന്നും കാപ്പിമൂപ്പൻ പറയുന്നു. മാവിലാംതോട്ടുകരയിൽ പഴശ്ശിരാജാവ് വധിക്കപ്പെടുന്നതിന് തൊട്ടുമുമ്പ് അദ്ദേഹം പാക്കത്തെ കുറുമരുടെ സംരക്ഷണത്തിലായിരുന്നുവെന്നു കുറുമ രാജാവായ കാപ്പിമൂപ്പൻ കരുതുന്നു. പാക്കത്തിന് ചുറ്റുമുള്ള ചെറിയമല, കണ്ടാമല, കുറിച്ചാട്ട്, പടമല തുടങ്ങിയ സ്ഥലങ്ങളെല്ലാം കുറുമരുടെ വാസസ്ഥലമാണ്. അവസാനകാലത്ത് പടമലയിൽ നിന്നായിരുന്നുവത്രെ പഴശ്ശി ബ്രിട്ടീഷുകാർക്കെതിരെ പടക്കോപ്പുകൾ കൂട്ടിയത്.[6]

പാക്കത്തെ പ്രസിദ്ധമായ ഒരു കുറുമ കോളനിയുടെ പേര് തിരുമുഖം എന്നാണ്. ഈ പേരു വരാൻ കാരണമായ സംഭവത്തിലും പഴശ്ശിയുണ്ട്. സംഭവം ഇങ്ങനെ: ഒരുദിവസം വെളിച്ചപ്പാട് സന്ധ്യക്ക് ദൈവപ്പുരയിൽ വിളക്കുവെക്കാനായി ചെന്നപ്പോൾ തേജോമയനായ ഒരാൾ ക്ഷേത്രത്തിനുള്ളിൽ കിടന്നുറങ്ങുന്നു. അരയിൽ വാള്, കത്തി. തിരുമുഖം കണ്ട വെളിച്ചപ്പാട് ഭയന്ന് വിളിച്ച് കൂട്ടുകാരെ വിവരം അറിയിച്ചു. പിന്നീട് തിരുമുഖം കാണുവാൻ ആളുകൾ ഏറിയപ്പോഴാണ് പഴശ്ശിരാജാവ് അവിടെനിന്നും മാവിലാംതോട്ടിലേക്ക് പലായനം ചെയ്തത്. അതിന്റെ ഓർമ്മയ്ക്കായി വാളുംവടിയുമെല്ലാം ഇന്ന് ദൈവപ്പുരയിൽ ആരാധനയ്ക്കായി വച്ചിരിക്കുന്നു.[7]

കമ്പനി പട്ടാളത്തിന്റെ നെഞ്ചുതുളച്ച കത്തിയമ്പുകൾ ഉണ്ടാക്കിയത് ഊരാളി കുറുമരായിരുന്നുവെന്ന് വാമൊഴിയിലൂടെ കൈമാറിയ ചരിത്രത്തെ ആധാരമാക്കി കാപ്പിമൂപ്പൻ പറയുന്നു. പഴശ്ശിയുടെ കാലത്ത് കുറുമർ ശക്തരായിരുന്നു. അതിന് തെളിവായി സമീപത്തെ പാക്കംകോട്ടു ക്ഷേത്രത്തിന്റെ അവശിഷ്ടങ്ങളും ബ്രിട്ടീഷ് സ്രാമ്പിയും കാട്ടിനുള്ളിലെ കാടുമൂടിയ കെട്ടിടങ്ങളുമെല്ലാം കാപ്പിമൂപ്പൻ കാണിച്ചു തന്നു. ദൈവപ്പുരയിലെ പള്ളിവാൾ കാട്ടിത്തന്നു. തലക്കൽ ചന്തുവും കുങ്കനുമെല്ലാം പഴശ്ശിയുടെ അവസാനകാലത്ത് പാക്കം കാട്ടിനുള്ളിലായിരുന്നു. ഇവിടെനിന്ന് ഏതാണ്ട് 15 മൈൽ ദൂരമേയുള്ളൂ മാവിലാം തോട്ടിലേക്ക്. ബ്രിട്ടീഷ് സേനയെ നേരിടുവാനുള്ള അമ്പെയ്ത്ത് വിദ്യ കുറുമരെ പരിശീലിപ്പിച്ചിരുന്നത് പള്ളൂർ എമ്മനും എടച്ചേന കുങ്കനുമായിരുന്നു. അക്കാലത്ത് നല്ല തണ്ടും തടിയുമുള്ള മുത്തന്മാരായിരുന്നു കുറുമർ. പഴശ്ശി, പാക്കത്ത് താമസിച്ചിരുന്നപ്പോഴും തെയ്യവും മുത്തശ്ശിയമ്മയുമൊക്കെയുണ്ടായിരുന്നു. അവരോടു ചോദിച്ചിട്ടാണ് പഴശ്ശിക്ക് അന്ന് ഞങ്ങൾ സംരക്ഷണം കൊടുത്തത്. കുറുവ, പാക്കം, ചെറിയമല പ്രദേശങ്ങളെല്ലാം പഴശ്ശിക്കു ഒളിച്ചു പാർക്കാൻ പറ്റിയ പ്രദേശങ്ങളായിരുന്നു. തിരുമുഖത്ത് കോളനിക്ക് പഴശ്ശിരാജാവുമായി നല്ല ബന്ധമുണ്ടായിരുന്നു.[8]

ഇത്തരത്തിൽ, തലമുറകൾ കൈമാറിവരുന്ന വാമൊഴി ചരിത്രം കുറിച്യർക്കിടയിലും കുറുമർക്കിടയിലും ഒട്ടേറെയുണ്ട്. കൂടുതൽ ഗവേ

ഷണ പഠനങ്ങൾ നടക്കേണ്ട മേഖലയാണിത്. തീർച്ചയായും കൊളോണിയൽ ചരിത്ര നിർമ്മിതിയിൽനിന്ന് ഭിന്നമായ ചരിത്രപാഠം നിർമ്മിക്കുവാൻ അവ സഹായകമാവും.

അടിക്കുറിപ്പുകൾ

1. ഫോറിൻ പൊളിറ്റിക്കൽ കൺസൾട്ടേഷൻസ്, നമ്പർ 54,1797 ജൂലൈ 10, *പഴശ്ശി സമരരേഖകൾ,* ഡോ. കെ കെ എൻ കുറുപ്പ്, ഡി സി ബുക്സ്, കോട്ടയം 1999.
2. *വയനാട് രേഖകൾ*–ഒ കെ ജോണി–പുറം.87, മാതൃഭൂമി ബുക്സ്–2008, കോഴിക്കോട്.
3. *ഉദ്ധരണി:വയനാട് രേഖകൾ*–ഒ കെ ജോണി–പുറം 87, മാതൃഭൂമി ബുക്സ്–2008, കോഴിക്കോട്.
4. *വയനാട് രേഖകൾ,* ഒ കെ ജോണി–പു.87, മാതൃഭൂമി ബുക്സ്–2008, കോഴിക്കോട്.
5. *വയനാട് രേഖകൾ,* ഒ കെ ജോണി പു. 96–97 മാതൃഭൂമി ബുക്സ്–2008, കോഴിക്കോട്.
6. *കാപ്പിമൂപ്പന്റെ കാടനുഭവങ്ങൾ,* ജോസ് പാഴൂക്കാരൻ –പുറം 11, കൈരളി ബുക്സ്, 2013 I.
7. അതേ പുസ്തകം. പു 12.
8. അതേ പുസ്തകം പുറം 109.

Referance

1. കെ പാനൂർ, *കേരളത്തിലെ ആഫ്രിക്ക*, ഡി സി ബുക്സ്, കോട്ടയം, 1998.
2. *ദലിത് ചിന്തകൾ,* ഗെയിൽ ഓംവെദ്, വിവ: ബിജുരാജ്, മാതൃഭൂമി ബുക്സ്.
3. Rao Bahadur C, Gopalan Nair, *Wayanad–its peoples and traditions, വയനാട്, ജനങ്ങളും പാരമ്പര്യവും,* വിവ: കെ കെ എൻ കുറുപ്പ്, മോഡേൺ ബുക്സ്, ബത്തേരി–2006.
4. മുണ്ടക്കയം ഗോപി, *അറിയപ്പെടാത്ത വയനാട്,* പുറം–20, സഹ്യ ബുക്സ്, കൽപ്പറ്റ.
5. മുണ്ടക്കയം ഗോപി, *കുറുംപുറൈ,* പുറം 30,സഹ്യാ പബ്ലിക്കേഷൻസ്, കൽപ്പറ്റ, 2014.
6. വില്യം ലോഗൻ, *മലബാർ മാന്വൽ,* മാതൃഭൂമി ബുക്സ്–2008, കോഴിക്കോട്.
7. ഡി ചാക്കോ, *കുറിച്യരുടെ ലോകം,* കേരളഭാഷാ ഇൻസ്റ്റിറ്റ്യൂട്ട്, തിരുവനന്തപുരം–1994.

8. ആർ കെ ബിജുരാജ്, ആദിവാസികളുടെ കാർഷിക കലാപം, *പച്ച ക്കുതിര* മാസിക, 2017, ജൂലൈ.
9. *തേജസ് ആഴ്ചവട്ടം,* 2006 ജനുവരി 29. വാല്യം 1, ലക്കം-1.
10. ഡോ. പി ജി പത്മിനി, *കാടുജീവിതത്തിന്റെ സ്പന്ദന താളങ്ങൾ,* അകം സമിതി-2001.
11. കെ ജെ ബേബി *നാട്ടു ഗദ്ദിക,* കറന്റ് ബുക്സ്-997.

അടിയാന്മാരുടെ പുരാവൃത്തലോകം

വയനാട്ടിലെ ഒരു പ്രമുഖ ആദിവാസി വിഭാഗമാണ് അടിയാന്മാർ. അടിയാൻ, അടിയാർ എന്നിങ്ങനെയും ഇവരെ വിളിച്ചു പോരുന്നു. റാവുളർ, റാവുള്ളേരു എന്നൊക്കെയാണ് ഈ വിഭാഗക്കാർ തങ്ങളുടെ ജാതിപ്പേരായി സ്വയം വിശേഷിപ്പിക്കുന്നത്. 'അടിയാൻ' എന്ന പദത്തിന്റെ നിഷ്പത്തിയെപ്പറ്റി വിവിധ അഭിപ്രായങ്ങൾ നിലവിലുണ്ട്. കീഴ്പ്പെട്ടവൻ, അടിമ, ദാസൻ എന്നിങ്ങനെയാണ് *ശബ്ദതാരാവലി* 'അടിയാൻ' എന്ന പദത്തിന് അർത്ഥം നല്കിയിട്ടുള്ളത്.[1] ഉന്നതകുലജാതരിൽനിന്ന് ആറടി മാറി നില്ക്കുന്നവൻ എന്ന അർത്ഥത്തിൽനിന്നാണ് അടിയാർ (അടി+ആറ്) എന്ന പദമുണ്ടായതെന്നും[2] ഒരു വാദമുണ്ട്. അടിയാൻ എന്ന പദത്തിന് അടിമ എന്നാണ് നെട്ടൂർ പി ദാമോദരൻ[3] അർത്ഥം കല്പിക്കുന്നത്. എഡ്ഗാർ തേഴ്സ്റ്റന്റെ അഭിപ്രായത്തിൽ, കാലടി എന്ന പദത്തിൽ നിന്നാണ് അടിയാൻ എന്ന പദം രൂപപ്പെട്ടത്. ഇതുപ്രകാരം തമ്പുരാന്റെ കാലടിയിലെ (കീഴിലെ) അടിമ എന്നർത്ഥം.[4] അടിയാൻ എന്ന പദത്തിന്റെ ബഹുവചനരൂപമാണ് അടിയാർ. ഈ ആദിവാസി വിഭാഗത്തെ സംബന്ധിച്ചിടത്തോളം മേല്പറഞ്ഞ നാമോല്പത്തി വാദങ്ങളെല്ലാം തികച്ചും അനുയോജ്യമാണ്.

1970 കൾ വരെ ക്രയവിക്രയം ചെയ്യപ്പെട്ട അടിമ സമൂഹമായിരുന്നു അടിയാന്മാർ. ദാസരും കീഴ്ജീവനക്കാരുമായിരുന്നു, അവർ[5]. അതിനാൽ അടിയാൻ, അടിയാർ എന്നൊക്കെയുള്ള ജാതിപ്പേര് മറ്റുള്ളവർ നല്കിയതാവണം. സ്വയം ജാതിപ്പേരായി വിശേഷിപ്പിക്കുന്ന റാവുള എന്ന അടിയഭാഷാപദത്തിനർത്ഥം 'സഞ്ചാരി' എന്നാണത്രെ.[6] അടിയ സമുദായം, അടിമകളായി മാറുന്നതിനുമുമ്പ് ഒരിടത്തുതന്നെ സ്ഥിരതാമസമാക്കാതെ അലഞ്ഞുതിരിഞ്ഞവർ (Nomadiance) ആയിരിക്കാം. ചരിത്രത്തിന്റെ

ഏതോ ദശാസന്ധിയിൽ വയനാട്ടിൽ എത്തിപ്പെട്ടവരാണ് അടിയാന്മാർ അഥവാ റാവുളർ.

വയനാട്ടിലേക്കുള്ള കുടിയേറ്റം

അടിയാന്മാർ കർണ്ണാടകയിൽ നിന്ന് വയനാട്ടിലേക്ക് കുടിയേറിയ വരാണെന്നതിന് നിരവധി തെളിവുകൾ ലഭ്യമാണ്. ഇവരുടെ ഭാഷ, വേഷം, ദൈവങ്ങൾ ഇവയ്ക്കെല്ലാം കർണ്ണാടകവുമായുള്ള ബന്ധം സുവ്യക്തമാണ്. പഴയ എടേനാട്, പുന്നാട് പ്രദേശങ്ങളിൽനിന്ന് കുടിയേറിവന്നവരാണ് കന്നട ഭാഷ സംസാരിക്കുന്നവരും വേഷവിധാനങ്ങളിൽ കർണ്ണാടക ആദിവാസി ഗോത്രങ്ങളുമായി സാജാത്യം പുലർത്തുന്നവരുമായ അടിയാന്മാർ. എടനാടൻ ചെട്ടിമാരും ഇതര ഗൗഡന്മാരും കബനിനദിയുടെ പടിഞ്ഞാറുഭാഗത്തേക്ക് കുടിയേറ്റം നടത്തിയപ്പോൾ കൃഷി ജോലികൾക്കും മറ്റുമായി തങ്ങളുടെ ഭാഷയും കൃഷിരീതികളും ജീവിത സമ്പ്രദായങ്ങളും അറിയുന്നവരും തങ്ങൾക്ക് വിധേയരായിരിക്കുമെന്ന് ഉറപ്പുള്ളവരുമായ സ്വദേശത്തെ കർഷക തൊഴിലാളികളായ ഈ വിഭാഗക്കാരെയും ഒപ്പം ചേർത്തു. ഏറക്കുറെ അടിമജോലിക്കാരായിരുന്നു ഇക്കൂട്ടർ എന്ന് മുണ്ടക്കയം ഗോപി[7] അനുമാനിക്കുന്നു.

അടിയ ഭാഷ, കർണ്ണാടക ഭാഷാപദങ്ങളാൽ സമ്പന്നമാണ്. അവരുടെ പാരമ്പര്യപ്പാട്ടുകൾ ഏറെയും കർണ്ണാടക ഭാഷയിലാണ്. ഉദാഹരണമായി പൊട്ടി, വസൂരി മുതലായ രോഗങ്ങൾ വന്നാൽ കർണ്ണാടകത്തിലെ മാരിയമ്മയെ വിളിച്ച് പാടുന്ന പാട്ടിങ്ങനെ:

മൂടസീമലിന്ന് മലയാള സീമഗെ
വറുവനൂകാല ദെല്ലിയേനു?
ഐശ്വര്യ ഉൺടു ഏനുവൈബോഗവുണ്ടു
എടഗെ നോട്ദ്റെക്കവ്ള്ള
ബലഗെനോട് ദരെ കത്താലെ
ഏനു ഐശ്വര്യയില്ലെ
പൂവില്ലെ, ഗന്ധയില്ലെ, ഗാരിത്തിയില്ലെ

(കർണ്ണാടകത്തിലെ പുന്നാട്ടുള്ള മാരിയമ്മ മലയാളത്തിൽ (കേരളത്തിൽ) വന്നപ്പോൾ എന്ത് ഐശ്വര്യമാണുള്ളത്? ഒന്നുമില്ല, ഇടത്തോട്ടു നോക്കുമ്പോൾ ഇരുട്ട്. വലത്തോട്ട് നോക്കുമ്പോൾ വയറുകത്തുന്നു. പൂവുമില്ല, തിരിയുമില്ല, ഗന്ധവുമില്ല(ധൂമം).[8]

ഈ പാട്ടിന്റെ ഭാഷ വ്യക്തമാക്കുന്നത് അടിയാന്മാരുടെ കർണ്ണാടക ദേശവുമായുള്ള ചിരപുരാതന ബന്ധമാണ്. കർണ്ണാടക പ്രദേശങ്ങളിൽ നിവസിക്കുന്ന ദേവീദേവന്മാരാണ് അടിയ വിശ്വാസത്തിലെ ഒട്ടുമിക്ക ആരാധനാമൂർത്തികളും. കുട്ടത്ത് കരിങ്കാളിയാണ് ഒരു ആരാധനാമൂർത്തി. 1911 ൽ റാവു ബഹദൂർ സി ഗോപാലൻ നായർ രചിച്ച *Wayanad its people and Traditions* (*വയനാട് ജനങ്ങളും പാരമ്പര്യവും*) എന്ന പുസ്തകത്തിൽ കുട്ടത്ത് കരിങ്കാളിയെ വിശകലനം ചെയ്യുന്നത് ഇങ്ങ

നെ: ഇവരുടെ പൂർവ്വീകർ കുടകിൽനിന്നും വന്നവരാണ്. ഇതിന്റെ സൂചനയാണ് ഇവരുടെ ദൈവമായ കുട്ടത്ത് കരിങ്കാളിയുടെ പേരിലെ കുട്ടം എന്നത്. കുട്ടം എന്നത് കുടകിന്റെ ഒരു വികൃതരൂപമാണ്. അടിയാന്മാരുടെ മൂപ്പൻ പറയുന്നത് തങ്ങളുടെ ജാതിക്കാർ ഇപ്പോഴും കുടകിൽ ഉണ്ടെന്നാണ്.[9] കുട്ടം[10] എന്ന പേരിൽ കുടക് ജില്ലയിൽ ഒരു പ്രദേശമുണ്ട്. വയനാടിനോട് ചേർന്ന പ്രദേശമാണിത്.

മുൻകാലങ്ങളിൽ ഇക്കൂട്ടർ കന്നടഭാഷക്കാരായ കർഷകർക്കുവേണ്ടി മാത്രമേ ജോലി ചെയ്തിരുന്നുള്ളൂവത്രെ.[11] വയനാട്ടിലെ അടിയാന്മാരെ കുടകിലെ ഭൂപ്രഭുക്കന്മാരും ജന്മിമാരും 1977 വരെ അടിമത്തൊഴിലാളികളായി കൊണ്ടുപോയിരുന്നു. ഇന്നും അടിയാന്മാർ കുടകിലെ സിദ്ധാപുരം, മടിക്കേരി, കുട്ടം, ബൈരക്കപ്പ, ഇരുപ്പ് തുടങ്ങി വയനാടുമായി വളരെയടുത്ത് സ്ഥിതി ചെയ്യുന്ന കർണ്ണാടക ദേശങ്ങളിലെ ഇഞ്ചിപ്പാടങ്ങളിലും മറ്റും ജോലിക്കായി പോവാറുണ്ട്.

അടിയാന്മാരുടെ ആദിമാതാപിതാക്കളായ അച്ചനും ഇത്തിയും കുടകിൽനിന്ന് വയനാട്ടിലേക്കെത്തിപ്പെട്ടവരാണെന്ന് അവരുടെ പാട്ടുകളിൽ കാണാം. അച്ചനും ഇത്തിയും മൂടൽരാജ്യം എന്നൊരു രാജ്യത്തെ കരിപ്പൂർ കോട്ട എന്നൊരു കോട്ടയിൽനിന്ന് ഒളിച്ചോടി വയനാട്ടിലെ കുറുവാദ്വീപിനടുത്തുള്ള പാക്കത്ത് എത്തിച്ചേർന്നതിനെപ്പറ്റി അടിയാന്മാരുടെ പാട്ടുകളിൽ വിസ്തരിച്ച് പറയുന്നുണ്ട്. ഈ ഒളിച്ചോട്ടത്തിനിടയിൽ പാക്കത്തേക്കുള്ള വഴിയായി പറയുന്ന പല പ്രദേശങ്ങളും കുടകിലേയും വയനാട്ടിലേയും സ്ഥലനാമങ്ങളാണ്.[12]

ഇന്നും അടിയാന്മാരുടെ അധിവാസ കേന്ദ്രങ്ങൾ കുടകുപ്രദേശവുമായി ഏറെയടുത്ത വടക്കേ വയനാട്ടിലെ പ്രദേശങ്ങളാണ്. തിരുനെല്ലി, തൃശ്ശിലേരി, അപ്പപ്പാറ, പാക്കം, പയമ്പള്ളി, വേമം, കൊയിലേരി, നീർവാരം, കാട്ടിക്കുളം, അഞ്ചുകുന്ന്, പാക്കം, കുറുക്കൻമൂല, പനമരം, വള്ളിയൂർക്കാവ്, ആറാട്ടുതറ, പനവല്ലി, കമ്മന, എടപ്പോടി, ചേലൂർ, ബേഗൂർ, മൊട്ടങ്കര, മുതിരമല, കുപ്പത്തോട്, ബേഗൂർ, ബാവലി തുടങ്ങിയ വടക്കേ വയനാടൻ പ്രദേശങ്ങളിലാണ് അടിയാന്മാരുള്ളത്. കർണ്ണാടക സംസ്ഥാനത്തിന്റെ ഭാഗമായ കുട്ടം, ബൈരക്കുപ്പ, കണ്ണൂർ ജില്ലയിലെ കുന്നത്തൂർപ്പടി, തില്ലങ്കേരി, മുഴക്കുന്ന് എന്നിവിടങ്ങളിലും അടിയാന്മാരുണ്ട് (കുടകിൽനിന്നും കണ്ണൂർ ജില്ലയിലേക്ക് വയനാട്ടിൽ പ്രവേശിക്കാതെ തന്നെ എത്തിച്ചേരാവുന്ന വഴികളുണ്ട്).

ഭാഷ, ദൈവസങ്കല്പം എന്നിവയോടൊപ്പം സംസ്കാരം, വസ്ത്രധാരണം തുടങ്ങിയ കാര്യങ്ങളിലും കുടക് പ്രദേശവുമായി അടിയാന്മാർക്ക് അടുത്ത ബന്ധമുണ്ട്. ഈ വസ്തുതകളെല്ലാം തെളിയിക്കുന്നത് ചരിത്രത്തിന്റെ ഏതോ ദശാസന്ധിയിൽ, കുടക് പ്രദേശത്ത് നിന്ന് വയനാട്ടിലേക്കെത്തിപ്പെട്ടവരാണ് അടിയാന്മാർ എന്നാണ്.

പുരാവൃത്തങ്ങൾ

സമ്പന്നമായ വാമൊഴി സാഹിത്യ സമ്പത്തിനുടമകളാണ് അടിയാന്മാർ. ജീവിതത്തേയും അസ്തിത്വത്തേയും സംബന്ധിച്ച സമഗ്രദർശനം ഈ സാഹിത്യസമ്പത്തിലൂടെ ആവിഷ്കൃതമാവുന്നു. പ്രപഞ്ചം, ദേവീദേവന്മാർ, മതങ്ങൾ, ജാതികൾ, ചരാചരങ്ങൾ തുടങ്ങി സകലതിന്റെ ഉല്പത്തിയെക്കുറിച്ചും അടിയാന്മാരുടെ പാട്ടുകളിലും പുരാവൃത്തങ്ങളിലും പ്രതിപാദിക്കുന്നുണ്ട്. അത്തരം ചില പുരാവൃത്തങ്ങളെയും ഐതിഹ്യങ്ങളെയുംകുറിച്ചാണ് ഈ പ്രബന്ധം.

ഉല്പത്തി പുരാവൃത്തങ്ങൾ

അടിയ സമുദായത്തിന്റെ ഉല്പത്തിയെപ്പറ്റി പറയുന്ന ഒട്ടേറെ പുരാവൃത്തങ്ങൾ അവർക്കിടയിൽ പ്രചാരത്തിലുണ്ട്. വസ്തുനിഷ്ഠവും എഴുതപ്പെട്ടതുമായ ചരിത്ര രേഖകളില്ലാത്തതിനാൽ, അത്തരം പുരാവൃത്തങ്ങളെ അപനിർമ്മാണത്തിന് (de-construction) വിധേയമാക്കിയാൽ ലഭ്യമാവുന്ന വസ്തുതകളിൽനിന്ന് ഒരു ഉത്ഭവചരിത്രം നിർമ്മിച്ചെടുക്കുവാൻ സാധിക്കും.

വാമൊഴി വർഗ്ഗോല്പത്തിക്കഥകളാകയാൽ ഒരേ കഥയ്ക്ക് തന്നെ ഭിന്നപാഠങ്ങൾ കാണാം. അടിയാന്മാരുടെ പെലപ്പാട്ടിലുള്ള വർഗ്ഗോല്പത്തി കഥയിങ്ങനെ:

(1) അടിയാന്മാരെ കരിക്കൊട്ട മണ്ണുകൊണ്ടും കുടിയാന്മാരെ വെളുക്കൊട്ട മണ്ണുകൊണ്ടും കരുവത്തെയ്യൻ നിർമ്മിച്ചു. ഈ മൺരൂപങ്ങൾക്ക് ഉഗിരപ്പൻ ജീവൻ നല്കിയെങ്കിലും അവയൊക്കെ അനങ്ങാതെ കിടന്നു. അതുകൊണ്ട് മാളിയെന്ന രൗദ്രമൂർത്തിയെക്കൊണ്ട് ഇവരെ പേടിപ്പിച്ചോടിച്ചു. ഈ സമയം ആത്തവ്വാ (അയ്യോ) എന്നു പറഞ്ഞുകൊണ്ടോടിയ മൺരൂപമാണ് 'റാവുളൻ.' ഈ റാവുളൻ അടിയാനായ കഥ തുടർന്നു പറയുന്നുണ്ട്. ജീവൻ കൊടുത്ത മൺരൂപങ്ങൾക്കെല്ലാം വിപുലമായ സദ്യനല്കി. ഈ സദ്യക്കുശേഷം എച്ചിലില നീക്കുകയും കൈയും വായയും കഴുകുകയും ചെയ്തവർ കുടിയനായും (യജമാനൻ) എച്ചിലില നീക്കാതെയും കൈയും വായയും കഴുകാതെയും നിന്നവർ അടിയാനായും തീരട്ടെയെന്ന് കല്പനയുണ്ടായത്രെ.[13]

(2) ഈ പുരാവൃത്തത്തിന് ഒട്ടേറെ പാഠഭേദങ്ങളുണ്ട്. ഒരു പാഠഭേദമിങ്ങനെ: കരുവത്തെയ്യൻ ദേവന്മാരോടൊപ്പം ചേർന്ന് സൂര്യനേയും ചന്ദ്രനേയും ഭൂമിയേയും സൃഷ്ടിച്ചു. ശേഷം മണ്ണുകൊണ്ട് മനുഷ്യരൂപങ്ങൾ ഉണ്ടാക്കി, അതിന് ജീവൻ കൊടുത്തു. എന്നാൽ നാവുണ്ടായിട്ടും അവർ സംസാരിച്ചില്ല, കാതുണ്ടായിട്ടും അവർ കേട്ടില്ല. എന്തുചെയ്യും? ദേവന്മാർ ചിന്തിച്ച് പതിനെട്ടടവും പയറ്റിനോക്കി. ഒരാളും എഴുന്നേറ്റില്ല. തൊഴുകൈയോടെ നിന്നില്ല. ഒടുവിൽ ദേവന്മാർ ഒരുപായം കണ്ടെത്തി. രൗദ്രരൂപിണിയായ മാളിയെ സൃഷ്ടിച്ചു. മാളിയുടെ നാവിൽനിന്ന് ചോരയിറ്റിക്കൊണ്ടിരിക്കുന്നു. മാളിയെ മനുഷ്യരുടെ അടുത്തേക്കയച്ചു. മാളി

ആക്രോശിച്ചുകൊണ്ട് മനുഷ്യരുടെ അടുത്തേക്ക് ഓടിയടുത്തു. മനുഷ്യർ ഭയവിഹ്വലരായി. അവർ ചാടി എഴുന്നേറ്റു.

'ആരെടാ' എന്ന് ചിലർ മാളിയോടു ചോദിച്ചു. ചോദ്യം ചോദിച്ചവർ തമ്പുരാക്കന്മായി. പേടിച്ചു വിറച്ച് 'എമ്മീ' എന്നു പറഞ്ഞവർ പണിയരായി. 'ആത്തവാ' എന്നു നിലവിളിച്ചവർ അടിയാന്മാരായി. 'ഉയ്യി' എന്നു പറഞ്ഞവർ തിയ്യന്മാരായി. 'അള്ളോ' എന്ന് പ്രതികരിച്ചവർ മാപ്പിളമാരായി. ഇങ്ങനെ വിവിധ തരത്തിൽ പ്രതികരിച്ചവർ വിവിധ മതങ്ങളും ജാതികളുമായി.[14]

(3) മറ്റൊരു പാഠഭേദം ഇങ്ങനെ: മാവേലി മൺവതെയ്യത്തിന്റെ മണ്ണ് ദേവന്മാർ മോഷ്ടിച്ചു. മാവേലി എല്ലായിടവും പരതിനോക്കി. ഫലം നിരാശയായിരുന്നു. ഒടുവിൽ മണ്ണ് മോഷ്ടിച്ചവരെ കണ്ടെത്താൻ ഒരു പരീക്ഷണം വിധിച്ചു. പരീക്ഷണവസ്തു നദിയിലൊഴുകുന്ന കലക്കുവെള്ളമായിരുന്നു. വെള്ളം എങ്ങോട്ടാണോ ഒഴുകുന്നത്, അതിനെ അടിസ്ഥാനമാക്കി മോഷ്ടാക്കളെ തീരുമാനിക്കും എന്നും ഉറപ്പിച്ചു. മുകളിലോട്ടൊഴുകിയാൽ ദേവന്മാർ കുറ്റക്കാർ, താഴോട്ടൊഴുകിയാൽ മാവേലി കുറ്റക്കാരൻ. പറഞ്ഞതുപോലെ ദേവന്മാർ മേൽ ഭാഗത്തും മാവേലി കീഴ്ഭാഗത്തും കുളിക്കാനിറങ്ങി. സ്വാഭാവികമായും കലക്കുവെള്ളം താഴോട്ടൊഴുകി. മാവേലി കുറ്റക്കാരനാണെന്ന് ദേവന്മാർ വിധിച്ചു. കുറ്റക്കാരനായ മാവേലിയെ ചുണ്ണാമ്പുപാത്രം കൊണ്ടടിച്ചു ദേവന്മാർ ബോധം കെടുത്തി. ഒളിപ്പിച്ചുവെച്ച മണ്ണെടുത്ത് ദേവന്മാർ മനുഷ്യരെ സൃഷ്ടിച്ചു. എന്നാൽ ഈ മനുഷ്യർ എഴുന്നേറ്റതേയില്ല. ഉടൻ ദേവന്മാർ മാളി എന്ന രൗദ്ര ദേവതയെ കൊണ്ടുവന്ന് ഭയപ്പെടുത്താൻ നോക്കി. മാളിയെക്കണ്ട് പേടിച്ചോടിയ മനുഷ്യരുടെ പ്രതികരണമനുസരിച്ച് അവർക്ക് പേരുകൾ നല്കി. 'ആത്തവാ' എന്ന് നിലവിളിച്ചവർ റാവുളരായി. മറ്റുവിധത്തിൽ പ്രതികരിച്ചവർ മറ്റു ജാതികളും മതങ്ങളുമായി.[15]

(4) മറ്റൊരു കൗതുകകരമായ പാഠമിങ്ങനെ: കുതിരക്കോട്ട് (തിരുനെല്ലിക്കടുത്ത സ്ഥലം) അമ്പല പരിസരത്തുവെച്ച് ശിവപാർവ്വതിമാരാണ് മനുഷ്യരെ സൃഷ്ടിച്ചത്. മണ്ണുകൊണ്ടായിരുന്നു സൃഷ്ടിപ്പ്. മനുഷ്യരുടെ മൺരൂപങ്ങൾ ഉണ്ടാക്കി തീരുമ്പോഴെല്ലാം ശിവപാർവ്വതിമാർ ഉറങ്ങിപ്പോവും. ഈ സമയം ഭദ്രകാളിവന്ന് കാലുകൊണ്ട് മനുഷ്യരൂപങ്ങൾ തച്ചുടച്ചുകളയും. ഇത് പലവട്ടം ആവർത്തിച്ചു. ഒടുവിൽ ശിവപാർവ്വതിമാർ ഒരു ഉപായം കണ്ടെത്തി. കളിമണ്ണുകൊണ്ട് ഒരു പട്ടിയെ സൃഷ്ടിച്ചു. പട്ടിയെ മനുഷ്യരൂപങ്ങൾക്ക് കാവലിരുത്തി. മനുഷ്യ സൃഷ്ടിക്കിടയിൽ ശിവപാർവ്വതിമാർ ഉറങ്ങിപ്പോകുമ്പോൾ ഭദ്രകാളി വരുമല്ലോ, അപ്പോൾ പട്ടികുരച്ച് ശബ്ദമുണ്ടാക്കും. ഭദ്രകാളി തിരിച്ചുപോകും. അങ്ങനെ പട്ടിയുടെ സഹായത്തോടെയാണ് മനുഷ്യസൃഷ്ടി നടന്നത്. മനുഷ്യ കാവലായി ഇന്നും പട്ടികൾ തുടരുന്നു. തുടർന്നുള്ള മാളിയുടെ വരവും ജാതി മതങ്ങളുടെ ഉത്ഭവവും മുൻപാഠങ്ങളിലെപ്പോലെ ആവർത്തിക്കുന്നു.[16]

(5) ഇത്തരത്തിൽ മണ്ണുകൊണ്ട് സൃഷ്ടിക്കപ്പെട്ട റാവുളർ എങ്ങനെ

വയനാട്ടിലെത്തിയെന്നും എങ്ങനെ അടിമകളായിത്തീർന്നു എന്നും അവരുടെ `പെലപ്പാട്ടിൽ' പറയുന്നുണ്ട്. അതിങ്ങനെ: അടിയോരുടെ കാർന്നോന്മാരായിരുന്ന മേലോരച്ചനും കീയോരുത്തിയും മൂടൽരാജ്യം എന്നൊരു രാജ്യത്തെ കരിപ്പൂർകോട്ട എന്നൊരു കോട്ടയിൽ നിന്ന് ഒളിച്ചോടി. ഓടിയോടി അവർ പാക്കം എന്ന സ്ഥലത്തെത്തി. വയനാട്ടിലെ കുറുവാദ്വീപിന്റെ അരികിലാണ് പാക്കം. പാക്കത്തുണ്ടായിരുന്ന പാക്കത്തപ്പൻ, മേലോരച്ചനേയും കീഴോരത്തിയെയും അടിമകളാക്കി. മേലോരച്ചനെ കോലുക്കുമിലയ്ക്കുമാക്കുന്നു. കീയോരുത്തിയെ അടുക്കളയ്ക്കുമാക്കുന്നു. വൈകാതെ മേലോരച്ചനും കീയോരുത്തിയും പാക്കത്ത് കോട്ടയിൽനിന്നും ഒളിച്ചോടുന്നു (വടക്കെ വയനാട്ടിലെ പല സ്ഥലങ്ങളിലൂടെയും അവർ ഓടുന്നതായി പാട്ടിൽ പറയുന്നുണ്ട്). ഓടിയോടി പാക്കത്തെ കോട്ടയിൽനിന്നും അകന്നുവെന്ന് തോന്നിയപ്പോൾ അവർ സ്വസ്ഥമായിട്ടൊന്നിരുന്ന് കാരുമണല് കോരി കളിക്കുവാൻ തുടങ്ങി. മാളി എന്ന രൗദ്രദേവത അവടേക്ക് പാഞ്ഞുചെന്നു. അതിന്റെ പേടിപ്പിക്കുന്ന ഭാവം കണ്ട് മേലോരച്ചനും കീയോരുത്തിയും പേടിച്ചെഴുന്നേറ്റു. മരപ്പൊത്തിലും പാറപ്പൊത്തിലും ഓടിയൊളിക്കാൻ ശ്രമിച്ചു. അവിടെയൊക്കെ മാളിയെത്തി അവരെ ഓടിച്ചു. അവർ പാക്കത്ത് കോട്ടയിൽ തന്നെ തിരിച്ചെത്തി. പാക്കത്തപ്പന് സന്തോഷമായി. പാക്കത്തപ്പൻ മാളിയോടു പറഞ്ഞു.

അടിയൊരു ബൊവ്വെ പോനാരെ ഞാക്കു
ഒമ്പതുതെണ്ട ഉണ്ടായിബരുവേ
കൊത്തിക്കുടിപ്പ ഇളാനീരു
പിരിച്ചു കുടിപ്പപൂവങ്കോഴി
പോവമ്മടേക്കു പൊയ്ക്കോണം
കുടിയൊരു ബൊവ്വെ പൊയ്ക്കോണം
കാപ്പുമുകയാത്തിലു പോയ് നിന്നോ
അപ്പലീനെ പല്ലെ അറുന്നരീതെ പല്ലെ
ആരെങ്കിലും പോവടേക്കുപല്ലാ
ഇടാമനാ വലാ മനഞ്ഞെട്ടിച്ചോ....."

അടിയോര് ഏതിലെയൊക്കെ ഓടാൻ സാദ്ധ്യതയുണ്ടോ അവിടെയൊക്കെ നീ കാവൽ നില്ക്കണമെന്നാണ് പാക്കത്തപ്പൻ പറയുന്നത്. കൈതയ്ക്കിടയിലൂടെ അവർ ഓടുകയാണെങ്കിൽ കൈതമുള്ളായി നീ അവരെ പിടിക്കണം. കരിയിലയ്ക്കിടയിൽ ഒളിച്ചിരിക്കുന്ന എലിയുടെ ശബ്ദമായി നീ അവരെ പേടിപ്പിക്കണം. ഇങ്ങനെ അടിമകൾ ഒളിച്ചോടാൻ സാദ്ധ്യതയുള്ള വഴികളിലൊക്കെ കാവൽ നിന്നാൽ ഞാൻ മാളിക്ക് വേണ്ടതൊക്കെ കൊടുക്കാമെന്ന് പാക്കത്തപ്പൻ പറയുന്നു. പിരിച്ചു കുടിക്കാൻ പൂവങ്കോഴി, കൊത്തിക്കുടിക്കാൻ ഇളനീർ... ഇങ്ങനെ പാക്കത്ത് കോട്ടയ്ക്ക് ചുറ്റും മാളിയുടെ കാവൽ ശക്തിപ്പെട്ടതോടെ മേലോരച്ചനും കീയോരുത്തിക്കും ആ കോട്ട കടക്കാൻ പറ്റാതായി.[17]

അടിയാന്മാരുടെ ഉല്പത്തി പുരാവൃത്തങ്ങളും വയനാട്ടിലേക്ക് അവരെത്തിച്ചേർന്ന ഐതിഹ്യങ്ങളുമെല്ലാം ഈ ജനത എങ്ങനെയെല്ലാം കീഴാളരും അടിമകളുമായി എന്നതിന്റെ പ്രതീകാത്മക ചിത്രീകരണങ്ങളാണ്. ഭയപ്പെടുത്തിയും ഭീഷണിപ്പെടുത്തിയും ഒരു ജനത അടിച്ചമർത്തപ്പെട്ടതിന്റെ ഐതിഹ്യവല്ക്കരിക്കപ്പെട്ട ചരിത്രമാണ്. അടിമകളാക്കപ്പെട്ട ജനതയുടെ ശരീരത്തിനേക്കാളേറെ ഉടമകൾ ഉന്നം വെയ്ക്കുന്നത് അവരുടെ മനസ്സിനെയാണ്.

അടിയാന്മാർ അടിമകളായതിന്റെ കഥ

ഒരുകാലത്ത് സമത്വസുന്ദരമായ ജീവിതം നയിച്ചവരായിരുന്നു അടിയാന്മാരെന്ന് ഇവരുടെ പാട്ടുകളും വിശ്വാസങ്ങളും തെളിയിക്കുന്നു. പിന്നെങ്ങനെയായിരിക്കാം ഇവർ അടിമത്താവസ്ഥയിലേക്ക് തള്ളിയിടപ്പെട്ടത്? ഇതു സംബന്ധിയായി അവർക്കിടയിൽ ഒട്ടേറെ ഐതിഹ്യങ്ങളും വിശ്വാസങ്ങളും നിലവിലുണ്ട്. മഹാബലിയുമായി ബന്ധപ്പെട്ടതാണ് അതിൽ പ്രബലമായൊരു ഐതിഹ്യം. മഹാബലിയുടെ മക്കളാണ് തങ്ങളെന്ന് ഇവർ വിശ്വസിച്ചുപോരുന്നു. മഹാബലിയുടെ മക്കൾ അടിമകളായതിന്റെ കഥ ഇങ്ങനെയാണ്:

പണ്ട് അടിയാന്മാർ അടിമകളായിരുന്നില്ല,. എന്നല്ല അന്ന് ആരും അടിമകളായിരുന്നില്ല. അടിമയും ഉടമയുമില്ലായിരുന്നു. മാവേലിമന്റുവിന്റെ കാലമായിരുന്നു അത്. കാടുവെട്ടി വിത്തിറക്കി കൃഷിചെയ്തും ചെറുമൃഗങ്ങളെ വേട്ടയാടിപ്പിടിച്ചും അവർ ജീവിച്ചു. മാവേലിമന്റുവായിരുന്നു മന്റ കാരണവർ. അക്കാലത്ത് മനുഷ്യർക്കിടയിൽ ജാതി വിഭാഗങ്ങൾ ഒന്നുമില്ലായിരുന്നു. മക്കൾ ആഹ്ലാദത്തോടെ അങ്ങനെ ജീവിച്ചുകൊണ്ടിരിക്കെ മനുഷ്യരുടെ കള്ളച്ചിരിയുമായി മൂന്ന് കള്ളത്തമ്പുരാക്കന്മാർ അവിടേക്കുവന്നു. മന്റ കാരണവരായ മഹാബലി അവരെ ഹൃദയം തുറന്നിരുത്തി. തക്കം കിട്ടിയ നേരത്ത് കള്ളത്തമ്പുരാക്കന്മാർ ചതികാട്ടി മണ്ണും മന്റോം കൈക്കലാക്കി. ചതി എന്തെന്ന് അറിയാത്ത മന്റ കാരണവർ മണ്ണും മന്റവും തിരിച്ചുചോദിച്ചു. കള്ളത്തമ്പുരാക്കന്മാർ അവരുടെ തനിനിറം കാട്ടി. അവർ കാരണവരെ ചുണ്ണാമ്പുപാത്രംകൊണ്ട് മൂക്കിലടിച്ചുവീഴ്ത്തി. മഹാബലിയുടെ മൂക്കിലൂടെ രക്തം ചീറ്റി. മാവേലി പിടഞ്ഞു മരിച്ചു. മന്റമക്കൾ പേടിച്ചുവിറച്ചു. അവർ നാലുപാടും ഓടാൻ തുടങ്ങി. തമ്പുരാക്കന്മാർ അവരെ തടഞ്ഞുനിർത്തി. ഭീഷണിപ്പെടുത്തി. അവരെ അകറ്റി തമ്മിലടിപ്പിച്ചു. മന്റ മക്കളെ പലതായി തിരിച്ചു. അങ്ങനെ നൂറ്റെട്ടു ജാതികളുണ്ടായി. അവരെ പരസ്പരം കാണാനും തൊടാനും പറ്റാത്തവിധം അകറ്റി. തമ്പുരാക്കൾ അവരുടെ ആധിപത്യമുറപ്പിച്ചു. അവർ പറഞ്ഞു "വിരാടുപുരുഷന്റേതാണീ ലോകം. ഞങ്ങൾ വിരാട് പുരുഷന്റെ വായിൽനിന്നും കൈകളിൽനിന്നും നെഞ്ചിൽനിന്നും പിറന്നവരാണ്. നിങ്ങൾ ഞങ്ങളുടെ അടിമകളാണ്. ഞങ്ങൾ നിങ്ങളുടെ ഉടമകളാണ്. ഞങ്ങൾ പറയുന്നത് ചെയ്യലാണ് നിങ്ങളുടെ പണി. മന്റമക്കൾ

അതൊന്നും കേട്ടതായി ഭാവിച്ചില്ല. അവർക്ക് ജയ് വിളിച്ചില്ല. അവർ പറയുന്നതൊന്നും ചെയ്തില്ല. അപ്പോൾ കള്ളത്തമ്പുരാക്കന്മാർ പലതും പറഞ്ഞു പേടിപ്പിച്ചു. വാളുചുഴറ്റി കുന്തമെറിഞ്ഞു. മന്റമക്കൾ അതൊന്നും കാര്യമാക്കിയില്ല. ഒടുവിലവർ നാവിൽനിന്ന് ചോരയിറ്റുന്ന, കണ്ണിൽനിന്ന് തീ പാറുന്ന, രൗദ്രരൂപിണിയായ മാളിയെ കൊണ്ടുവന്നു. അനുസരിക്കാത്തവരെ മാളിപിടിച്ചുതിന്നുമെന്നു പേടിപ്പിച്ചു. മാളി ഇറങ്ങിയതോടെ കൊടുങ്കാറ്റടിച്ചു, ഇടിവെട്ടി, മിന്നൽപ്പിണരുകൾ അന്തരീക്ഷത്തെ ഭയാനകമാക്കി. അതോടെ മന്റമക്കൾ പേടിച്ചുവിറച്ചു, നിലവിളിച്ചു, രക്ഷിക്കണേ എന്നു കേണു. എന്തുഫലം? മാളി പിടിച്ചു തിന്നുമെന്ന് അവർക്ക് ഉറപ്പായി. അങ്ങനെ അവർ കള്ളത്തമ്പുരാക്കന്മാരുടെ അടുത്തേക്ക് ഓടിച്ചെന്നു. പറയുന്നതെന്തും ചെയ്യാമെന്നവർ തമ്പുരാക്കളോട് ശപഥം ചെയ്തു. അങ്ങനെ അവർ തമ്പുരാക്കൾ പറയുന്നതെന്തും ചെയ്യുന്ന അടിമകളായി.[18]

വാമൊഴി വഴക്കത്തിന്റെ ഉല്പത്തി: അടിയവിശ്വാസം

മനുഷ്യ സൃഷ്ടിപ്പിനുശേഷം രൗദ്രരൂപിണിയായ മാളിയെ കണ്ട് വ്യത്യസ്തതരത്തിൽ പ്രതികരിച്ചവർ വിവിധജാതികളായി പിരിഞ്ഞു. അവർക്കെല്ലാം കുലത്തൊഴിലുകളും നിശ്ചയിക്കപ്പെട്ടു; ഒപ്പം വിദ്യയും. എന്നാൽ വിദ്യ നല്കുന്ന സമയത്ത് അടിയരുടെ ആദിമാതാപിതാക്കളായ ഇത്തിയും അച്ചനും വീട്ടിൽ പോയി നന്നായി കിടന്നുറങ്ങി. എല്ലാവരും എഴുത്തും വായനയും പഠിച്ചുപോയശേഷമാണ് ഈ ആദിമാതാപിതാക്കൾക്ക് ബോധോദയമുണ്ടായത്. അങ്ങനെ അവർ ഏറ്റവും ഒടുവിലായി ദേവന്മാരുടെ സന്നിധിയിൽ അക്ഷരജ്ഞാനം പകർന്നുതരണമെന്ന അപേക്ഷയുമായി ചെന്നു. അപ്പോഴേക്കും എഴുത്തു പഠിപ്പിക്കാനുള്ള എഴുത്തോല തീർന്നുപോയിരുന്നു.

എഴുത്തും വായനയും പഠിപ്പിച്ചു തരണമെന്ന് ദേവന്മാരോടു ആദിമാതാപിതാക്കൾ പലതവണ താണുകേണപേക്ഷിച്ചു. എഴുത്തു വിദ്യ പഠിപ്പിക്കുന്ന സമയത്ത് വീട്ടിൽപോയി കിടന്നുറങ്ങിയതിന് ദേവന്മാർ അവരെ രൂക്ഷമായി ശകാരിച്ചു. എഴുത്തോല തീർന്നുപോയ കാര്യം സൂചിപ്പിക്കുകയും ചെയ്തു.

ആദിമാതാപിതാക്കൾ തിരിച്ചുപോകാതെ അവിടെത്തന്നെ നിന്നു. ഒടുവിൽ ദേവന്മാരുടെ മനസ്സലിഞ്ഞു. മുമ്പ് പലർക്കും എഴുത്തോല നല്കുമ്പോൾ അവയുടെ തുണ്ടുകൾ അവിടവിടെയായി മുറിച്ചിട്ടിരുന്നു. ഉപയോഗശൂന്യമായ അത്തരം തുണ്ടുകൾ ശേഖരിച്ച് ദേവന്മാർ തീയിലേക്കിട്ടു. അവ കത്തിച്ചാമ്പലായി. അതിൽനിന്നും എഴുത്തോലയുടെ ചാരം ശേഖരിച്ച് ഇത്തിയുടെയും അച്ചന്റേയും നാവിൽ തേച്ചുകൊടുത്തു. ശേഷം ഒരു വരവും നല്കി: "നിങ്ങൾക്ക് എഴുത്തും വായനയുമില്ല. നിങ്ങളുടെ എഴുത്തും വായനയും നിങ്ങളുടെ നാവിലാണ്." അതിനാൽ അടിയാൻ ഭാഷയ്ക്ക് ലിപിയില്ല. അവരുടെ പാട്ടും കഥകളും മറ്റും വാമൊഴിയിലൂടെയാണ് തലമുറകൾ കൈമാറുന്നത്.[19]

സസ്യലതാദികളുടെ ഉത്ഭവം: അടിയ സങ്കല്പം

ഏയമ്മേ, കാലത്തെന
ചന്ദ്രപഗവാ, ശൂര്യപഗവാ
കാമദേവ, വെള്ളി ദേവ,
നൂറ്റവർ പാണ്ഡവർ
നിങ്കളറിവീലി പൂമിവളുത്തുവ

(ഹേ ലോകമാതാവേ, ചന്ദ്രഭഗവാൻ, സൂര്യഭഗവാൻ, വെള്ളി ദേവൻ. കാമദേവൻ, നൂറ്റവർ, പാണ്ഡവന്മാർ തുടങ്ങിയ പന്തീരായിരത്തിൽ പരം ദേവന്മാരേ.... ഈ ഭൂമിയിൽ പൊൻവിളയിക്കേണ്ടത് എങ്ങനെയാണെന്നു നിങ്ങൾക്കെങ്കിലും അറിയാമേ?)

ആദിയിൽ അടിയാന്മാരുടെയെല്ലാം പൂർവ്വീകരായ ഒരമ്മയും അച്ഛനും ഇങ്ങനെ എല്ലാ ദേവന്മാരോടും അന്വേഷിച്ചുകൊണ്ടു നടക്കുകയുണ്ടായി.

"ഏങ്കണ്ടകയിലറിയപ്പോകമുറിയത്തീര
പിന്നാങ്കാരുവ പൂമി വളുത്തവ"

ഭൂമി ഫലഭൂയിഷ്ഠമാക്കാനുള്ള വിദ്യ ഞങ്ങൾക്കാർക്കുമറിഞ്ഞുകൂടാ എന്നായിരുന്നുപോലും ദേവന്മാരുടെ മറുപടി. ഒടുവിൽ അടിയരുടെ ആദി മാതാപിതാക്കൾ ദേവലോകത്തിൽ കണ്ട ഒരു വൃക്ഷത്തിന്റെ ഫലങ്ങൾ അവരുടെ അമ്പും വില്ലും ഉപയോഗിച്ച് ഭൂമിയിൽ വീഴ്ത്തി. അതിന്റെ വിത്തുകൾ കണ്ണൻചിരട്ടയിൽ മണ്ണിട്ടു പാകി മുളപ്പിച്ചു. അന്നേവരെ തരിശായി കിടന്നിരുന്ന ഭൂമിയൊട്ടാകെ ഈ തൈകൾ നട്ടുപിടിപ്പിച്ചു. കരയിൽ വീണതെല്ലാം വൃക്ഷങ്ങളായി. വയലിൽ വീണതെല്ലാം നെല്ലായി. കുളത്തിൽ വീണതെല്ലാം താമരയായി. കടലോരങ്ങളിൽ വീണവ തെങ്ങുകളായി. അങ്ങനെ അടിയർ ഭൂമി മുഴുവൻ ഫലഭൂയിഷ്ഠമാക്കി. അടിയാരാണ് കൃഷിയുടെ കണ്ടുപിടുത്തക്കാർ.[20]

രോഗങ്ങളുടെ ഉത്ഭവത്തെപ്പറ്റിയുള്ള ഐതിഹ്യം

രോഗങ്ങളുടെ ഉത്ഭവത്തെപ്പറ്റി അടിയാന്മാർക്കിടയിലുള്ള ഒരു വിശ്വാസം ഇങ്ങനെയാണ്: ഈശ്വരൻ ആകാശവും ഭൂമിയും നിർമ്മിച്ചു. ശേഷം മനുഷ്യരെ ഉണ്ടാക്കി. മനുഷ്യർക്കെല്ലാം വിവിധ തൊഴിലുകൾ നല്കി. എല്ലാവർക്കും തൊഴിൽ കൊടുത്തു കഴിഞ്ഞപ്പോഴാണ് മാരി എന്ന ദേവി ഈശ്വരന്റെ അടുത്തുവന്നത്. ജോലിയെല്ലാം എല്ലാവർക്കും കൊടുത്തുകഴിഞ്ഞു എന്നു പറഞ്ഞപ്പോൾ മാരി ഈശ്വരന്റെ വാസഗൃഹത്തിലെ ചവിട്ടുപടി നിറയെ വസൂരിവിത്തുകൾ വിതച്ചു. ഇതുകണ്ട് ഭീതിപൂണ്ട ഈശ്വരൻ മാരിക്ക് ഏഴുവണ്ടി നിറയെ വസൂരിയും മറ്റു കഠിന രോഗങ്ങളും, ഏഴുവണ്ടി നിറയെ പനി, ചുമ തുടങ്ങിയ രോഗങ്ങളും നല്കി. കർണ്ണാടകത്തിൽനിന്നും മലയാളദേശത്തേക്ക് എത്തിയപ്പോഴേക്കും വസൂരി തുടങ്ങിയ രോഗങ്ങളെല്ലാം തീർന്നു. അതിനാൽ

അടിയാന്മാർക്ക് പനി, ചുമ തുടങ്ങിയ അസുഖങ്ങളേ വരികയുള്ളു എന്ന് വിശ്വസിക്കുന്നു.

ഒരിക്കൽ നെല്ലും മുത്താറിയും തമ്മിൽ ആരാണ് മെച്ചപ്പെട്ടത് എന്നതിന്റെ പേരിൽ തർക്കിച്ചു. തർക്കത്തിൽ തോറ്റ നെല്ലിനെ മലയാള ദേശത്തേക്ക് കൂട്ടുക്കൊണ്ടുവരാൻ ശ്രമിച്ചെങ്കിലും നെല്ല് വന്നതേയില്ല. ദേഷ്യം പൂണ്ട മാരി നെല്ലിന്റെ മൂക്ക് തുളച്ച് മലയാളദേശത്തേക്ക് വലിച്ചുകൊണ്ടു വന്നു. അങ്ങനെയാണ് നെല്ലിന്റെ തുമ്പത്ത് തുളയുണ്ടായത്. നെല്ല് വന്നയുടനെ മുത്താറി കർണ്ണാടകത്തിലേക്ക് പോയി. മുത്താറി പൂത്തു കഴിഞ്ഞാൽ മാരി അവിടെ വരുമെന്നും അവിടെ രോഗമുണ്ടാവുമെന്നുമാണ് വിശ്വാസം.[21]

കാലൻ മരണദേവനായ കഥ

മഹാദേവൻ ദേവന്മാരേയും ദേവികളേയും സൃഷ്ടിച്ചു. ഓരോ ദേവീദേവന്മാർക്കും ഓരോ ജോലിയും നല്കി. ദൗത്യമേല്പിക്കുന്ന ചടങ്ങ് നടക്കുമ്പോൾ കാലനും ഭാര്യയും വീട്ടിൽ പോയി സുഖസുന്ദരമായി കിടന്നുറങ്ങി. ഇടയ്ക്ക് ഭാര്യയുടെ ഉറക്കം തെളിഞ്ഞു. ഭർത്താവായ കാലൻ സുഖനിദ്രയിലാണ്. കാലന്റെ ഭാര്യ വെറുതെ കണ്ണടച്ചു കിടന്നു. അപ്പോൾ തൊട്ടടുത്ത ഇടവഴിയിൽനിന്നും കുതിരക്കുളമ്പടിശബ്ദം കേട്ടു. അവർ വാതിൽ തുറന്നു നോക്കി. ദേവന്മാർ തങ്ങളുടെ ദൗത്യങ്ങൾ ഏറ്റെടുത്ത് വെള്ളക്കുതിരപ്പുറത്ത് കുതിച്ചുപോവുന്നത് അവർ കണ്ടു. ദേവി ഭർത്താവിനെ വിളിച്ചുണർത്തി. ഉറക്കത്തിനു വിഘ്നം വരുത്തിയതിന് കാലനു കലിവന്നു. കാലൻ ചാടിയെണീറ്റു.

"ഇങ്ങനെ കിടന്നുറങ്ങിയാൽ ശരിയാവുമോ? എല്ലാവരും അധികാരങ്ങൾ വാങ്ങിപ്പോവുന്നത് കണ്ടില്ലേ? വേഗംചെന്ന് അങ്ങും അധികാരങ്ങൾ കരസ്ഥമാക്കൂ" ദേവി അപേക്ഷാസ്വരത്തിൽ പറഞ്ഞു.

കാലൻ മഹാദേവസന്നിധിയിൽ എത്തുമ്പോഴേക്കും അധികാരങ്ങൾ പങ്കിട്ടു ദേവന്മാർ പോയിക്കഴിഞ്ഞിരുന്നു. അധികാരങ്ങൾ ഒന്നും ബാക്കിയില്ലായിരുന്നു. കാലൻ അധികാരത്തിനുവേണ്ടി ചോദിച്ചു. ചെറിയ ചില അധികാരങ്ങൾ ബാക്കിയുണ്ടെന്നും അവ നല്കിയാൽ സ്വീകരിക്കുമോ എന്നും മഹാദേവൻ ചോദിച്ചു. ചെറിയ കാര്യങ്ങളിൽ കാലന് അശേഷം താല്പര്യമില്ലായിരുന്നു. ഈ ചോദ്യം പോലും കാലന്റെ കലി ഇരട്ടിപ്പിച്ചു. കാലൻ കോപത്തോടെ വീട്ടിലേക്ക് കുതിച്ചു. അമ്പും വില്ലുമെടുത്ത് സൂര്യചന്ദ്രന്മാർക്കെതിരെ തുരുതുരാ അമ്പെയ്തു. സൂര്യചന്ദ്രന്മാർ ഭയവിഹ്വലരായി. അവർ മേഘങ്ങൾക്കിടയിൽ ഒളിച്ചുകളഞ്ഞു. ഭൂമിയിൽ രാവും പകലുമില്ലാത്ത അവസ്ഥ. മഹാദേവൻ ധർമ്മസങ്കടത്തിലായി. അവർക്ക് കാര്യങ്ങൾ മനസ്സിലായി. സൂര്യചന്ദ്രന്മാർ ഭഗവതിയോട് പരാതിപറഞ്ഞു. ഭഗവതിയെ സൂര്യചന്ദ്രന്മാർ മഹാദേവന്റെ സന്നിധിയിലേക്ക് പറഞ്ഞയച്ചു. ഭഗവതി മഹാദേവനോട് പറഞ്ഞു: "നിങ്ങൾ പിണക്കിവിട്ട കാലനാണ് ഈ പണി ചെയ്തിരിക്കുന്നത്. അതുകൊണ്ട് കാലന് അർഹ

മായ അധികാരങ്ങൾ നല്കി തൃപ്തിപ്പെടുത്തുക. അല്ലാത്തപക്ഷം സകലം തരിപ്പണമാവും." മഹാദേവൻ കാലനെ അനുനയിപ്പിക്കാൻ ഭഗവതിയെ തന്നെ അധികാരപ്പെടുത്തി. ഭഗവതി ദൗത്യമേറ്റെടുത്തു. ദേവി കാലസന്നിധിയിൽ എത്തിയപ്പോൾ കോപാകുലനായി വില്ലുകുലച്ചു, അമ്പുകളയച്ചുകൊണ്ടിരിക്കുകയാണ് കാലൻ. ഇത്തരമൊരു ഘട്ടത്തിൽ നേരിട്ടു കാര്യങ്ങൾ പറയുന്നത് പന്തിയല്ലെന്നു ഭഗവതിക്കു തോന്നി. ദേവി കാലന്റെ ഭാര്യയെ സമീപിച്ചു, കാര്യങ്ങൾ പറഞ്ഞു മനസ്സിലാക്കിക്കൊടുത്തു. ഭഗവതിയും കാലന്റെ ഭാര്യയും ചേർന്ന് കാലനെ അനുനയിപ്പിച്ചു. മഹാദേവൻ താങ്കൾക്ക് അർഹതപ്പെട്ട ജോലി നല്കാമെന്നു സമ്മതിച്ചിട്ടുണ്ടെന്ന് ഭഗവതി അറിയിച്ചു. കാലൻ മയപ്പെട്ടു.

കാലൻ മഹാദേവ സന്നിധിയിലേക്ക് ശാന്തനായി ചെന്നു. മഹാദേവൻ തങ്ങൾക്കായി കരുതിവെച്ചിരുന്ന രണ്ട് അധികാരങ്ങൾ കാലനു കൈമാറി. മരണവും വിത്തുകൾ മുളപ്പിക്കാനുള്ള അധികാരവും. കാലനു സംതൃപ്തിയായി. അതിനാൽ മുളപ്പിച്ചുണ്ടാക്കുന്ന ഫലമൂലാദികളിൽ ഒരു പങ്ക് അടിയാന്മാർ കാലനുവേണ്ടി നീക്കിവെയ്ക്കുന്നു. കാലനുമായി ബന്ധപ്പെട്ട ധാരാളം വിശ്വാസങ്ങൾ അടിയാന്മാർക്കിടയിലുണ്ട്.[22]

അടിയ രാമായണ കഥ

ഇന്ത്യൻ ഇതിഹാസങ്ങളുടെ ജൈവികതയും സർഗ്ഗാത്മകതയും അതിന്റെ നാടോടീയതയിലാണ് കുടികൊള്ളുന്നത്. ഇതിഹാസങ്ങളുടെ വരമൊഴി പാഠങ്ങൾ ചരിത്രത്തിലെ നാഗരികതകളുടെ പ്രത്യയശാസ്ത്രോല്പന്നങ്ങൾ കൂടിയായിരിക്കും. പ്രതിഭകളാണത് 'കെട്ടി'യുണ്ടാക്കുന്നത്. വാമൊഴികളിൽ പ്രതിഭകളില്ല. കൂട്ടായ്മയും പാരമ്പര്യവുമാണതിന്റെ കർത്തൃത്വം നിർവ്വഹിക്കുന്നത്. രേഖപ്പെടുത്താത്തതുകൊണ്ടും സ്മൃതിയിൽ മാത്രമായി ബോധതലത്തിൽ സൂക്ഷിക്കുന്നതുകൊണ്ടും അതെപ്പോഴും പുനർനിർമ്മിക്കപ്പെട്ടുകൊണ്ടിരിക്കും, നവീകരിക്കപ്പെട്ടുകൊണ്ടിരിക്കും. കാലത്തിനും സ്ഥലത്തിനും വംശത്തിനും വ്യക്തിക്കുമനുസരിച്ച് അത് നിർമ്മിക്കപ്പെട്ടുകൊണ്ടിരിക്കുന്നു. ഏകപാഠത്തിന്റെ കേന്ദ്രീകരണത്തിനുപകരം ബഹുപാഠങ്ങളുടെ അനേക കേന്ദ്രങ്ങൾ മാറിമറിഞ്ഞുകൊണ്ടിരിക്കും. 'വരമൊഴി' സൃഷ്ടിക്കുന്ന ഇതിഹാസത്തിന്റെ 'നിശ്ചലത'യെ വാമൊഴി പാഠങ്ങൾ നിരന്തരം തകർത്തുകൊണ്ടിരിക്കുന്നു. കാരണം ഇതിഹാസത്തിന്റെ പ്രകൃതി അതിന്റെ ബഹുസ്വരതയിലാണ്.

ഇതിഹാസത്തിന്റെ യഥാർത്ഥ സത്ത അതിന്റെ അനുസ്യൂതിയിലാണ് കുടികൊള്ളുന്നത്. നാഗരികതയുടെ അഭിലാഷം അതിനെ ഏകപാഠത്തിൽ കുരുക്കിയിടുമ്പോൾ 'ഇതിഹാസം' കേവലം ഒരു സാഹിത്യസൃഷ്ടിയായി മാറുന്നു. 'കേവലസാഹിത്യം' നാഗരികതയുടെ സങ്കല്പവും ഉല്പന്നവുമാണ്. ഫോക്‌ലോർ അല്ലെങ്കിൽ നാടോടിസംസ്കൃതി ഏതു ചരിത്രത്തേയും പുതിയകാലത്തിനും, അനുഭവത്തിനും, അധി

ഷ്ഠിതമായി പുനർനിർമ്മിച്ചുകൊണ്ടിരിക്കുന്നു. കേവലസാഹിത്യമായി ട്ടല്ല, നാടോടി അനുഷ്ഠാനകലകളിലും ആചാരവിശ്വാസങ്ങളിലും പറച്ചിലുകളിലുമായി അത് ജീവിക്കുന്നു. നാഗരികതകളുടെ വികാസം അതിനേക്കാൾ ചെറിയനാഗരികതകളെയും സംസ്കൃതികളെയും വിഴുങ്ങിക്കൊണ്ടിരിക്കും. ഒരു വരമൊഴിക്ക് ഒരായിരം വാമൊഴികൾ എന്നത് നാടോടീയതയുടെ തത്ത്വമാണ്. അത് ആസൂത്രിതമായ നാഗരികതക്കെതിരായ നൈസർഗ്ഗിക കലാപമായിത്തീരുകയാണ് ചെയ്യുക.[23]

ഇന്ത്യയുടെ വിവിധ ഭാഗങ്ങളിലും പല വിദേശ രാജ്യങ്ങളിലും രാമായണകഥയുടെ വ്യത്യസ്തമായ 'പറയലുകൾ' (tellings) പ്രചാരത്തിലുണ്ട്. വയനാട്ടിലെ അടിയാന്മാർക്കിടയിലും മറ്റും പ്രചാരത്തിലുള്ള രാമായണ സംബന്ധിയായ വാമൊഴി കഥകൾ അത്തരം 'പറയലുകളാണ്.' തങ്ങളുടെ ജാതീയവും വിശ്വാസപരവുമായ അതിർവരമ്പുകളിൽ ഒതുങ്ങുന്നവയാണ് അത്തരം രാമായണ കഥകളേറെയും. ഒരേ ജാതിക്കുള്ളിൽ തന്നെ ഒരേ കഥയ്ക്ക് വ്യത്യസ്ത പാഠങ്ങൾ കാണപ്പെടാറുണ്ട്. വയനാടൻ ഭൂമികയിലാണ് ഇത്തരം കഥകളുടെ നല്ലൊരു പങ്കും അരങ്ങേറുന്നത് എന്നത് എടുത്തു പറയേണ്ട സവിശേഷതയാണ്.

വയനാടു ജില്ലയിലെ തൃശ്ശിലേരിസ്വദേശി മാതൈ, അടിയ സമുദായമൂപ്പനും പാരമ്പര്യവൈദ്യനുമാണ്. തന്റെ പിതാവിൽനിന്നും കേട്ടുപഠിച്ച രാമായണകഥ അദ്ദേഹം ഇങ്ങനെ ഓർത്തെടുക്കുന്നു:

പുല്പള്ളി രാജ്യത്ത് ഞങ്ങളുടെ പാക്കത്തെയ്യം ഉണ്ട്. പാക്കത്തെയ്യം ഒരിക്കൽ പുല്പള്ളി രാജ്യത്ത് വസിക്കുന്ന സീതയോട് എതിരിട്ടു: "ഏയ് സീതേ, നീ ഇവിടെ നില്ക്കേണ്ട ഈ രാജ്യം എന്റേതാണ്. ഇതിനു പുറത്ത് എവിടെയെങ്കിലും കുടിൽകെട്ടി താമസിച്ചുകൊള്ളൂ"- പാക്കത്തപ്പൻ കല്ലിട്ടു, അതിരുതിരിച്ചു ഭൂമി അളന്നെടുത്തു (ദേവന്മാർ പണ്ട് ഇങ്ങനെ നാടുപിടിച്ചെടുക്കുമായിരുന്നു. കൊട്ടിയൂർ പെരുമാൾ, തിരുനെല്ലിപ്പെരുമാൾ, വള്ളിയൂർക്കാവ് ക്ഷേത്രം ഇങ്ങനെ ഓരോരോ അധികാര സ്ഥാപനങ്ങൾ നിർമ്മിച്ച് അവരവർ അവിടങ്ങളിൽ ജീവിച്ചു. ഓരോ ദേവനും അധികാരപരിധി അതിരിട്ടു തിരിച്ചിട്ടുണ്ട്. അവർക്കെല്ലാം ക്ഷേത്രങ്ങളുമുണ്ട്).

സീത പുല്പള്ളിയിൽനിന്ന് കുട്ടയും വട്ടിയുമെടുത്ത് കുന്നും മലയും കയറിയിറങ്ങി പോവുകയായിരുന്നു. ഈ സമയം ഒരു യുദ്ധം കഴിഞ്ഞ് രാമലക്ഷ്മണന്മാർ അതുവഴിവരുന്നുണ്ടായിരുന്നു. സീത അവർക്ക് വഴി മാറിക്കൊടുത്തു. രാമൻ സീതയെ ശ്രദ്ധിച്ചു നോക്കി. രാമന്റെ മനസ്സു കുളിർത്തു. സീതയെ മനസ്സാ രാമൻ ഇഷ്ടപ്പെട്ടു. രാമൻ ലക്ഷ്മണനോട് പറഞ്ഞു: "ലക്ഷ്മണാ എനിക്ക് അവളെ ഇഷ്ടമായി. അവളെന്തൊരു സുന്ദരിയാണ്. എനിക്കവളെ വിവാഹം ചെയ്യണം."

സീത കാഴ്ചയിൽ നിന്നകന്നു. രാമന്റെ ഹൃദയം സീതയ്ക്കായി തുടിച്ചുകൊണ്ടിരുന്നു. സീതയെ എങ്ങനെയെങ്കിലും സ്വന്തമാക്കണം. എങ്ങനെ സീതയോടിതു പറയും? ആരു പറയും, പറഞ്ഞാൽ അവൾ

എതിരുപറഞ്ഞാലോ? ഇത്തരം സന്ദേഹങ്ങളെല്ലാം രാമൻ അനുജനായ ലക്ഷ്മണനുമായി പങ്കുവെച്ചു. ലക്ഷ്മണൻ പറഞ്ഞു: "ചേട്ടാ, അങ്ങ് വില്ലാളിവീരനാണ്. രാജാവാകേണ്ട ആളാണ്. പിന്നെയെന്തിനാണ് മടിക്കുന്നത്? സീതയെ കണ്ട് ഇപ്പോൾ തന്നെ കാര്യങ്ങൾ പറയാം. സമ്മതിച്ചില്ലെങ്കിൽ ഇങ്ങ് പിടിച്ചുകൊണ്ടുവരാം..."

ഇതേസമയം രാമലക്ഷ്മണന്മാരിൽനിന്ന് അകന്ന് കുന്നിന്റെ മറ്റൊരു ചെരുവിലെത്തിയപ്പോൾ അതുവഴിവന്ന രാവണൻ സീതയെ സ്നേഹത്തോടെ തടഞ്ഞു നിർത്തി. കുശലാന്വേഷണങ്ങളിലൂടെ സീതയോട് സൗഹൃദമായി. തമാശകൾ പറഞ്ഞു. അവർ തമ്മിൽ സ്നേഹമായി. രാവണൻ പതുക്കെ സീതയെ മയക്കിയെടുത്ത് പാട്ടിലാക്കി, ലങ്ക പട്ടണത്തിലേക്ക് കൊണ്ടുപോയി. കാളവണ്ടിയിലാണ് സീതയെ ലങ്ക പട്ടണത്തിലേക്ക് കൊണ്ടുപോയത്. ലങ്കയിൽ എത്തുന്നതിനുമുമ്പ് ഒരു പുഴ കടക്കണം. പുഴകടക്കണമെങ്കിൽ പാലം വേണമല്ലോ. പാലം മുമ്പേ നിർമ്മിച്ചിരുന്നു. ഹനുമാനും കരടിയും ചേർന്നാണ് പാലം പണിതത്.

(പാലം പണിയുമ്പോൾ ഒരു പ്രശ്നമുണ്ടായി. ഹനുമാൻ രണ്ടുകൈകൊണ്ടു താങ്ങിപ്പിടിച്ചുകൊണ്ടുവരുന്ന വലിയ കല്ലുകൾ കരടി ഒരു കൈകൊണ്ടു വാങ്ങി പാലം പണിതു കൊണ്ടിരുന്നു. ഇതുകണ്ട ഹനുമാന് ദേഷ്യംവന്നു. ഹനുമാൻ ചോദിച്ചു: "നീയൊരു പെണ്ണല്ലേ, ഞാനൊരു ആണും. ഞാൻ കൊണ്ടുവരുന്ന കല്ല് ഒറ്റക്കൈകൊണ്ട് വാങ്ങി കെട്ടാൻ നീയാര്?" അവർ തമ്മിൽ വഴക്കായി. ഇങ്കിലാബായി. ഹനുമാൻ ക്രോധത്തോടെ ഗർഷിമല (ഗരുഡമല) യിലേക്ക് പോയി. ഹനുമാൻ തന്റെ വാലുകൊണ്ട് മലയൊരു ചുറ്റുചുറ്റി (ഹനുമാൻ വാലുകൊണ്ട് ചുറ്റിയ വടു (പാട്) ഇപ്പോഴുമവിടെ കാണാം - മാതൈ). എന്നിട്ട് പ്രഖ്യാപിച്ചു: "ഈ മല ഞാനിപ്പോൾ മറിച്ചിടും." അപ്പോൾ മലയടിവാരത്തിൽ മുത്താറി നട്ടുകൊണ്ടിരുന്ന സീത അപേക്ഷാസ്വരത്തിൽ വിളിച്ചുപറഞ്ഞു: "ഹനുമാരേ, ഇപ്പോൾ മലമറിക്കരുത്. ഞങ്ങൾ മണ്ണിനടിയിലായിപ്പോകും. ഹനുമാൻ പിന്മാറി. സീത ഹനുമാന് പ്രത്യുപകാരമായി ഒരു വരം കൊടുത്തു: "ഹനുമാരേ നീയിനി ഭൂമിയിലുള്ള ഭക്ഷണം കഴിക്കേണ്ട. നിനക്കുള്ള ഭക്ഷണം ഞാൻ മരങ്ങളിൽ ഒരുക്കിവെച്ചിട്ടുണ്ട്. അവ തിന്നു നീ ജീവിച്ചോളൂ. നീ ചൂടുവെള്ളം കുടിക്കരുത്, തെളിഞ്ഞ പച്ചവെള്ളം കുടിച്ചു ജീവിച്ചോളൂ. അതാണ് നിനക്കും നിന്റെ പിൻഗാമികൾക്കും നല്ലത്." ഈ വരത്തിന്റെ അടിസ്ഥാനത്തിൽ കുരങ്ങന്മാർ ഇപ്പോഴും കായ്കനികളും അരുവികളിലെ തെളിനീരും ഭക്ഷിച്ചു ജീവിക്കുന്നു.)

പാലം കടന്നു രാവണനും സീതയും ലങ്കപട്ടണത്തിലെത്തി. പന്ത്രണ്ട് നിലകളുള്ള ഒരു മാളികയുടെ ഏറ്റവും മുകളിലെ മുറിയിൽ രാവണൻ സീതയെ ഇരുത്തി. സീത പറഞ്ഞു:

"പന്ത്രണ്ടു വർഷം കഴിയുംവരെ നിങ്ങൾ എന്റെ ദേഹത്തോ ഉടുപ്പിലോ തൊടാൻ പാടില്ല. അതു കഴിഞ്ഞേ ഞാൻ നിങ്ങളുടെ ഭാര്യയാവൂ. ഞാനതുവരെ ഇവിടെ ഇരുന്ന് തപസ്സു ചെയ്യും." രാവണൻ ഈ ആവശ്യം

അംഗീകരിച്ചു.

ഈ സമയത്തെല്ലാം രാമനും ലക്ഷ്മണനും സീതയെ തേടി കുന്നിൽ ചെരുവുകളിലും പുഴത്തീരങ്ങളിലും കൊടും കാട്ടിലുമെല്ലാം അലയുകയായിരുന്നു. സീതയെ വിവാഹം ചെയ്യാനുള്ള ആർത്തി രാമനു വർദ്ധിച്ചു കൊണ്ടേയിരുന്നു. സീതയെ കൂടാതെ ജീവിക്കാനാവില്ല എന്നു വരെ രാമൻ ലക്ഷ്മണനോട് പറഞ്ഞുകൊണ്ടിരുന്നു.

സീതയെ കണ്ടുവോ എന്നു കണ്ടവരോടെല്ലാം അന്വേഷിച്ചു. പുല്പള്ളി ദേശവും തിരുനെല്ലിദേശവും അരിച്ചുപെറുക്കിനോക്കി. ഒടുവിൽ പക്ഷിപ്പാതാളത്തിലെത്തി. അവിടെ ഹനുമാനും കൂട്ടുകാരും വിശ്രമിക്കുന്നുണ്ടായിരുന്നു. സീതയെ കണ്ടുവോ എന്ന് രാമൻ അവരോട് അന്വേഷിച്ചു.

സീതയും രാവണനും പാലം കടന്നുപോവുന്നതായി കണ്ട വിവരം ചില കുരങ്ങന്മാർ അറിയിച്ചു. രാമന് പാലത്തിനപ്പുറമുള്ള ലങ്കപട്ടണം പരിചയമില്ലായിരുന്നു. രാമൻ ഒരിക്കലുമവിടെ പോയിരുന്നില്ല. ലങ്ക ഭരിക്കുന്നത് രാവണനാണെന്നും അയാൾ ഭയങ്കര കിലാടിയാണെന്നും രാമനു അറിയാമായിരുന്നു. ഹനുമാൻ പറഞ്ഞു: "എനിക്ക് വരം തന്നവളല്ലേ. അവളെ ഞാൻ പോയിക്കൊണ്ടുവരാം."

രാമൻ ചോദിച്ചു: "ആ കിലാടി രാവണൻ നിന്നെ പിടിച്ചുകെട്ടില്ലേ. നീയൊരു കുരങ്ങല്ലേ?"

"കുരങ്ങൻ എന്ന് വിളിച്ച് ഞങ്ങളെ കളിയാക്കേണ്ട. കുരങ്ങന്മാരുടെ കരുത്തും സൂത്രങ്ങളും ഞാൻ കാണിച്ചു തരാം." എന്നു പറഞ്ഞു ഹനുമാൻ തൊട്ടടുത്ത മരത്തിലേക്ക് ഒറ്റച്ചാട്ടം. അവിടെനിന്നും തൊട്ടടുത്ത മരത്തിലേക്ക്. അങ്ങനെയങ്ങനെ പാലത്തിനടുത്തുള്ള പനമരത്തിന്റെ മുകളിലെത്തി. അവിടെനിന്ന് നോക്കിയാൽ ദൂരെ ലങ്കപട്ടണം കാണാം. ഹനുമാൻ നിലത്തിറങ്ങിയില്ല. പാലം കടന്നില്ല. പകരം പനമരത്തിൽ നിന്നും പാലത്തിനപ്പുറമുള്ള അടയ്ക്കാമരത്തിലേക്കൊരൊറ്റച്ചാട്ടം.

ഹനുമാൻ എങ്ങോട്ടാണ് പോയതെന്നോ സീതയെ അന്വേഷിച്ചു കണ്ടെത്തുമോ എന്നൊന്നും രാമന് അറിയില്ലായിരുന്നു. കുരങ്ങന്മാരെ രാമൻ വിലകുറച്ചുകണ്ടതിലുള്ള പ്രതിഷേധവും അരിശവും മൂലം സ്ഥലം കാലിയാക്കിയതായിരിക്കാം എന്നാണ് രാമലക്ഷ്മണന്മാർ കരുതിയത്. അതിനാൽ രാമനും ലക്ഷ്മണനും അവരുടെ അന്വേഷണം തുടർന്നു കൊണ്ടേയിരുന്നു.

ഏറെ അന്വേഷണങ്ങൾക്കുശേഷം സീത രാവണന്റെ മാളികമുകളിലുണ്ടെന്ന് ഹനുമാനു മനസ്സിലായി. പക്ഷേ, എങ്ങനെ സീതയുടെ അടുത്തെത്തും? ഹനുമാൻ ചിന്തയിലാണ്ടു. ഒടുവിൽ ഒരു സൂത്രം കണ്ടെത്തി.

മാളികയുടെ പരിസരങ്ങളിൽ ഹനുമാൻ സഞ്ചരിച്ചു. അവിടെയൊരു കേണി (ചെറിയകുളം) കണ്ടു. ആ കേണിയിൽ ഒരു അടിയാത്തി സീതയുടെ വസ്ത്രങ്ങൾ അലക്കുന്നുണ്ടായിരുന്നു. ഹനുമാൻ കാലിൽ മുള്ള് തറച്ചെന്ന ഭാവേന അവിടെ നിന്നു. അടിയാത്തി ചോദിച്ചു: "ഹേയ്

കുരങ്ങാ, അവിടെ എന്തെടുക്കുകയാണ്."

"ഒരു മുള്ള് തറച്ചു കാലിൽ, അതെടുക്കുകയാണ്" എന്ന് മറുപടി പറഞ്ഞുകൊണ്ടു ഹനുമാൻ തൊട്ടടുത്തുള്ള കാപ്പി മരത്തിൽ കയറിയിരുന്നു. എന്നിട്ട് അടിയാത്തി അറിയാതെ അവളെ വീക്ഷിച്ചു. അടിയാത്തി മൂളിപ്പാട്ടും പാടി വസ്ത്രമലക്കൽ തുടർന്നു. ഒടുവിൽ വെയിലത്ത് ഉണങ്ങിയ വസ്ത്രങ്ങളൊക്കെ ഒരു കൊട്ടയിൽ എടുത്തിടുന്നത് ഹനുമാൻ കണ്ടു. ഹനുമാൻ സൂത്രത്തിൽ തുണിക്കെട്ടിനിടയിൽ കൊട്ടയിൽ കയറിക്കൂടി. അടിയാത്തി അതുശ്രദ്ധിക്കാതെ തുണിക്കെട്ടും ഹനുമാനെയും കൊട്ടയിൽ വഹിച്ചു നടന്നുനീങ്ങി. സീത താമസിക്കുന്ന മുറിയുടെ അടുത്തുകൊണ്ടുപോയി കൊട്ട നിലത്തുവെച്ചു. അടിയാത്തി പോയപ്പോൾ ഹനുമാൻ കൊട്ടയിൽനിന്നും ചാടി എഴുന്നേറ്റു. അപ്പോൾ സീത എന്തോ ചിന്തിച്ചിരിക്കുകയായിരുന്നു. സീത ഞെട്ടിപ്പോയി. സീത ചോദിച്ചു: "നീയല്ലേ പണ്ടു മലയൊക്കെ ചുറ്റിപ്പിടിച്ച് മലമറിച്ച് ഞങ്ങളെയൊക്കെ മണ്ണിനടിയിലാക്കാൻ നോക്കിയത്. നീ ഇവിടെ നിന്നാൽ ആളുകൾ നിന്നെ കൊല്ലും. നീ ഇവിടെ വന്നതറിഞ്ഞാൽ രാവണൻ പിടിച്ചു കൂട്ടിലടയ്ക്കും....."

ഹനുമാൻ ഉടൻതന്നെ ജനവാതിലിലൂടെ പുറത്തേക്കു ചാടി. തെങ്ങിന്റെ മുകളിൽ ഇരുപ്പുറപ്പിച്ചു. ഹനുമാൻ ചുറ്റും നോക്കി. ഇടവഴിയിലൂടെ ആളുകൾ നടന്നു പോകുന്നുണ്ട് . മുറ്റത്ത് കുട്ടികൾ ഗോട്ടി കളിക്കുന്നുണ്ട്. അവരുടെ ശ്രദ്ധ തിരിക്കാനായി ഹനുമാൻ ഒരു സൂത്രമൊപ്പിച്ചു. ഇളനീരും തേങ്ങയുമെല്ലാം പറിച്ചു താഴോട്ട് എറിയാൻ തുടങ്ങി. ഇടവഴിയിലൂടെ പോകുന്നവർ ഇതുകണ്ടു. മാളികയിലുണ്ടായിരുന്നവർ ശബ്ദം കേട്ടു പുറത്തുവന്നു. അവരും അതിനു സാക്ഷിയായി. എല്ലാവരും അത്ഭുതപ്പെട്ടു. 'ഇതാരാ മൂത്തതും മൂക്കാത്തതുമായ തേങ്ങകൾ പറിച്ചിടുന്നത്? ആ ദ്രോഹിയെ പിടിച്ചു കൊല്ലണം.' ഹനുമാൻ അതൊന്നും കൂസാതെ പറിച്ചിടൽ തുടർന്നുകൊണ്ടേയിരുന്നു. തെങ്ങുകൾ ശൂന്യമാവാൻ തുടങ്ങി. നാടൊട്ടുക്കും ഇളകിമറിഞ്ഞു. അമ്പും വില്ലുമായി ജനങ്ങൾ ഹനുമാൻ നിലകൊള്ളുന്ന തെങ്ങ് വളഞ്ഞു. അപ്പോൾ ഹനുമാൻ വിളിച്ചു പറഞ്ഞു: "എന്നെ പിടിക്കണമെങ്കിൽ ഈ തെങ്ങും കവുങ്ങും വാഴയും കാപ്പിമരവുമെല്ലാം കൊത്തി തകർക്കണം. മരമില്ലാതായാലേ ഞാൻ നിലത്തിറങ്ങൂ."

ജനങ്ങൾ കൂടിയാലോചിച്ചു. ഒടുവിൽ ഒരു തീരുമാനത്തിലെത്തി. മരങ്ങൾ മുറിച്ചിടുക. അവർ കോടാലിയും മഴുവും വാക്കത്തിയുമായി വന്നു. തെങ്ങും കവുങ്ങും വാഴയുമെല്ലാം വെട്ടിനശിപ്പിച്ചു. ഹനുമാൻ ഇരിക്കുന്ന മരമാണ് ആദ്യം നശിപ്പിച്ചത്. മരം വീഴാറായപ്പോൾ ഹനുമാൻ തൊട്ടടുത്ത മരത്തിലേക്കു ചാടി. ആ മരവും ജനക്കൂട്ടം മുറിച്ചിട്ടപ്പോൾ തൊട്ടടുത്ത മരത്തിലേക്കു ചാടി. ഒടുവിൽ ഒരു തെങ്ങ് മാത്രം ബാക്കിയായി. ആ തെങ്ങിൽനിന്നു ഹനുമാൻ ചുറ്റുപാടുമൊന്നു വീക്ഷിച്ചു. പരിഭ്രാന്തരായ ജനങ്ങൾ കുറുവടിയും വാക്കത്തിയും പിടിച്ചുനില്ക്കു

ന്നു. നോക്കെത്താദൂരത്തിൽ മരങ്ങൾ വീണുകിടക്കുന്നു. ഹനുമാൻ വിളിച്ചുപറഞ്ഞു: "ഞാൻ ഇറങ്ങിവരാം. പക്ഷേ, ഒരൊറ്റ കുട്ടിയും എന്നെ തൊടരുത്. ചീത്തവിളിക്കരുത്, എന്നെ കൊല്ലേണ്ടത് എങ്ങനെയെന്ന് ഞാൻ തന്നെ പറയാം."

ജനങ്ങൾക്ക് ദേഷ്യത്തോടൊപ്പം കൗതുകവുമായി. ഇവൻ കൊള്ളാമല്ലോ എന്ന് അവർ പരസ്പരം പറഞ്ഞു. ജനങ്ങൾ ആശ്ചര്യത്തോടെ വിളിച്ചു ചോദിച്ചു: "പറയൂ, കുരങ്ങാ എങ്ങനെയാണ് നിന്നെ ഞങ്ങൾ കൊല്ലേണ്ടത്?"

കുരങ്ങൻ എന്ന സംബോധന ഹനുമാന് പിടിച്ചില്ല. ഹനുമാൻ പറഞ്ഞു: "എന്നെ കുരങ്ങാ എന്നൊന്നും വിളിച്ച് പരിഹസിക്കേണ്ട, നിങ്ങൾ ഇത്രയാളുകൾ ഉണ്ടായിട്ടും എന്നെ ഒന്നും ചെയ്യാൻ കഴിഞ്ഞിട്ടില്ലല്ലോ. ഞാനാരാണെന്ന് നിങ്ങൾക്കു കാണിച്ചുതരാം." ജനങ്ങൾ പരിഭ്രാന്തരായി. ആൾക്കൂട്ടം മിണ്ടിയില്ല. പേടിച്ചുനില്ക്കുന്ന ജനങ്ങളെ നോക്കി ഹനുമാൻ പറഞ്ഞു: "എന്നെ കൊല്ലേണ്ടത് എങ്ങനെയാണെന്നു ഞാൻ തന്നെ പറയാം. നിങ്ങളുടെ പട്ടണത്തിലെ മുഴുവൻ ആളുകളുടെയും വസ്ത്രങ്ങൾ കൊണ്ടുവരിക; രണ്ടു പാട്ട മണ്ണെണ്ണയും കൊണ്ടുവരണം. എന്നിട്ടെന്റെ വാലിൽ വസ്ത്രങ്ങൾ ചുറ്റുക. അതിൽ മണ്ണെണ്ണ ഒഴിച്ച് തീവെക്കണം. നിങ്ങൾ എന്നെ അടിക്കുകയോ തൊഴിക്കുകയോ കുത്തുകയോ ഒന്നും ചെയ്യരുത്. ഞാൻ അപ്പോൾ തന്നെ ചത്ത് വെണ്ണീറായിക്കൊള്ളാം."

ജനങ്ങൾ സന്തോഷിച്ചു. അവർ കൈയടിച്ചു, കുരവയിട്ടു. അപ്പോൾ അവർക്ക് മനസ്സിലാവാത്തതരത്തിൽ പരിഹാസച്ചുവയോടെ ഹനുമാൻ പറഞ്ഞു: "ഞാൻ മരിച്ചു വെണ്ണീറാകുമ്പോൾ ആ ചാരമെടുത്ത് നിങ്ങൾക്ക് നെറ്റിയിൽ തൊടാം. പുണ്യം കിട്ടും." അവർ ആഹ്ലാദംകൊണ്ട് തുള്ളിച്ചാടി. ജനക്കൂട്ടം അവരവരുടെ വീടുകളിലേക്കും തുണിക്കടകളിലേക്കും ഓടി. കിട്ടിയ മുഴുവൻ തുണിസാമാനങ്ങളുമായി അവർ തിരിച്ചുവന്നു. വലിയ മുതലാളിമാർ മൂരിവണ്ടിയിലും പോത്തുവണ്ടിയിലും തുണിത്തരങ്ങൾകൊണ്ടുവന്ന് തങ്ങളുടെ സാമ്പത്തികനില പ്രദർശിപ്പിച്ചു. ഉടുതുണിക്കു മറുതുണിയില്ലാത്തവർ ഒന്നും കൊണ്ടുവരാതെ മാറിനിന്ന് ഇതെല്ലാം കണ്ടു. അവർക്ക് മരങ്ങൾ നഷ്ടപ്പെട്ടിട്ടില്ല. കാരണം അവർക്ക് സ്വന്തമായി ഭൂമിയില്ലായിരുന്നു.

ഹനുമാൻ ഭൂമിയിലേക്ക് ഇറങ്ങിവന്ന് വാലുനീട്ടി. ആളുകൾ വരിവരിയായി നിന്നു. ഒന്നാമത്തെ ആൾ താൻ കൊണ്ടുവന്ന തുണിത്തരങ്ങൾ വാലിൽ ചുറ്റി. അയാളൊരു പ്രമാണിയായിരുന്നു. അദ്ദേഹം കൊണ്ടുവന്ന കാളവണ്ടി നിറയെയുള്ള തുണിത്തരങ്ങൾ വാലിൽ ചുറ്റുമ്പോൾ വരിയിലെ പിന്നിലുള്ളവർ ആഹ്ലാദിച്ചു. തങ്ങളുടെ തുണിത്തരങ്ങൾ വാലിൽ ചുറ്റി നശിപ്പിക്കേണ്ടിവരില്ല എന്നും അവ തിരിച്ചു കൊണ്ടുപോകാമെന്നും നിനച്ചു. ഹനുമാൻ വാൽ അല്പം നീട്ടി. ഒന്നാമത്തെയാൾ ചുറ്റിയത് വാലിന്റെ ഒരു ഭാഗത്തേക്കുപോലും തികഞ്ഞിരു

ന്നില്ല. പ്രമാണി ഇളിഭ്യനായി. അഹങ്കാരം ശമിച്ച് മാറിനിന്നു.

രണ്ടാമത്തെ പ്രമാണി പോത്തുംവണ്ടിയിൽ കൊണ്ടുവന്ന തുണിത്തരങ്ങൾ ഹനുമാന്റെ വാലിൽ ചുറ്റി നടുനിവർന്നു നോക്കിയപ്പോൾ അവസ്ഥ പഴയതുതന്നെ. തുണിത്തരങ്ങൾ മതിയായില്ല. അയാളും ഇളിഭ്യനായി. അഹങ്കാരം ശമിച്ച് മാറിനിന്നു. ഇങ്ങനെ അവസാനത്തെ വ്യക്തിയുടെ വസ്ത്രങ്ങൾ വരെ വാലിൽ ചുറ്റി കഴിഞ്ഞപ്പോഴും വാലിന്റെ ഒരറ്റത്തേക്കുപോലും തുണിത്തരങ്ങൾ മതിയായില്ല. ഒരു കുരങ്ങിന്റെ മുമ്പിൽ തങ്ങൾ അപമാനിതരായല്ലോ എന്ന ചിന്തയാൽ അവിടെ കൂടിയവരുടെയെല്ലാം ശിരസ്സുകൾ താഴ്ന്നു. ഉടുതുണിക്കു മറുതുണിയില്ലാത്തവർ ഇതെല്ലാം കാണുന്നുണ്ടായിരുന്നു. അവർ പൊട്ടിച്ചിരിച്ചു. ഹനുമാൻ അവരെ നോക്കി കണ്ണിറുക്കി.

ഹനുമാൻ പറഞ്ഞു: "നിങ്ങൾ കൊണ്ടുവന്ന തുണിത്തരങ്ങൾ എന്റെ വാലിൽ ചുറ്റിക്കഴിഞ്ഞെങ്കിൽ അതിൽ മണ്ണെണ്ണ ഒഴിക്കുക. എന്നിട്ട് തീ കൊടുക്കുക. ഞാൻ കത്തി ചാരമാകും. അപ്പോൾ ചാരമെടുത്ത് നിങ്ങൾക്ക് നെറ്റിയിൽ തൊടാം. പുണ്യം കിട്ടും."

ഹനുമാന്റെ വാക്കുകളിലെ സൂചിമുന അവർക്ക് മനസ്സിലായെങ്കിലും അവർ മണ്ണെണ്ണ ഒഴിച്ചു തീകൊളുത്തി. തീ ആളിക്കത്തി. ഇനി കുരങ്ങന്റെ ശല്യമുണ്ടാവില്ലല്ലോ എന്ന് അവർ സമാശ്വസിച്ചു. തീജ്ജ്വാല കുന്നോളം ഉയരത്തിൽ കത്തിയപ്പോൾ ചൂടുകാരണം എല്ലാവരും മാറിനിന്നു. ഹനുമാൻ തൊട്ടടുത്തുള്ള പുല്ലുമേഞ്ഞ ഒരു വീടിനുമുകളിലേക്ക് ഒറ്റച്ചാട്ടം. (അക്കാലത്ത് എല്ലാ വീടുകളും പുല്ലുമേഞ്ഞതായിരുന്നു.) ആ വീട് ആളിക്കത്താൻ തുടങ്ങി. ഉടനെ അടുത്ത വീടിന്റെ മുകളിലേക്ക് ചാടി. തുടർന്ന് തൊട്ടടുത്ത വീടിനുമുകളിലേക്ക്.... ഇത് അനസ്യൂതം തുടർന്നുകൊണ്ടേയിരുന്നു. എല്ലാ വീടുകളും കത്തിച്ചാമ്പലായി. ഇതിനിടയിൽ ജനങ്ങൾ ഹനുമാനെ പിടിച്ചുകൊല്ലുക എന്ന കാര്യം മറന്നുപോയി. "എന്റെ വീടു കത്തിപ്പോയേ, ഭാര്യയും മക്കളും വെന്തു വെണ്ണീറായേ" എന്നൊക്കെ നിലവിളിച്ച് അവർ നാലുപാടും ഓടി. നാടൊട്ടാകെ തീ ആളിക്കത്തി. തീക്കാറ്റടിച്ചു. എല്ലാ വീടുകളും കത്തിക്കഴിഞ്ഞപ്പോൾ ഹനുമാൻ സീത താമസിച്ചിരുന്ന മാളികയുടെ സമീപത്തുള്ള 'കേണി'യിൽ ചാടി വാലിലെ തീകെടുത്തി. എന്നിട്ട് ഒന്നും സംഭവിക്കാത്തമട്ടിൽ സീത താമസിക്കുന്ന മാളികമുകളിലേക്ക് ഓടിക്കയറി. അപ്പോൾ സീത ഭയവിഹ്വലയായി നില്ക്കുകയായിരുന്നു. നാട്ടിലെ തീ സീതയുടെ മനസ്സിലുമുണ്ടായിരുന്നു. രാവണൻ എങ്ങോ പുറത്തുപോയതായിരുന്നു. ഹനുമാനെ കണ്ടയുടനെ സീതയ്ക്ക് കോപം വന്നു. സീത ഹനുമാനെ ചീത്ത വിളിച്ചു. ഹനുമാൻ തിരിച്ചൊന്നും പറഞ്ഞില്ല. മുറിയിൽ ഒരു മൂലയിൽ ഒന്നുമറിഞ്ഞില്ല ഞാൻ എന്ന മട്ടിൽ കൂനിക്കൂടി ഇരിക്കുക മാത്രം ചെയ്തു. ഒടുവിൽ പാവത്താനായി ഇരിക്കുന്ന ഹനുമാനോട് സീത ചോദിച്ചു: "നീ എന്തിനാണ് ലങ്കപ്പട്ടണത്തിലേക്ക് വന്നത്? നിന്റെ ഉദ്ദേശ്യമെന്താണ്? നിന്നെ അയച്ചത് ആരാണ്?" ഹനുമാൻ, ശാന്തനായി പറഞ്ഞു:

"സീതാദേവിയെ കൂട്ടിക്കൊണ്ടുപോവാനാണ് ഞാൻ വന്നത്. രാമനാണ് എന്നെ ഇങ്ങോട്ടയച്ചത്. ദേവി ഇപ്പോൾ വലിയൊരു കുടുക്കിൽപെട്ടിരിക്കുകയാണല്ലോ..." "എന്തിനാണ് രാമൻ എന്നെ കൂട്ടിക്കൊണ്ടുപോവാൻ നിന്നെ അയച്ചത്? രാമനും ഞാനും തമ്മിൽ എന്തുബന്ധം?" സീത ചോദിച്ചു. രാമൻ ദേവിയെ സ്നേഹിക്കുന്നുണ്ട്. കല്യാണം കഴിക്കുവാൻ ആഗ്രഹിക്കുന്നുണ്ട്. ഭാവി രാജാവാണ്," ഹനുമാൻ രാമന്റെ ഗുണഗണങ്ങൾ വാഴ്ത്തി പറഞ്ഞു. സീതയുടെ മനസ്സ് അല്പം അലിഞ്ഞു. സീത ചോദിച്ചു: "അപ്പോൾ രാവണനോട് ഞാൻ എന്തു പറയും? അയാൾ എന്നെ തിരഞ്ഞ് നടക്കില്ലേ?" ഹനുമാൻ പറഞ്ഞു: "രാവണൻ ദുഷ്ടനാണ്. അയാൾക്ക് മറ്റൊരു ഭാര്യയുണ്ട്. സ്ത്രീ ലമ്പടനാണ്." സീത എതിർപ്പൊന്നും പറഞ്ഞില്ല. രാവണനെക്കുറിച്ച് പലരും പറഞ്ഞ് പ്രചരിപ്പിച്ചിരുന്ന പല കഥകളും സീതയും കേട്ടിരുന്നു. സീതയുടെ മനസ്സിലൂടെ അതെല്ലാം മിന്നിമറഞ്ഞു. അതിനാൽ സീത ഹനുമാനോടൊപ്പം അന്നുരാത്രിതന്നെ ഇരപ്പിലേക്ക് (വയനാടിനോട് ചേർന്ന, കുടകു ജില്ലയിലെ ഒരു പ്രദേശം.) പോന്നു. ഇരപ്പിലായിരുന്നു അക്കാലത്ത് രാമന്റെ താമസം. സീതയെ ഹനുമാൻ രാമന്റെ അടുത്ത് ഏല്പിച്ചുകൊടുത്തു. ഹനുമാൻ പറഞ്ഞു: "ഒരഭ്യർത്ഥനയുണ്ട്. ഇനിമേലിൽ ഞങ്ങളെ കുരങ്ങൻമാർ എന്ന് വിളിച്ച് അപമാനിക്കരുത്. ഞങ്ങളിലും കരുത്തന്മാരുണ്ട് എന്ന് മനസ്സിലായല്ലോ." രാമൻ ഒന്നും എതിരുപറഞ്ഞില്ല. "എന്റെ സൈന്യത്തിൽ കരുത്തരായ മുഴുവൻ കുരങ്ങന്മാരെയും ചേർക്കാം. അങ്ങയെ വാനരപ്പടയുടെ തലവനുമാക്കാം." എന്നു വരം നല്കുക മാത്രം ചെയ്തു. ഹനുമാന് സന്തോഷമായി. ഹനുമാൻ രാമനോടൊപ്പം ചേർന്നു.

ഈ സമയത്തെല്ലാം സീത എന്താണ് പറയേണ്ടതെന്നോ ചെയ്യേണ്ടതെന്നോ മനസ്സിലാവാതെ നാണത്തോടെ നിലത്തുനോക്കി നില്ക്കുകയായിരുന്നു. രാമൻ സീതയുടെ അടുത്ത് ചെന്നു. സന്തോഷം അറിയിച്ചു. പ്രേമാഭ്യർത്ഥന നടത്തി. ഇത്രനാളും അലഞ്ഞുനടന്ന കാര്യം പറഞ്ഞു. സീത അത്ഭുതപ്പെട്ടു. ഹനുമാൻ തന്നെ രാമനുവേണ്ടി തിരയുകയായിരുന്നെന്നും അതിനുവേണ്ടിയാണ് ലങ്കാദഹനം നടത്തിയതെന്നും സീത മനസ്സിലാക്കി. എതിരൊന്നും പറയാതെ സീത അവിടെത്തന്നെ നിന്നു. രാമൻ സീതയെ കൂടെ താമസിപ്പിച്ചു; കൂടെ അന്തിയുറങ്ങി. ലക്ഷ്മണൻ സീതയെ ജ്യേഷ്ഠപത്നിയായി പരിഗണിച്ചു. ദിവസങ്ങൾ കടന്നുപോയി. സീതയും രാമനും ഭാര്യാഭർത്താക്കന്മാരായി സസുഖം കഴിഞ്ഞുകൊണ്ടിരിക്കെ ചില അസ്വാരസ്യങ്ങൾ ഉണ്ടാകുവാൻ തുടങ്ങി. ലങ്കയിൽ സീത സർവ്വവിധ സുഖസൗകര്യങ്ങളോടും കൂടിയായിരുന്നല്ലോ കഴിഞ്ഞിരുന്നത്. അവിടെ ഒന്നിനും കുറവുണ്ടായിരുന്നില്ല. ഇരപ്പിലാകട്ടെ ഒരു കുടിലിലാണ് താമസം. തോഴിമാരില്ല, വേലക്കാരികളില്ല, വല്ലാത്ത ഏകാന്തതയും. ഈ ഒറ്റപ്പെടലും ബുദ്ധിമുട്ടുകളും സീത പ്രവൃത്തിയിലൂടെ കാണിക്കുകതന്നെ ചെയ്തു. രാമനും ലക്ഷ്മണനും എന്നും അമ്പും വില്ലുമെടുത്ത് നായാട്ടിനു പോകും. മാനിനേയും പന്നിയേയും

അമ്പെയ്തു പിടിച്ച് കൊണ്ടുവരും. അവർ കുന്നും മലയുമൊക്കെ ചുറ്റിക്കറങ്ങി തിരിച്ചെത്തുമ്പോൾ ക്ഷീണിച്ചിരിക്കും. ഈ സമയത്തെല്ലാം സീത ഒറ്റയ്ക്കായിരിക്കും. കുടിലിനു സമീപം മറ്റു വീടുകൾ പോലുമില്ലായിരുന്നു

രാമനും ലക്ഷ്മണനും വന്നയുടനെ സീത കാപ്പി കൊടുക്കും. സീത കൊടുക്കുന്ന കാപ്പി പലപ്പോഴും രാമന് ഇഷ്ടപ്പെട്ടിരുന്നില്ല. കാപ്പിയിൽ എന്തെങ്കിലും മാലിന്യങ്ങൾ കാണും. പലഹാരത്തിൽ മുടിയും ചവറുമൊക്കെ അറിയാതെ പെട്ടിട്ടുണ്ടാവും. അപ്പോൾ രാമൻ ചോദിക്കും: "സീതെ, എന്താണ് ഇങ്ങനെ പറ്റുന്നത്? നിനക്കെന്നെ ഇഷ്ടപ്പെട്ടില്ലേ?" സീത മറുപടിയൊന്നും പറയാതെ ഒരു മൂലയ്ക്ക് നില്ക്കും. അവൾക്ക് ദുഃഖം തോന്നും. ഇങ്ങനെ ദിവസങ്ങൾ കടന്നുപോയി. മാസങ്ങൾ പിന്നിട്ടു. അങ്ങനെയിരിക്കെ സീത ഗർഭിണിയായി. സീതയും രാമനും സന്തോഷിച്ചു. പയ്യെപ്പയ്യെ രാമനു ചില സംശയങ്ങൾ ഉണ്ടാകുവാൻ തുടങ്ങി. അതിനൊരു കാരണമുണ്ട്. സീത രാവണനോടൊപ്പം ലങ്കയിലേക്ക് പോവുന്നതുകണ്ട ചിലരുണ്ടായിരുന്നു.

അവർവഴി കുളക്കടവിലും കിണറ്റിൻകരയിലുമെല്ലാം അപവാദങ്ങൾ പരക്കുവാൻ തുടങ്ങി.

രാവണനെന്ന കിലാടിയുടെ കൂടെ താമസിച്ചാൽ, അന്തിയുറങ്ങിയാൽ എന്തുസംഭവിക്കുമെന്ന് അവർക്കെല്ലാം സംശയലേശമെന്യേ ഉറപ്പുണ്ടായിരുന്നു. എന്നാൽ പന്ത്രണ്ടുവർഷം കഴിയുംവരെ നിങ്ങളെന്റെ ഉടുപ്പിലോ ദേഹത്തോ തൊടാൻ പാടില്ലെന്ന സീതയുടെ ആവശ്യം രാവണൻ അംഗീകരിച്ച കാര്യമൊന്നും അവർക്കറിയില്ലായിരുന്നുവല്ലോ. കുളക്കടവിലേയും കിണറ്റിൻകരയിലേയും അപവാദം പറച്ചിൽ രാമൻ മുമ്പേ കേട്ടിരുന്നു. എങ്കിലും അതിനു യാതൊരു വിലയും കല്പിച്ചിരുന്നില്ല. സീത ഗർഭിണിയായ വിവരം നാട്ടിൽ പാട്ടായതോടെ അപവാദവും കാട്ടുതീപോലെ പടർന്നു. രാമനു അങ്ങാടിയിൽ പോവാൻ പറ്റാത്ത അവസ്ഥയായി. എന്നാൽ ഇതൊന്നും സീതയോടു പറയാതെ ഒതുക്കിവെച്ചു.

ഒരുദിവസം നായാട്ടു കഴിഞ്ഞുവന്നപ്പോൾ രാമനു സീത ചോറും കറിയും വിളമ്പി. വിശപ്പു കാരണം രാമൻ ചോറ് വലിച്ചുവാരി തിന്നു. ചോറിൽ കല്ലും മണലുമുണ്ടായിരുന്നു. രാമനു ദേഷ്യം വന്നു. രാമൻ സീതയെ ചീത്തപറഞ്ഞു. സീത ദുഃഖം സഹിക്കവയ്യാതെ എന്തൊക്കെയോ തിരിച്ചും പറഞ്ഞു. രാമൻ ചോറു മുഴുവൻ കഴിക്കാതെ ഇറങ്ങിപ്പോയി. രാമനും സീതയും തമ്മിലുള്ള ശണ്ഠ ഇടവഴിയിലൂടെപോയ ചില അപവാദക്കാർ കേട്ടു. പിന്നീട് ഇതായിത്തീർന്നു അപവാദം. ഗർഭത്തെച്ചൊല്ലി രാമനും സീതയും ശണ്ഠ എന്ന അപവാദം പ്രചരിക്കാൻ ഏറെ നേരം വേണ്ടിവന്നില്ല. ദിവസങ്ങൾകഴിയുന്തോറും അപവാദം ശക്തിപ്പെട്ടു. സീതയെ കാണാൻ വരുന്ന (ഗർഭംകാണൽ) സ്ത്രീകളുടെ സംസാരത്തിലും നോട്ടത്തിലും സംശയത്തിന്റെ സൂചിമുനയുണ്ടായിരുന്നു. ഇത് കണ്ടും കേട്ടും മടുത്ത ശ്രീരാമനിലും നേരിയ സംശയങ്ങൾ

മുളപൊട്ടാൻ തുടങ്ങി. ദിവസങ്ങൾ കഴിഞ്ഞപ്പോൾ അത് വളർന്ന് വട വൃക്ഷമായി. ഒരു ദിവസം ലക്ഷ്മണനോട് രാമൻ പറഞ്ഞു. "അനിയാ സീത പിഴച്ചവളാണ്. എനിക്കവളെ മടുത്തു. അവളെ മലയിൽ കൊണ്ടു പോയി വധിച്ചു കളയുക."

ലക്ഷ്മണന്റെ മനസ്സിൽ ജ്യേഷ്ഠനോടും ചേട്ടത്തിയമ്മയോടും അതീവ ഭക്തിയാണ്. സ്നേഹമാണ്. ലക്ഷ്മണൻ ധർമ്മസങ്കടത്തിലായി. ജ്യേഷ്ഠന്റെ വാക്കുകളെ എങ്ങനെ ധിക്കരിക്കും. ചേട്ടത്തിയമ്മയെ എങ്ങനെ കൊല്ലും? അതും ഗർഭിണി! ലക്ഷ്മണൻ അതീവ ദു:ഖിതനായി. രാമന്റെ ഇന്നത്തെ മാനസികാവസ്ഥയിൽ മറുത്തൊരു വാക്കു പറഞ്ഞാൽ അതിന്റെ പ്രത്യാഘാതം ഗുരുതരമായിരിക്കും. രാമൻ ലക്ഷ്മണന്റെ കൈവശം തിളക്കമുള്ള ഒരു വാൾ കൊടുത്തു. ഇന്നുതന്നെ വധിച്ചുകളയണം എന്നു പറഞ്ഞു രാമൻ അകത്തുപോയിവാതിലടച്ചു കിടന്നു.

സീത മുന്നിലും ലക്ഷ്മണൻ പിന്നിലുമായി നടന്നു. ലക്ഷ്മണന് കൃത്യമായ ലക്ഷ്യസ്ഥാനമുണ്ടായിരുന്നു. കുതിരവണ്ടിയിൽ കയറി, കാള വണ്ടിയിൽ കയറി, കാൽ നടയായി അവർ ഗർഷിമലയിൽ എത്തി. മലയിലെത്താറായപ്പോൾ ലക്ഷ്മണൻ വാൾ ഉറയിൽ നിന്നൂരി, അതിന്റെ പളപളാമിന്നുന്ന ഭാഗത്തേക്ക് നോക്കി. വാളിൽ കണ്ണാടിയിലെന്നപോലെ സീതയുടെ വയറ്റിലുള്ള കുട്ടികൾ പാഞ്ഞു നടക്കുന്നത് ലക്ഷ്മണൻ കണ്ടു. ലക്ഷ്മണൻ പൊട്ടിക്കരഞ്ഞുപോയി. താൻ ചെയ്യാൻ പോകുന്നത് മഹാപാപമാണല്ലോ എന്ന ചിന്ത അദ്ദേഹത്തെ അലട്ടി. സീത ചോദിച്ചു: "എന്തിനാണ് ലക്ഷ്മണാ കരയുന്നത്?" ലക്ഷ്മണൻ പൊട്ടിക്കരച്ചിലോടെ പറഞ്ഞു: "അയ്യോ ചേച്ചീ, നിങ്ങളെ കൊല്ലാനാണ് രാമേട്ടൻ എന്നെ ഇങ്ങോട്ടു വിട്ടത്. നിങ്ങളെ കൊല്ലാൻ എനിക്ക് സാദ്ധ്യമല്ല. എന്റെ ഏട്ടന്റെ ആജ്ഞകൾ ഞാൻ പാലിക്കുകയില്ല.... രണ്ടു കുട്ടികളിതാ വാളിൽ ഓടിക്കളിക്കുന്നു. നിങ്ങളെ ഞാൻ കൊല്ലില്ല. ഞാൻ പോയി മരിച്ചുകൊള്ളാം." സീത സ്വന്തം ചേലയുടെ അറ്റം കൊണ്ട് ലക്ഷ്മണന്റെ കണ്ണീർ തുടച്ചുകൊടുത്തുകൊണ്ട് പറഞ്ഞു: "നീ എന്നെയും കൊല്ലേണ്ട നീയും മരിക്കേണ്ട. നമുക്ക് ജീവിക്കാം. അതിനുള്ള വഴി ഞാൻ പറഞ്ഞു തരാം,." സീത ഒരു മരം കാണിച്ചുകൊണ്ട് പറഞ്ഞു: "ലക്ഷ്മണാ വാളു കൊണ്ടു ആ മരത്തിലൊന്ന് കൊത്തൂ." ലക്ഷ്മണൻ ആഞ്ഞുവെട്ടി. സീത ചോദിച്ചു: "എന്താണ് ഒലിച്ചുവരുന്നത്?" "പാലു വരുന്നുണ്ട്" -ലക്ഷ്മണൻ. "എന്റെ വയറ്റിലുള്ള കുട്ടികൾക്ക് കൊടുക്കാനാണത്" സീത പറഞ്ഞു. "പ്ലാവ്, അത്തി, കോളി തുടങ്ങിയ മരങ്ങൾക്ക് പാലുണ്ട്. വീണ്ടും ഒരു മരം കാണിച്ചുകൊണ്ട് സീത പറഞ്ഞു: "ആ മരത്തിലൊന്ന് വെട്ടൂ.' അതൊരു വേങ്ങമരമായിരുന്നു. ലക്ഷ്മണൻ ആഞ്ഞുവെട്ടി. "എന്താണ് ഒലിക്കുന്നത്." സീത ചോദിച്ചു. "രക്തം" - ലക്ഷ്മണൻ പറഞ്ഞു. സീത പറഞ്ഞു: "ആ രക്തം എടുത്ത് നിന്റെ കൈയിലുള്ള ആയുധത്തിലും കുപ്പായത്തിലും മുണ്ടിലും പുരട്ടി നീ പൊയ്ക്കോ." ലക്ഷ്മണൻ അങ്ങനെ ചെയ്തു.

സീത അവിടെയുള്ള വാല്മീകിയുടെ ആശ്രമത്തിൽ വെച്ച് (പുൽപ്പള്ളിക്കടുത്ത ആശ്രമം കൊല്ലിയിലുള്ള വാല്മീകി ആശ്രമമാണ് ഉദ്ദേശ്യം) രണ്ടു കുട്ടികളെ പ്രസവിച്ചു. കുട്ടികൾ വളരാൻ തുടങ്ങി. എഴുത്തും വായനയും പഠിച്ച്, അല്പമൊക്കെ വിവരമായി. അവർ തോട്ടത്തിൽ കൃഷി ആരംഭിച്ചു. നെല്ലും ചേനയും ചേമ്പും കൃഷിചെയ്തു. കാപ്പിയും കുരുമുളകും നട്ടു. അവ വളർന്നു പന്തലിച്ചു. കൈപ്പയും വെള്ളേരിയും പയറും നട്ടു. അവ പുഷ്പിച്ചുകായായി.

ഒരുദിവസം ഒരു ഉശിരൻ കുതിരവന്നു കുട്ടികളുടെ കൃഷിഭൂമിയിലെ വിളകൾ തിന്നു നശിപ്പിച്ചു. അത് രാമന്റെ കുതിരയായിരുന്നു. ഈ കുതിര ആരുടെ കൃഷിഭൂമിയിൽ പോയി കൃഷിയിനങ്ങൾ തിന്നു തീർത്താലും ആരും അതേപ്പറ്റി ചോദിക്കുകയോ പരാതി പറയുകയോ ചെയ്തിരുന്നില്ല. കുതിരയെ ഓടിക്കുകയോ പിടിച്ചുകെട്ടുകയോ ചെയ്തിരുന്നില്ല. കാരണം രാമൻ വില്ലാളിവീരനാണ്. ലോകത്തിലെ വലിയ ആളാണ്. രാമൻ എന്തു പറഞ്ഞാലും ആരും അതിനപ്പുറം കടക്കുമായിരുന്നില്ല. വിളകൾ നശിപ്പിച്ചത് കണ്ടപ്പോൾ കുട്ടികൾക്ക് സഹിച്ചില്ല. അവർ കുതിരയെ പിടിച്ചു ഒരു മരത്തിൽ കെട്ടിയിട്ടു. വൈകുന്നേരമായപ്പോൾ കുതിരതിരിച്ചുവരാത്തതു കാരണം രാമനും ലക്ഷ്മണനും ഹനുമാനും അതിനെ തേടിയിറങ്ങി. മൂന്നുപേരും മൂന്നുവഴിക്കാണ് പോയത്. ദൂരെനിന്നു കുതിരയുടെ കരച്ചിൽ ഹനുമാൻ കേട്ടു. ഹനുമാൻ മരങ്ങളിൽനിന്നു മരങ്ങളിലേക്ക് ചാടിച്ചാടി കുതിരയുടെ അടുത്തെത്തി. കുതിരയെ കെട്ടിയിട്ടതുകണ്ട് ഹനുമാൻ അമ്പരന്നു. ഹനുമാൻ കുതിരയുടെ കെട്ടഴിക്കാൻ ശ്രമിച്ചു. കുട്ടികൾ ഹനുമാനെ ആട്ടിയോടിച്ചു. ഹനുമാൻ രാമലക്ഷ്മണന്മാരോട് വിവരം പറഞ്ഞു. അവർ സംഭവസ്ഥലത്ത് ഓടിയെത്തി. രാമലക്ഷ്മണന്മാർക്ക് ദേഷ്യം വന്നു. ആരാണ് കുതിരയെ കെട്ടിയിട്ടതെന്ന് അവർ അലറിച്ചോദിച്ചു. കുട്ടികൾ ധൈര്യത്തോടെ പറഞ്ഞു: "ഞങ്ങളാണ് കെട്ടിയിട്ടത്." അവർ തമ്മിൽ വാക്കേറ്റമായി. സ്വന്തം മക്കളോടാണ് തർക്കിക്കുന്നതെന്ന് രാമനു മനസ്സിലായിരുന്നില്ല. ശണ്ഠമൂത്ത് അവർ തമ്മിൽ യുദ്ധമായി. കുട്ടികൾ രാമലക്ഷ്മണൻമാരെയും ഹനുമാനെയും കെട്ടിയിട്ടു. ഈ സംഭവങ്ങളെല്ലാം സീത വീടിന്റെ ജനവാതിലിലൂടെ കാണുന്നുണ്ടായിരുന്നു. സീത സംഭവസ്ഥലത്തേക്ക് പോയില്ല. ഈ കേസെങ്ങനെ ഒത്തുതീർപ്പാകും? സീത ചിന്തിച്ചു.

വള്ളിയൂർക്കാവ് ഭഗവതിക്കും പുല്പള്ളി ഭഗവതിക്കും പാക്കത്തെയ്യത്തിനും തിരുനെല്ലി പെരുമാളിനും കൊട്ടിയൂർ പെരുമാളിനും സിദ്ധപ്പനും നെഞ്ചപ്പനും മാതപ്പദൈവത്തിനും സീത ഓരോ കത്തുകളയച്ചു. കത്തു കിട്ടിയ ഉടനെ എല്ലാവരും സംഭവസ്ഥലത്തെത്തി. അവർ പ്രശ്നത്തിന്റെ നാനാവശങ്ങളും ചർച്ച ചെയ്തു. തുടർന്ന് രാമലക്ഷ്മണൻമാരെ വിചാരണചെയ്തു. വിചാരണയ്ക്കിടയിൽ രാമലക്ഷ്മണന്മാർക്ക് ഒരു കാര്യം ബോദ്ധ്യമായി. തങ്ങളെ കെട്ടിയിട്ട ഈ ആൺകുട്ടികൾ സീതയുടെയും രാമന്റെയും മക്കളാണ്. അവർക്കേ ഇതിനു സാധിക്കൂ. അവിടെ

ഒത്തുകൂടിയ മൂപ്പന്മാർക്കെല്ലാം ഇതറിയാമായിരുന്നു. മൂപ്പൻമാർ പറഞ്ഞു: "നിങ്ങളുണ്ടാക്കിയ കുട്ടികളല്ലേ ഇവർ. ആ ചിന്തപോലും നിങ്ങൾക്കുണ്ടായില്ലല്ലോ." മറ്റുചിലർ പറഞ്ഞു: "അച്ഛന്റെ തണലിലല്ലാതെ കുട്ടികൾ വളർന്നാൽ അവർ ഇതിനപ്പുറവും ചെയ്യും." ഇതെല്ലാം കേട്ടുകൊണ്ടിരുന്ന രാമലക്ഷ്മണന്മാർ എല്ലാവിധ ഒത്തുതീർപ്പുകൾക്കും തയ്യാറായി. മൂപ്പന്മാർ അവരുടെ കെട്ടുകൾ അഴിച്ചിട്ടു. രാമലക്ഷ്മണന്മാർ അപമാനിതരായെങ്കിലും സ്വന്തം കുട്ടികളെ കണ്ടെത്തിയ സന്തോഷത്തിലായിരുന്നു. ഒത്തുതീർപ്പു വ്യവസ്ഥകൾ ഇവയായിരുന്നു:

ലഹള കൂടരുത്, അതിക്രമിച്ചു കയററുത്, സ്വന്തം കുട്ടികളെയും ഭാര്യയായ സീതയേയും തിരിച്ചെടുക്കണം. ഒപ്പം ഓരോ പ്രദേശത്തേയും അധികാരികളേയും തെയ്യങ്ങളേയും തീരുമാനിച്ചു. ഇവ ലംഘിക്കാൻ പാടില്ല. ചെമ്മവും തെയ്യവും ഇങ്ങനെ: തിരുനെല്ലി ചെമ്മത്തിനും ചെറുവാളിക്കും പാക്കത്തെയ്യം. വടാക്കു മന്ത്ത്തിന് പൂക്കാരിമഗെത്തെയ്യം. ഏവിലക്കു കരിച്ചാത്തൻ, കുപ്പത്തോടുക്കുജോഗിയച്ചൻ, ഉളാങ്കറ്റുമുതുകറ്റുക്ക് ഉളാങ്കരി, കച്ചാലെവളെപ്പക്ക് മലക്കാരി, പുതുരിലയ്ക്കുപൂക്കാരിമഗത്തെയ്യം, കല്ലിലമാരിഗോഡ് കല്ലറച്ചെത്തെയ്യം, മാടശ്ശേരി മല കണ്ടപ്പീലി, കാളങ്കോട്ടു മുതിരമട്ടിലയ്ക്കു കാളപ്പൻ, ശെയ്ന്തെ തിരുമുണ്ടയ്ക്ക് തിരുമുണതെയ്യം. പാണ്ഡിനാടുക്ക് പാണ്ഡിനാടു തമ്പ്രാക്കന്മാർ. അവർ ഇങ്ങോട്ടു അതിക്രമിച്ചു കടക്കരുത്. കടന്നാൽ എല്ലാവരും ഒറ്റക്കെട്ടായി നേരിടും. ഇതവരെ അറിയിക്കുകയും ചെയ്തു. ഇപ്പോഴും ഇങ്ങനെയൊക്കെയാണ് നാട്ടിൽ നടക്കുന്നത്.

പ്രശ്നങ്ങളെല്ലാം പറഞ്ഞുതീർന്നശേഷം സീതയെ വിളിപ്പിച്ചു. അവർ സംഭവസ്ഥലത്തേക്കു വന്നു. സീത രാമനെ കണ്ടു, രാമൻ തിരിച്ചും. അവർ പരസ്പരം സംസാരിച്ചു. തനിക്കു തെറ്റുപറ്റിയെന്ന് രാമൻ തുറന്നു സമ്മതിച്ചു. സീത സംഭവങ്ങളെല്ലാം കുട്ടികളോട് പറഞ്ഞു. അവർക്ക് സന്തോഷമായി. അച്ഛനും അമ്മയും ഒന്നിക്കുന്നതിൽ അവർ ആഹ്ലാദിച്ചു. ഒടുവിൽ രാമന്റെ കൂടെ സീത ഇരുപ്പി[24]ലേക്ക് പോവാൻ തയ്യാറായി. എല്ലാ മൂപ്പന്മാരും ഹനുമാനും സംഘവും അവരോടൊപ്പം ഇരുപ്പുവരെ പോയി. സീത ഇപ്പോഴും ഇരുപ്പിലുണ്ട്. അവിടെ അവർക്ക് ക്ഷേത്രവും പൂജയുമുണ്ട്.[25]

മാതൈ പറഞ്ഞ മേൽ കഥയ്ക്ക് അടിയസമുദായത്തിനിടയിൽ തന്നെ ഒട്ടേറെ പാഠഭേദങ്ങളുണ്ട്. 'കഥപറയുക' എന്നത് വയനാട്ടിലെ അടിയവിഭാഗത്തിനിടയിലെ ഒരു ചടങ്ങാണ്. കഥപറയൽ വിദഗ്ദ്ധരായ ഒട്ടേറേ മൂപ്പന്മാർ അവർക്കിടയിൽ ഇപ്പോഴുമുണ്ട്. തൃശ്ശിലേരിയിലെ മാതൈവൈദ്യർ എന്ന അടിയസമുദായ പാരമ്പര്യവൈദ്യൻ അവർക്കിടയിലെ ഇതിഹാസകഥകളെക്കുറിച്ച് പറയുമ്പോൾ ചുറ്റും കൂടിയിരുന്ന അയൽപക്കങ്ങളിലെ കുട്ടികളും മുതിർന്നവരും കഥ കേൾക്കലിന്റെ രസികത്വത്തിനപ്പുറം ഒരാചാരത്തെ പലപ്പോഴും ഓർമ്മിപ്പിച്ചിട്ടുള്ളത് അവ ശേഖരിക്കുന്നതിനുവേണ്ടി പോയപ്പോൾ അനുഭവിച്ചിട്ടുണ്ട്.

തന്റെ അച്ഛൻ സീതയുടേയും രാമന്റേയും കഥകൾ പറഞ്ഞുതന്ന് ഉറക്കിയ ബാല്യകാലത്തെക്കുറിച്ച് മാതൈവൈദ്യർ ഓർത്തെടുക്കാറുണ്ട്. കഥയുടെ അന്ത്യത്തിലെത്താൻ ഒരിക്കലും കഴിഞ്ഞിരുന്നില്ലെന്നും അപ്പോഴേക്കും താൻ ഉറങ്ങിപ്പോവാറുണ്ടെന്നും അദ്ദേഹം പറയുന്നു. ഗദ്ദികകലാകാരനും അടിയസമുദായ മൂപ്പനുമായ പി കെ കാളനും ഇത്തരം അനുഭവങ്ങൾ പങ്കുവെച്ചിട്ടുണ്ട്.

തീർച്ചയായും കഥകൾ പ്രചരിച്ചതിന്റേയും നിലനില്ക്കുന്നതിന്റേയും മാധ്യമം ഇത്തരം പറച്ചിലുകൾ തന്നെയായിരിക്കണം.

അടിക്കുറിപ്പുകൾ

1. ശ്രീകണ്ഠേശ്വരം പത്മനാഭപ്പിള്ള, *ശബ്ദതാരാവലി* - പുറം 80, 81 ഡി സി ബുക്സ്, സി മാധവൻപ്പിള്ള - *അഭിനവ മലയാള നിഘണ്ടു* - പുറം 63, വാല്യം ഒന്ന്, കറന്റ് ബുക്സ്, കോട്ടയം.
2. ഡോ. പി ജി പത്മിനി, *കാട്ടുജീവിതത്തിന്റെ സ്പന്ദനതാളങ്ങൾ* - പുറം 75, അകം സമിതി, തലശ്ശേരി.
3. നെട്ടൂർ പി ദാമോദരൻ, *ആദിവാസികളുടെ ലോകം* - പുറം 57.
4. Edgar Thurston, *Castes and Tribes of India*, P4 A A D Luiz, Tribes of Kerala P27.
5. ഡോ. അസീസ് തരുവണ, *വയനാട്ടിലെ ആദിവാസികൾ ചരിത്രവും വർത്തമാനവും.* പുറം 69, ഡി സി ബുക്സ്, കോട്ടയം -2017.
6. ആവേദകൻ: കരിയൻ, തൃശ്ശിലേരി.
7. മുണ്ടക്കയം ഗോപി, *കുറുംപുറൈ*, പുറം 30, സഹ്യാ പബ്ലിക്കേഷൻസ്, കൽപ്പറ്റ, 2014.
8. എ ആർ നാരായണൻ നായർ, *കാട്ടാറും അവരുടെ കളമൊഴികളും*, പുറം.138, പൂർണ്ണ പബ്ലിക്കേഷൻസ്, 1980.
9. Rao Bahadur C, Gopalan Nair, *Wayanad – its peoples and traditions,* page 56, 1911.
10. മുണ്ടക്കയം ഗോപി, *കുറുംപുറൈ*, പുറം 30, സഹ്യാ പബ്ലിക്കേഷൻസ്, കൽപ്പറ്റ, 2014.
11. പി കെ കാളന്റെ ഉടമയായ മാതുകൊടകനെക്കുറിച്ച്, *പി കെ കാളൻ ആദിവാസി ജീവിതത്തിന്റെ സമരമുഖം* (എഡി: അസീസ് തരുവണ) എന്ന പുസ്തകത്തിൽ പറയുന്നുണ്ട്. മാതുക്കൊടകൻ കുടകിലെ വീരകം സ്വദേശിയാണ്.
12. എം ആർ പങ്കജാക്ഷൻ, *വയനാട്ടിലെ ആദിവാസികളുടെ പാട്ടുകൾ*, പുറം. 291 മുതൽ 401 വരെ കാണുക (കേരള സാഹിത്യ അക്കാദമി, 1989).
13. ഡോ. കെ രമേശൻ, *വയനാട്ടിലെ അടിയാന്മാർ: ജീവിതവും സംസ്കാരവും* (ജനസംസ്കാരപഠനങ്ങൾ) (എഡി: ഡോ.യഹിയ) പുറം 79, ജനസംസ്കാര പഠനകേന്ദ്രം, കണ്ണൂർ-2010.

14. ആവേദകൻ: കരിയൻ (തൃശ്ശിലേരി) *ഉദ്ധരണി: വയനാടൻ രാമായണം.* പുറം 84, അസീസ് തരുവണ, മാതൃഭൂമി ബുക്സ് - 2011.
15. അളാവു പാട്ടിലെ കഥയാണിത്. ഉദ്ധരണി: *വയനാടൻ രാമായണം* (അസീസ് തരുവണ). പുറം 84.
16. ആവേദകൻ: പി കെ കാളൻ, *ഉദ്ധരണി: വയനാടൻ രാമായണം.* പുറം 86.
17. കെ ജെ ബേബി, *നാടു ഗദ്ദിക*, പുറം.13, 14. കറന്റ് ബുക്സ്, തൃശ്ശൂർ –1997.
18. കെ ജെ ബേബി, *നാടു ഗദ്ദിക*, പുറം 13, 14. കറന്റ് ബുക്സ്, തൃശ്ശൂർ –1997.
19. ആവേദകൻ: പി കെ കാളൻ.
20. ആവേദകൻ: പി കെ കരിയൻ, തൃശ്ശിലേരി.
21. ആവേദകൻ: മാതൈ, തൃശ്ശിലേരി. കെ പാനൂരിന്റെ *കേരളത്തിലെ ആഫ്രിക്കയിൽ* ഈ കഥ കാണാം. പുറം 23, 24.
22. ആവേദകൻ: മാതൈ, തൃശ്ശിലേരി.
23. ഡോ. എ നൂജൂം, *ഒരു വരമൊഴിക്ക് അനേകം വാമൊഴികൾ* (ആമുഖം: വയനാടൻ രാമായണം) മാതൃഭൂമി ബുക്സ്- 2011.
24. ഇരുപ്പ് = വയനാടിനോട് ചേർന്ന, കുടകു ജില്ലയിലെ ഒരു പ്രദേശം
25. *വയനാടൻ രാമായണം.* പുറം10 മാതൃഭൂമി ബുക്സ്-2011.

പി കെ കാളൻ ജീവിതവും സംഭാവനകളും

ഇരുപതാം നൂറ്റാണ്ടിന്റെ അവസാന ദശകങ്ങളിലാണ് കേരളത്തിലെ കീഴാള വിഭാഗങ്ങളിൽപ്പെട്ട വ്യക്തികളുടെ ജീവിതവും സംഭാവനകളും അടയാളപ്പെടുത്തി തുടങ്ങിയത്. മുഖ്യധാരയിൽ ഇന്നും പൂർണ്ണാർത്ഥത്തിൽ പ്രവേശനം ലഭിച്ചിട്ടില്ലാത്ത ആദിവാസി വിഭാഗത്തിൽപെട്ടവരുടെ ജീവിതമാകട്ടെ, ഇന്നും അർഹിക്കുംവിധം ആലേഖനം ചെയ്യപ്പെട്ടിട്ടില്ല. സ്വാതന്ത്ര്യസമരത്തിലും നവോത്ഥാനപ്രവർത്തനങ്ങളിലും കേരളത്തിലെ ആദിവാസികളുടെ സംഭാവനകൾ എന്തൊക്കെയാണെന്ന ആഴമാർന്ന പഠനങ്ങളും ഉണ്ടായിട്ടില്ല.[1]

19-ാംനൂറ്റാണ്ടിന്റെ അന്ത്യത്തിലും ഇരുപതാം നൂറ്റാണ്ടിന്റെ ആരംഭദശകങ്ങളിലും കേരളത്തിലുടലെടുത്ത നവോത്ഥാന-പരിഷ്കരണ മുന്നേറ്റങ്ങളിൽ ആദിവാസി പ്രസ്ഥാനങ്ങൾ ഉണ്ടായിരുന്നില്ല. കേരളത്തിലെ നവോത്ഥാന സംരംഭങ്ങളിൽ കീഴാള/ദലിത് പ്രസ്ഥാനങ്ങൾക്ക് പ്രമുഖസ്ഥാനമുണ്ട്. എന്നാൽ സാമൂഹിക സാമ്പത്തിക ജീവിതാവസ്ഥയിൽ ഏറെ പിന്നോക്കം നില്ക്കുന്ന ആദിവാസികൾക്കിടയിൽനിന്ന് ഇന്നും പൂർണ്ണാർത്ഥത്തിലുള്ള നവോത്ഥാന പ്രസ്ഥാനങ്ങൾ ഉടലെടുത്തിട്ടില്ല എന്നതാണ് ചരിത്ര വസ്തുത.[2]

വയനാട്ടിലെ പന്ത്രണ്ട് ആദിവാസി വിഭാഗങ്ങൾക്കിടയിൽനിന്ന് അംഗുലീപരിമിതരായ വ്യക്തികൾ മാത്രമേ ഇന്നും മുഖ്യധാരയിൽ ഇടം നേടിയിട്ടുള്ളു. അവരിലേറെപ്പേരും താരതമ്യേന സാമ്പത്തിക, സാമൂഹികാവസ്ഥയിൽ മുന്നോക്കം നില്ക്കുന്ന കുറിച്യ, കുറുമ ആദിവാസി വിഭാഗങ്ങളിൽപെട്ടവരാണ്. രാഷ്ട്രീയ മേഖലയിൽ ശ്രദ്ധേയരായ കെ കെ അണ്ണൻ, കെ സി കുഞ്ഞിരാമൻ. പി കെ ജയലക്ഷ്മി, ഐ സി ബാലകൃഷ്ണൻ (കുറിച്യ സമുദായം) രാഘവൻ മാസ്റ്റർ, രാധാരാ

ഘവൻ (കുറുമ സമുദായം) എന്നിവർ കേരള നിയമസഭാംഗങ്ങളായി ട്ടുണ്ട്. ത്രിതല പഞ്ചായത്ത് തലത്തിലും ധാരാളം ജനപ്രതിനിധികൾ ഈ രണ്ടു സമുദായങ്ങളിൽനിന്നും ഉണ്ടായിട്ടുണ്ട്. ജനസംഖ്യാപരമായി കേരളത്തിലെ ഏറ്റവും വലിയ ആദിവാസി വിഭാഗമായ പണിയ (2011 ലെ സെൻസസ് പ്രകാരം 83940 ആണ് ഇവരുടെ ജനസംഖ്യ) സമുദായത്തിൽ നിന്നോ പ്രമുഖ ആദിവാസി വിഭാഗമായ അടിയ ആദിവാസി വിഭാഗ (2011 ലെ സെൻസസ് പ്രകാരം 17715 ആണ് ഇവരുടെ ജനസംഖ്യ) മായ അടിയരിൽ നിന്നോ നിയമസഭാംഗങ്ങൾ ഉണ്ടായിട്ടില്ല. ത്രിതലപഞ്ചായ ത്ത് സംവിധാനത്തിലും ഈ വിഭാഗത്തിൽ പെട്ടവരുടെ പ്രാതിനിദ്ധ്യം തുച്ഛമാണ്.[3] ഈ രണ്ട് വിഭാഗങ്ങളും 1977 വരെ വില്ക്കുവാനും വാങ്ങു വാനും പണയം വെക്കുവാനും പറ്റാവുന്ന അടിമ സമുദായങ്ങളായിരുന്നു. ഇന്നും സാമ്പത്തിക, സാമൂഹിക, വിദ്യാഭ്യാസ മേഖലയിൽ ഏറ്റവും പിന്നോക്കം നില്ക്കുന്ന സമുദായങ്ങളാണ്.[4]

മുഖ്യധാരയിൽ സജീവ സാന്നിദ്ധ്യമായി മാറിയ മൂന്നുപേരാണ് അടി യസമുദായത്തിൽനിന്ന് നാളിതുവരെ ഉണ്ടായിട്ടുള്ളത്. ചോമൻമൂപ്പൻ, സി കെ ജാനു, പി കെ കാളൻ എന്നിവരാണവർ. നക്സലൈറ്റ് നേതാ വായിരുന്ന എ വർഗ്ഗീസിന്റെ സന്തതസഹചാരിയായിരുന്നു ചോമൻമൂപ്പൻ. രാഷ്ട്രീയ പ്രവർത്തനത്തിന്റെ പേരിൽ ഇദ്ദേഹം ജയിൽവാസമനുഷ്ഠി ച്ചിട്ടുണ്ട്. ഗോത്രമഹാസഭയുടെ നേതാവായ സി കെ ജാനു അഖിലേ ന്ത്യാതലത്തിൽ അറിയപ്പെട്ട അടിയസമുദായാംഗമാണ്. എന്നാൽ, രാഷ്ട്രീയ, സാമൂഹിക, സാംസ്കാരിക മണ്ഡലങ്ങളിൽ തന്റെ സജീവ സാന്നിദ്ധ്യമറിയിച്ച മഹാൻ എന്ന നിലയിൽ ശ്രദ്ധേയനാണ് പി കെ കാ ളൻ. അദ്ദേഹത്തിന്റെ സാമൂഹിക ജീവിതവും സംഭാവനകളും വേണ്ടത്ര പഠിക്കപ്പെട്ടിട്ടില്ല. അതിനാൽ പി കെ കാളന്റെ ജീവിതത്തേയും സംഭാ വനകളേയും സൂക്ഷ്മമായ വിലയിരുത്തലാണ് ഈ പ്രബന്ധത്തിൽ നിർ വ്വഹിക്കുന്നത്.

പി കെ കാളൻ

വയനാടു ജില്ലയിലെ തൃശ്ശിലേരി കൈതവള്ളി കോളനിയിൽ കറു ത്തമ്മയുടേയും കൊളുമ്പന്റേയും പതിനൊന്നാമത്തെ മകനായിട്ടാണ് പി കെ കാളൻ ജനിച്ചത്. ജനനവർഷം വ്യക്തമല്ല.[5] മാതാപിതാക്കൾ അടിമത്തൊഴിലാളികൾ ആയിരുന്നതിനാൽ അദ്ദേഹത്തിന്റെ ബാല്യകൗ മാരഘട്ടങ്ങൾ അങ്ങേയറ്റം ദുരിതപൂർണ്ണമായിരുന്നു. ഔപചാരിക വിദ്യാഭ്യാസം നേടുവാൻ കഴിഞ്ഞിരുന്നില്ല. ജനനത്തെപ്പറ്റിയും ബാല്യ കൗമാരഘട്ടങ്ങളെക്കുറിച്ചും അദ്ദേഹം പറയുന്നത് ഇങ്ങനെയാണ്:

> അച്ഛനമ്മമാരുടെ പതിനൊന്നാമത്തെ മകനായാണ് ഞാൻ ജനി ച്ചത്. ഒരു പെങ്ങളൊഴികെ ബാക്കി പത്തുപേരും കുട്ടിക്കാലത്തേ മരിച്ചുപോയി. ഞാൻ ജീവിക്കുമെന്ന് അച്ഛനമ്മമാർക്ക് ഒരു

> പ്രതീക്ഷയുമില്ലായിരുന്നു. എന്റെ പേര് കാളൻ എന്നാണ്. ശരിക്കും പറഞ്ഞാൽ കാളപ്പൻ എന്നാണ്. നിങ്ങൾക്കറിയാമല്ലോ പേരിനോടു കൂടി നമ്പ്യാർ, നായർ എന്നൊക്കെ ചേർക്കുമ്പോഴുള്ള പ്രാധാന്യം. പക്ഷേ, എന്റെ പേര് കാളപ്പൻ എന്നാണെങ്കിലും ആ'പ്പൻ' ചേർക്കാൻ പറ്റില്ല. ഞാൻ അടിയാനാണ്. അടിമവർഗ്ഗത്തിൽ പെട്ടവൻ. ഞങ്ങളുടെ ദൈവത്തിന്റെ പേരാണ് കാളപ്പൻ. അതു കൊണ്ട് കാളൻ എന്നു മാത്രമേ പറയൂ. എന്റെ കഥ രസകരമാണ്. അടിമകളായിരുന്ന എന്റെ അച്ഛനുമമ്മയ്ക്കും 13 മക്കൾ പിറന്നിരുന്നു. പത്തും മരിച്ചു. പതിനൊന്നാമനായിട്ടാണ് ഞാൻ പിറന്നത്. ജനിച്ചപ്പോഴേ മരിക്കും എന്ന അവസ്ഥയിലായിരുന്നു. മരിക്കാറായിക്കിടക്കുന്ന എന്നെ നോക്കി അച്ഛനും അമ്മയും കരഞ്ഞു. അപ്പോൾ ഞങ്ങളുടെ മൂപ്പൻ കുടിലിലേക്കു വന്നു. അച്ഛനുമമ്മയും അദ്ദേഹത്തോടു പറഞ്ഞു: ഇവൻകൂടി മരിച്ചാൽ ഞങ്ങളെന്തിനാണ് ജീവിക്കുന്നത്. ഞങ്ങളും മരിക്കും. മൂപ്പൻ കുറച്ചുനേരം അവരെ രണ്ടുപേരെയും നോക്കിനിന്നു. എന്നിട്ട് പറഞ്ഞു: ഞാൻ നാളെ വൈകുന്നേരം വരും. ഒരു പച്ചില മരുന്നിന്റെ പേരുപറഞ്ഞിട്ട് അത് ഞാൻ നാളെ വരുമ്പോഴേക്കും കൊണ്ടുവന്ന് വയ്ക്കണമെന്നു പറഞ്ഞു. പിറ്റേ ദിവസം മൂപ്പൻ വന്നു. അദ്ദേഹം കുറച്ചു പച്ചില മരുന്നുകൾ കൊണ്ടുവന്നിരുന്നു. അച്ഛൻ കൊണ്ടുവച്ചിരുന്ന ഇലകളും മൂപ്പൻ കൊണ്ടുവന്ന ഇലകളും കൂടി ചേർത്തുപിഴിഞ്ഞു മരുന്നുണ്ടാക്കി അമ്മയുടെ കൈയിൽ കൊടുത്തു. എന്നിട്ട് അമ്മയോട് പറഞ്ഞു: "ഇവൻ മരിക്കും, പക്ഷേ, നിനക്ക് ഭാഗ്യമുണ്ടെങ്കിൽ ഇവൻ ജീവിക്കും. അതുകൊണ്ട് മരുന്നു കൊടുക്കുക. ജീവൻ കിട്ടുകയാണെങ്കിൽ മടിയിലെടുത്തുവെച്ച് കാളപ്പാ എന്നു പേരുവിളിക്കണം." ഇതും പറഞ്ഞ് മൂപ്പൻ പോയി. അമ്മ എന്റെ വായിൽ മരുന്നൊഴിച്ച് തന്നു. പക്ഷേ, ഞാനുണർന്നില്ല. മരിച്ചതുപോലെതന്നെ കിടക്കുകയായിരുന്നു. മൂപ്പരുടെ വാക്കുകളിൽ വളരെയധികം വിശ്വാസം ഉള്ള വിഭാഗത്തിൽപ്പെടുന്നവരാണ് എന്റെ വർഗ്ഗക്കാർ. എന്റെ അച്ഛനും അമ്മയും എന്നിട്ടും കാത്തിരുന്നു. കുറേ കഴിഞ്ഞപ്പോൾ ഞാൻ ചലിച്ചു. കരഞ്ഞു. ജീവിക്കുമെന്ന് കണ്ടപ്പോൾ മടിയിലിരുത്തി അമ്മ കാളപ്പാ എന്നുവിളിച്ചു.[6]

ഔപചാരിക വിദ്യാഭ്യാസം ലഭിച്ചിരുന്നില്ലെങ്കിലും നാലു ഭാഷകൾ പഠിക്കുവാൻ ബാല്യകാലത്തുതന്നെ കാളനു സാധിച്ചു. കുട്ടിക്കാലത്ത് തന്നെ കൂലിപ്പണി ചെയ്യേണ്ടി വന്ന അദ്ദേഹം നാലുഭാഷകൾ പഠിച്ച കാര്യം ഇങ്ങനെ വിശദീകരിക്കുന്നു:

> കുട്ടിക്കാലം എനിക്ക് അധികമൊന്നും ഓർമ്മയില്ല. അച്ഛനമ്മമാരുടെയും പെങ്ങളുടെയും കൂടെ കൂർഗിലേക്ക് പോയതിന്റെ

ഓർമ്മയുണ്ട്. അവിടത്തെ ജന്മിയുടെ പണിക്കാരനായാണ് പോയത്. രണ്ടുവർഷം കഴിഞ്ഞ് ഞങ്ങൾ വയനാട്ടിലേക്ക് മടങ്ങി വന്ന് വേറൊരു തമ്പുരാന്റെ പണിക്കാരായി. എനിക്ക് സ്കൂളിൽ പോകാനും പഠിക്കാനുമായിരുന്നു ഇഷ്ടം. പക്ഷേ, അതിന് ഇടം കിട്ടിയില്ല. ഒരിക്കൽ ഞങ്ങളുടെ ജന്മി എനിക്ക് ഒരു പാഠപുസ്തകം തന്നു. ജന്മിയുടെ കാര്യസ്ഥനായിരുന്നു എന്റെ ഗുരു. ഞാൻ മലയാളം അക്ഷരമാല പഠിച്ചു. പക്ഷേ, വേറെ ഒരു പുസ്തകവും വായിക്കാൻ കിട്ടിയില്ല. ഞാൻ എപ്പോഴും നാട്ടുചന്തയിൽ പോയി സിനിമാപോസ്റ്ററുകളും ചുവരെഴുത്തും വായിക്കും. അക്ഷരം പഠിച്ചപ്പോൾ, ഒരിക്കൽ വയനാട്ടിലെ ഏറ്റവും നല്ല സാക്ഷരതാപ്രവർത്തകനുള്ള അവാർഡ് എനിക്ക് കിട്ടുമെന്ന് ഞാൻ വിചാരിച്ചിട്ടില്ല. തൊള്ളായിരത്തിത്തൊണ്ണൂറിൽ സമ്പൂർണ്ണസാക്ഷരതാ പരിപാടിയിൽ ഞാൻ കാര്യമായി പങ്കെടുത്തിരുന്നു.[7]

അച്ഛനമ്മമാരോടൊപ്പം വീണ്ടും കൂർഗിലേക്ക് പോയതോടെ എന്റെ പഠിത്തം അവസാനിച്ചു. ഒരുപക്ഷേ, കൂർഗിലെ ഏതോ ജന്മി അച്ഛനമ്മമാരെ വാങ്ങിയിട്ടുണ്ടാവും. അന്ന് അങ്ങനെയായിരുന്നു. ഞങ്ങളെ വാങ്ങുകയും വില്ക്കുകയും ചെയ്തിരുന്നു. കൂർഗിലായതുകൊണ്ട് രണ്ടു ഭാഷകൾകൂടി പഠിച്ചു. കർണ്ണാടകത്തിൽ നിന്നാണ് കൂർഗിയും കന്നഡയും പഠിച്ചത്. രണ്ടുവർഷം കഴിഞ്ഞ് വീട്ടിൽ തിരിച്ചെത്തിയപ്പോൾ എനിക്ക് പല ഭാഷകൾ അറിയാമായിരുന്നു. മലയാളം, കൂർഗി, കന്നഡ, ഞങ്ങളുടെ ഭാഷയായ അടിയ എന്നീ നാലു ഭാഷകളിൽ എനിക്ക് നന്നായി വർത്തമാനം പറയാൻ കഴിഞ്ഞിരുന്നു. മടങ്ങിവന്നപ്പോൾ അച്ഛനമ്മമാർ വീണ്ടും നാട്ടിലെ തമ്പുരാന്റെ പണിക്കാരായി. ഞാനപ്പോൾ ചെറുപ്പക്കാരനായിരുന്നു. ജന്മിയുടെ കുടുംബത്തിൽ കുട്ടികളെ നോക്കുന്ന പണിയായിരുന്നു എനിക്ക്. അവർ തമിഴന്മാരായിരുന്നതുകൊണ്ട് ഞാൻ തമിഴും പഠിച്ചു.[8]

കാളന്റെ മാതാപിതാക്കളുടെ ആഗ്രഹം വലുതായാൽ കാളനെ മൂപ്പനാക്കണമെന്നായിരുന്നു. മൂപ്പനായിക്കഴിഞ്ഞാൽ സമുദായത്തിലെ അനാചാരങ്ങൾക്കും അന്ധവിശ്വാസങ്ങൾക്കുമെതിരെ പൊരുതണമെന്ന് കാളൻ ചെറുപ്രായത്തിലെ ആഗ്രഹിച്ചിരുന്നു. സമുദായമൂപ്പൻ സ്ഥാനം ഒരടിയാനെ സംബന്ധിച്ചിടത്തോളം അത്യുന്നത പദവിയാണ്. കാളന്റെ കുട്ടിക്കാലത്ത് അടിയ സമുദായം ജന്മിമാരുടേയും വൻകിട ഭൂവുടമകളുടേയും അടിമകളായിരുന്നു. മുപ്പത് വർഷക്കാലം പി കെ കാളൻ അടിമതൊഴിലാളിയായിരുന്നു. അദ്ദേഹത്തിന്റെ ഉടമകളിൽ ചിലർ ഇവരാണ്: ശൂലപാണി വാര്യർ, രാമവാര്യർ (കുളിർമാവ്), അനന്തൻകമ്പോണ്ടർ (പ്ലാമൂല), പരമേശ്വരയ്യർ (ചിറമൂല), അഗസ്ത്യൻ (നരിപ്പറ്റ), അമ്പുഅയ്യർ സ്വാമി (കൈതവള്ളി), മാതുകൊടകൻ (കുടകിലെ വീരകം), അപ്പയ്യർ

പട്ടർ (എടപ്പാടി).... ഇവരിൽ ചിലർ മഹാക്രൂരന്മാരായിരുന്നുവത്രെ. അടിമകളോട് തെറി കലർന്ന ഭാഷയായിരുന്നുവത്രെ പൊതുവെ ഉപയോഗിച്ചിരുന്നത്.[9]

ഒരു വള്ളിയൂർക്കാവ് ക്ഷേത്രോത്സവദിവസം മുതൽ അടുത്ത വർഷത്തെ വള്ളിയൂർക്കാവ് ക്ഷേത്രോത്സവംവരെയായിരുന്നു ഒരു ആദിവാസി അടിമയുടെ ഉടമയ്ക്കു കീഴിലെ കാലാവധി. വള്ളിയൂർക്കാവിലെ അടിമക്കച്ചവടം കാളൻ ഇങ്ങനെ ഓർക്കുന്നു:

> വള്ളിയൂർക്കാവ് ക്ഷേത്രോത്സവദിവസം ഞങ്ങൾ കുടുംബസമേതം വള്ളിയൂർക്കാവിലേക്ക് പോകും. ഞങ്ങളുടെ മൂപ്പന്മാരൊക്കെ അവിടെ എത്തിയിട്ടുണ്ടാകും. ഞങ്ങൾ വിശാലമായ ക്ഷേത്രമൈതാനത്ത് പായവിരിച്ചും വിരിക്കാതെയും ഇരിക്കും. അപ്പോൾ ഓരോ ജന്മിമാർ ഞങ്ങൾക്കിടയിൽ വന്ന് അവർക്കിഷ്ടപ്പെട്ട തടിമിടുക്കും ആരോഗ്യവുമുള്ളവരെ തെരഞ്ഞെടുക്കും. 'ഞങ്ങളുടെ കൂടെ വാടാ' എന്നു പറയും. ഒടുവിൽ മൂപ്പന്മാരുമായി അവർ കരാർ ഉറപ്പിക്കും. തമ്പുരാൻ ആരെന്നോ എവിടെയുള്ള ആളെന്നോ നോക്കാതെ ഞങ്ങൾ പിന്നാലെ പോകും. നാല്പതും അമ്പതും അടിമകൾ ഒരു ജന്മിക്കു കീഴിലുണ്ടാകും. പല പ്രദേശങ്ങളിൽ നിന്നുള്ളവരായിരിക്കും അവർ. ഉറ്റബന്ധുക്കൾ അടുത്തുണ്ടാവണമെന്നില്ല. മുലകുടിക്കുന്ന കുട്ടിയെ കൂടെ കൂട്ടാൻ ചില തമ്പ്രാക്കന്മാർ അനുവദിച്ചിരുന്നു.... തമ്പുരാന്റെ വിശാലമായ കൃഷിയിടത്തിൽ കുടിൽ കെട്ടാൻ അനുവദിച്ചിരുന്നില്ല. ഉപയോഗ ക്ഷമമല്ലാത്ത കാട്ടുപ്രദേശം കാണിച്ചുതരും. ഞങ്ങൾ അവിടെ കുടിലുകെട്ടും. കുടിലിനു ചുറ്റുമുള്ള കാടു വെട്ടിത്തെളിച്ച് മാവും പിലാവും വാഴയുമെല്ലാം നടും. അവ അല്പം വളരുമ്പോൾ ഉടമ പറയും, 'ഇനി നിങ്ങൾ ഇവിടെ താമസിക്കണ്ട, അക്കരെ കുന്നിൽ താമസിച്ചോ' എന്ന്. ഞങ്ങൾ കുടിലും പരിസരവും വിട്ട് അടുത്ത കാട്ടുപ്രദേശത്തേക്ക് പോകും. പഴയത് ആവർത്തിക്കും. ഇങ്ങനെ വഞ്ചനയിലൂടെ കാട് തെളിച്ച് തമ്പുരാൻ പാടം വികസിപ്പിച്ചെടുക്കും.[10]

കാളൻ അനുഭവിച്ച അടിമത്തകാലത്തെ ഒരുദിനം ഇങ്ങനെയായിരുന്നുവെന്ന് അദ്ദേഹം ഓർക്കുന്നു:

> പുലർച്ചെ കോഴികൂവുന്നത് കേട്ടാൽ വയലിൽ എത്തണം. ചെറിയ അസുഖങ്ങളൊന്നും ഇതിനു തടസ്സമല്ല. ഏരു കെട്ടൽ (നിലമുഴുകൽ)ആണെങ്കിൽ 12 മണിവരെ തുടരും. പന്ത്രണ്ടു മണിക്ക് പുരുഷന്മാർക്ക് രണ്ടുസേർ നെല്ലും സ്ത്രീകൾക്ക് ഒരു സേർ നെല്ലും കൂലിയായി കിട്ടും. അതു കുടിലിൽ കൊണ്ടുപോയി കുത്തി കഞ്ഞിവെച്ച് കുടിക്കും. വീണ്ടും വയലിലേക്ക് പണിക്കിറങ്ങും. അല്ലെങ്കിൽ കാടുവെട്ടി തോട്ടമാക്കാൻ കുന്നിൻ പ്രദേശങ്ങ

ളിലേക്കു പോകും. ഇരുട്ടു പരക്കുന്നതുവരെ ജോലി തുടരും. ഉച്ചയ്ക്കു കിട്ടിയ നെല്ലിൽ ബാക്കിയുള്ളതുകൊണ്ട് (ഉണ്ടെങ്കിൽ) കഞ്ഞിവെക്കും. പലപ്പോഴും പട്ടിണിയായിരിക്കും. രാവിലെ എന്നും മുഴുപട്ടിണിയാണ്. ഭക്ഷണം കഴിക്കാതെയാണ് പണിക്കിറങ്ങുന്നത്. നേരം അല്പം വൈകിയാൽ തെറി കേൾക്കേണ്ടി വരും.[11]

അടിമത്തകാലത്തെ കാല, സമയ സങ്കല്പം ഇങ്ങനെയായിരുന്നുവെന്ന് കാളൻ: "വയനാട്ടിലെ ആദിവാസി സമയമറിഞ്ഞത് ടൈംപീസും വാച്ചും വെച്ചല്ല. ഞങ്ങടെ വയറു കരഞ്ഞാ ഉച്ചയായി. കാക്ക കരഞ്ഞാ, വൈകുന്നേരം. പിന്നേം കാക്ക കരഞ്ഞാ...നേരം വെളുക്കും."[12]

കന്നുകാലികൾക്ക് നല്കിയിരുന്ന പരിഗണനകൾക്കപ്പുറം ഈ അടിമകൾക്ക് അധികാരാവകാശങ്ങൾ നല്കിയിരുന്നില്ല. കടുത്ത ചൂഷണത്തിനും പീഡനത്തിനും അവർ വിധേയമാക്കപ്പെട്ടു. ഇത് പി കെ കാളന്റെ മാത്രം അവസ്ഥയായിരുന്നില്ല. പ്രത്യുത, അടിമകളാക്കപ്പെട്ട മുഴുവൻ ജനതയുടേയും അവസ്ഥയായിരുന്നു. കർഷക സംഘത്തിന്റേയും കമ്യൂണിസ്റ്റ് പാർട്ടിയുടേയും ഇടപെടലുകളാണ് ഈ അവസ്ഥയ്ക്ക് മാറ്റമുണ്ടാക്കിയത്. കമ്യൂണിസ്റ്റ് പാർട്ടിയുമായും കർഷക സംഘവുമായും ബന്ധപ്പെട്ടു പ്രവർത്തിച്ചു തുടങ്ങിയതാണ് പി കെ കാളന്റെ ജീവിതത്തെ ഗതിമാറ്റിയ പ്രധാന ഘടകം. കമ്യൂണിസ്റ്റ് പാർട്ടി തങ്ങൾക്കിടയിലേക്കെത്തിച്ചേർന്നവിധം കാളൻ ഇങ്ങനെ അനാവരണം ചെയ്യുന്നു:

> അക്കാലത്താണ് ഞങ്ങളുടെ ഗ്രാമത്തിൽ കമ്യൂണിസം വരുന്നത്. സാക്ഷരതാ പ്രവർത്തകരായി ഗ്രാമത്തിൽ എത്തിയവരൊക്കെ പാർട്ടി പ്രവർത്തകരായിരുന്നു. അതിൽ ഉയർന്ന സമുദായക്കാർ കുറേപ്പേരുണ്ടായിരുന്നു. ഞങ്ങൾക്ക് കമ്യൂണിസം എന്താണെന്ന് അറിയില്ലായിരുന്നു. പണക്കാരനും പാവപ്പെട്ടവനും എന്ന വ്യത്യാസമില്ലാത്ത ഒരു സമൂഹത്തിന് വേണ്ടിയാണ് അവർ പ്രവർത്തിക്കുന്നത് എന്നുമാത്രമേ ഞങ്ങൾക്ക് അറിയുമായിരുന്നുള്ളൂ. എല്ലാവർക്കും ഭക്ഷണം കിട്ടുകയും എല്ലാ കുട്ടികളും സ്കൂളിൽ പോവുകയും ചെയ്യുന്ന, പണക്കാരനും പാവപ്പെട്ടവനും ഇല്ലാത്ത റഷ്യ എന്ന രാജ്യത്തെപ്പറ്റി ഞങ്ങൾ കേട്ടു. വയനാടും പെട്ടെന്ന് അങ്ങനെയാവുമെന്ന് കമ്യൂണിസ്റ്റുകാർ പറഞ്ഞു. റഷ്യയെപ്പറ്റിയുള്ള കഥകൾകേട്ട് ഞാനും കമ്യൂണിസ്റ്റായി. ഞാൻ പാർട്ടിക്ലാസുകളിൽ സ്ഥിരമായി പങ്കെടുത്തു. പിന്നെ കമ്യൂണിസ്റ്റ് പാർട്ടി നയിച്ച കർഷക പ്രസ്ഥാനത്തിൽ ഞാൻ താല്പര്യത്തോടെ പ്രവർത്തിക്കാൻ തുടങ്ങി. ഞാൻ പറയുന്നത് കേട്ട് വർഗ്ഗരഹിത സമൂഹം എന്ന ആശയം എന്റെ സമുദായത്തിലുമെത്തി. എന്റെ സമുദായത്തിലെ മുഴുവൻ ആളുകളും കമ്യൂണിസ്റ്റായിത്തുടങ്ങി. ഇപ്പോൾ ഞാൻ താമസിക്കുന്ന ഊരിലൊന്നും മറ്റ് രാഷ്ട്രീയ പാർട്ടികൾക്ക് വരാനേ പറ്റില്ല.[13]

കാളൻ സജീവ പങ്കാളിത്തം വഹിച്ചിരുന്ന കർഷകത്തൊഴിലാളി യൂണിയന്റെ വടക്കേ വയനാട് താലൂക്ക് സെക്രട്ടറിയായി സഖാവ് വർഗ്ഗീസിനെ തെരഞ്ഞെടുക്കുന്നത് 1966 ലാണ്. വർഗ്ഗീസ് തൃശ്ശിലേരി, തിരുനെല്ലി പ്രദേശങ്ങളിലെ ചൂഷകരായ ജന്മിമാർക്കെതിരെ ആദിവാസികളെ സംഘടിപ്പിച്ച് പോരാട്ടം ശക്തമാക്കി. വർഗ്ഗീസിനോടൊപ്പം ദീർഘകാലം രാഷ്ട്രീയപ്രവർത്തനം നടത്തിയിട്ടുണ്ട് കാളൻ. അത് നക്സലൈറ്റ് പ്രസ്ഥാനത്തിലായിരുന്നില്ല. കെ എസ് കെ ടി യുവിലായിരുന്നു. വർഗ്ഗീസുമായും അദ്ദേഹത്തിന്റെ പ്രസ്ഥാനവുമായുള്ള ബന്ധത്തെപ്പറ്റി ഒരഭിമുഖത്തിൽ കാളൻ ഇങ്ങനെ പറഞ്ഞു:

> വർഗ്ഗീസിനോടൊപ്പം ഞാനും പോകുമായിരുന്നുവെന്ന് എനിക്ക് തോന്നിയിട്ടുണ്ട്. പക്ഷേ, എന്റെ അമ്മയായിരുന്നു അങ്ങനെ സംഭവിക്കാതിരിക്കാനുള്ള പ്രധാനകാരണം. അമ്മയെ നോക്കാൻ ഞാൻ മാത്രമേ ഉണ്ടായിരുന്നുള്ളൂ. വർഗ്ഗീസിനോടൊപ്പം കാടുകയറിയാൽ പിന്നെ തിരിച്ചു വരവില്ല എന്ന് എനിക്കറിയാമായിരുന്നു. ഞാൻ വർഗ്ഗീസിനോട് അതു പറയുകയും ചെയ്തിട്ടുണ്ട്. തൃശ്ശിലേരിയിൽ കർഷകരെ പ്രത്യേകിച്ച് ആദിവാസികളെ സംഘടിപ്പിക്കാൻ വർഗ്ഗീസിനെയാണ് സി പി എം നേതൃത്വം ചുമതലപ്പെടുത്തിയത്. ഈ സമയത്ത് തൃശ്ശിലേരി, തിരുനെല്ലി കാട്ടിക്കുളം, പനവല്ലി പ്രദേശങ്ങളിൽ ആദിവാസികൾ ജന്മിമാരുടെ കീഴിൽ അടിമപ്പണിക്കാരായാണ് കഴിഞ്ഞിരുന്നത്. ഇത് അവസാനിപ്പിക്കാൻ നിരന്തരസമരം എന്ന തന്ത്രവുമായാണ് വർഗ്ഗീസ് തൃശ്ശിലേരിയിൽ എത്തിയത്. കൂലിസമ്പ്രദായം വന്നതോടെയാണ് അയാൾ തീവ്രമായ രീതിയിൽ മറ്റൊരു പ്രസ്ഥാനം ഉണ്ടാക്കുവാൻ ശ്രമം തുടങ്ങിയത്. കർഷകത്തൊഴിലാളി യൂണിയനിലൂടെ ആദിവാസികൾക്ക് കൂടുതലൊന്നും നേടിയെടുക്കാൻ സാധിക്കില്ല എന്ന തോന്നലായിരുന്നു കാരണം. പുതിയ സംഘടനയുടെ പല മീറ്റിങ്ങുകളിലും ഞാൻ പങ്കെടുത്തു. ആയുധമെടുത്തുള്ള പോരാട്ടത്തെക്കുറിച്ചായിരുന്നു സംസാരം. വിപ്ലവം ആവശ്യമാണ്. അതിവിപ്ലവം ആപല്കരവുമാണ് എന്ന് ഞാൻ വർഗ്ഗീസിനോട് വാദിച്ചു. അന്ന് ഞങ്ങൾ വഴിപിരിഞ്ഞു. പിന്നെ വർഗ്ഗീസിനെ കാണുന്നത് അതിവിപ്ലവകാരിയായിട്ടാണ്. ഇതിനിടയിലാണ് എന്നെ തെറ്റിദ്ധരിപ്പിച്ച് തലശ്ശേരി ആക്ഷനിൽ പങ്കെടുക്കുവാൻ കൊണ്ടുപോയത്. ആ കേസിൽ ഞാൻ പ്രതിയാവുകയും ചെയ്തു. മാനന്തവാടിക്കടുത്ത് കണിയാരത്ത് യോഗമുണ്ടെന്ന് പറഞ്ഞാണ് ഞാനുൾപ്പെടെ ഒമ്പതുപേരെ വർഗ്ഗീസ് വിളിച്ചത്. നേരെ കൊണ്ടുപോയത് തലശ്ശേരിക്ക്. അവിടെ എത്തിയപ്പോഴാണ് പൊലീസ്സ്റ്റേഷൻ ആക്രമിക്കാനാണെന്ന് വർഗ്ഗീസ് എന്നോട് പറയുന്നത്. വർഗ്ഗീസ് തൃശ്ശിലേരിയിൽ വന്ന് വാസുദേവ അഡിഗയെ വെടിവെച്ച് കൊന്നു. അതിന്റെ പേരിൽ എന്നേയും പൊലീസ്സ്റ്റേഷനിൽ വിളിപ്പിച്ച്

ചോദ്യംചെയ്തു. ഒരുദിവസം മാനന്തവാടി സ്റ്റേഷനിൽ ചോദ്യം ചെയ്യൽ നടന്നുകൊണ്ടിരിക്കുമ്പോഴാണ് വർഗ്ഗീസ് വെടിയേറ്റു മരിച്ചെന്ന് വയർലെസ് സെറ്റിലൂടെ കേട്ടത്.[14]

തലശ്ശേരി സ്റ്റേഷൻ ആക്രമണത്തിനുപോയതും, പിൻമാറി നടന്നതും ഒടുവിൽ പൊലീസിന്റെ വേട്ടയാടലിന് ഇരയായതും കാളൻ ഇങ്ങനെ അനുസ്മരിക്കുകയുണ്ടായി:

> മീറ്റിങ്ങിന് എന്നു പറഞ്ഞാണ് ഞങ്ങളെ കൊണ്ടുപോയത്. യാത്ര തുടങ്ങി മൂന്നാംനാൾ രാത്രിയാണ് യാത്രയുടെ യഥാർത്ഥ ഉദ്ദേശ്യം പറഞ്ഞത്. സ്റ്റേഷൻ ആക്രമിക്കാനാണ് പോക്കെന്ന് അധികം പേരും അറിഞ്ഞിരുന്നില്ല. തിരിച്ചുപോകാൻ ആഗ്രഹിക്കുന്നവർക്ക് അതിനുള്ള അനുമതി തന്നപ്പോൾ ഞാൻ പിന്മാറി തിരിച്ചു നടന്നു. വഴിക്കുവെച്ച് ഒരാൾ ചോദ്യം ചെയ്തപ്പോൾ കാണാതെപോയ പോത്തിനെ അന്വേഷിച്ചാണ് വന്നതെന്ന് കള്ളംപറഞ്ഞു. അയാളുമായി കൂട്ടായി. രാത്രി ഒരു കടയിൽ തങ്ങി. രാവിലെ അയാളോട് സത്യം പറഞ്ഞു. അയാളൊന്നും ചെയ്തില്ല. ചായ വാങ്ങിച്ചു തന്നു. തിരിച്ചുള്ള ദൂരം മുഴുവൻ ഞാൻ നടന്നു. രണ്ടു ദിവസം കഴിഞ്ഞപ്പോൾ വീട്ടിലെത്തി. പിന്നീട് പൊലീസ് വന്ന് എന്നെ അറസ്റ്റ് ചെയ്തു. പിന്നീടുള്ള ദിവസങ്ങളിൽ ഒരുപാട് ചോദ്യം ചെയ്യലുകൾ ഉണ്ടായി. എന്റെ വീട്ടിലാണ് സംഘം ചേർന്നത് എന്നു പറഞ്ഞു. പ്രതികളായി ഞങ്ങൾ ഒമ്പതുപേരുണ്ടായിരുന്നു. എട്ടുപേരെ പത്തുമിനിറ്റ് കൊണ്ട് ചോദ്യം ചെയ്തു. ഒമ്പതാമനായ എന്നെ ചോദ്യം ചെയ്യാൻ ഒന്നരമണിക്കൂറെടുത്തു. എന്റെ വായിൽ നിന്ന് ഒന്നും കിട്ടിയില്ല. സത്യത്തിൽ വർഗ്ഗീസിനെ മൂന്ന് നാൾ മുമ്പ് ഞാൻ കണ്ടതാണ്. എന്റെ ശരീരത്തിൽ ഒരുതുള്ളി ചോര ബാക്കിയുള്ള കാലത്തോളം നിങ്ങളെ ഒറ്റിക്കൊടുക്കില്ല, പക്ഷേ, നിങ്ങളുടെ കൂടെച്ചേരില്ല എന്നാണ് ഞാൻ വർഗ്ഗീസിനോട് പറഞ്ഞിരുന്നത്. എന്റെ ശ്രദ്ധ തിരിക്കാനായി എസ് ഐ അടിയാന്മാരെക്കുറിച്ചും മറ്റും ചോദിച്ചു. അതിനിടയ്ക്ക് മേശയ്ക്കടിച്ച് എസ് ഐ ഒറ്റച്ചോദ്യം:
>
> "പിന്നെ വർഗ്ഗീസ് എന്തു പറഞ്ഞു,"
>
> ഞാൻ പെട്ടെന്ന് ഉത്തരം പറഞ്ഞു: "പിന്നെ വർഗ്ഗീസ് കൂടെ വരാമോ എന്നു ചോദിച്ചു. ഞാൻ വരില്ലെന്ന് ഉത്തരം പറഞ്ഞു."
>
> ഇതുകേട്ടതോടെ പൊലീസ് പോകാൻ അനുമതി തന്നു. എസ് ഐ മുഹമ്മദ് ആദിവാസികൾക്ക് വളരെ സഹായിയായിരുന്നു. വർഗ്ഗീസിന്റെ കൂടെയുണ്ടായിരുന്ന ഭാസിയും ചോമനും എന്റെ കൂടെ വന്ന് പിന്നീട് മുഹമ്മദിനു മുമ്പിൽ കീഴടങ്ങി. അവർ തലശ്ശേരി സ്റ്റേഷനിലേക്കല്ല, അതിനടുത്തുള്ള എസ്റ്റേറ്റിലേക്ക്

> റേഷൻ വാങ്ങാൻ പോയതാണെന്ന് പറഞ്ഞു. അപ്പോൾ ഇതിനകം തടവിലായ ഔസേപ്പിനെ കൊണ്ടുവന്ന് മൊഴിയെടുത്തു. ഭാസിയും ചോമനും വർഗ്ഗീസിന്റെ കൂടെയുണ്ടായിരുന്നു എന്ന യാൾ പറഞ്ഞു. അതോടെ കള്ളിപൊളിഞ്ഞു. ഭാസിയും ചോമനും ഏഴുകൊല്ലം റിമാന്റിൽ കഴിഞ്ഞു. നല്ലതിനു വേണ്ടിയായിരുന്നു എല്ലാം. വർഗ്ഗീസും നല്ലവനായിരുന്നു. പക്ഷേ, ചോരകൊണ്ട് കളിച്ചത് ശരിയായില്ല..[15]

1960 കളിൽ തുടങ്ങിയ കമ്യൂണിസ്റ്റ് പാർട്ടി ബന്ധം ജീവിതാന്ത്യംവ രെ അദ്ദേഹം തുടർന്നു. കമ്യൂണിസ്റ്റ് പാർട്ടിയുമായുള്ള അദ്ദേഹത്തിന്റെ ബന്ധത്തെയും മറ്റും സി കെ ശശീന്ദ്രൻ[16] ഇങ്ങനെ വിലയിരുത്തുന്നു:

> വയനാട്ടിലെ ആദിവാസികളിൽ ഏറ്റവും പിന്നോക്കം നില്ക്കുന്ന ജനവിഭാഗങ്ങളിലൊന്നാണ് അടിയാന്മാർ. ഇവരുടെ ഇടയിൽനി ന്നാണ് പി കെ കാളനെന്ന ആദിവാസി നേതാവ്-കമ്യൂണിസ്റ്റ് നേതാവുയർന്നുവന്നത്. ഗ്രന്ഥങ്ങളിൽനിന്ന് കമ്യൂണിസം പഠിച്ച ആളായിരുന്നില്ല അദ്ദേഹം; അനുഭവത്തിൽനിന്ന് കമ്യൂണിസം സ്വീകരിക്കുകയാണ് ചെയ്തത്. ആദിവാസികളെ അടിമകളെ പ്പോലെ കരുതിയിരുന്ന കാലത്താണ് കാളൻ അതിനെതിരെ പോരാടി അവരുടെ നേതാവായി ഉയർന്നുവന്നത്. ഈ ജനവിഭാ ഗത്തെ കമ്യൂണിസ്റ്റ് പാർട്ടിയോടൊപ്പം ചേർത്തു നിർത്തുന്നതിൽ കാളൻ നല്കിയ സംഭാവനകൾ വിലപ്പെട്ടതാണ്.[17]

മൂപ്പൻ സ്ഥാനവും സാമുദായിക പരിഷ്കരണവും

മൂപ്പൻസ്ഥാനം അടിയാന്മാരെ സംബന്ധിച്ചിടത്തോളം സുപ്രധാന മാണ്. സംഘത്തിലെ തലമുതിർന്ന ആളെയാണ് മൂപ്പനായി തെരഞ്ഞെ ടുക്കുന്നത്. മൂപ്പനെ എല്ലാവരും ബഹുമാനിക്കുകയും ആദരിക്കുകയും ചെയ്യും. കാളന്റെ മാതാപിതാക്കളുടെ സ്വപ്നം കാളനെ ഭാവിയിൽ മൂ പ്പനായി മാറ്റണമെന്നായിരുന്നു. കാളന് മൂപ്പൻസ്ഥാനം ലഭിച്ച സന്ദർഭം കാളന്റെ നാട്ടുകാരിയും ഗവേഷകയുമായ ഡോ. പി ജി പത്മിനി ഇങ്ങനെ അനുസ്മരിക്കുന്നു:

> താൻ സമുദായ മൂപ്പനാകണമെന്ന അച്ഛന്റെ മോഹം സഫലീകരി ക്കണമെന്നതായിരുന്നു കാളന്റ ആഗ്രഹം. അതുകൊണ്ട് മൂത്തവർ ചെയ്യുന്ന ആചാരാനുഷ്ഠാനങ്ങൾ നോക്കി പഠിക്കുവാൻ തയ്യാറായി. അങ്ങനെ തങ്ങളുടെ സമുദായത്തിൽ നിലനിന്നിരുന്ന എല്ലാ കർമ്മങ്ങളും കാളൻ പഠിച്ചു. അടിയ സമുദായത്തിലെ യുവാക്കളെ സംഘടിപ്പിച്ച് പല ആചാരങ്ങളെയും കാളൻ എതിർ ത്തു. സമുദായാചാരങ്ങളെ എതിർത്തതിന് കാളനെ സമുദായം വിലക്കിയെങ്കിലും കാളൻ സമുദായത്തെ പരിഷ്കരിക്കും എന്ന

വിശ്വാസത്തിൽ വിലക്ക് പിൻലിച്ചു. പിന്നീട് മൂപ്പന്റെ സഹായിയായി തീർന്നത് സമുദായ മൂപ്പനാകാൻ കാളനെ സഹായിച്ചു. മൂപ്പനായി തീർന്നാൽ മാത്രമേ സമുദായത്തിൽ നിലനിന്നിരുന്ന അന്ധവിശ്വാസങ്ങളെയും അനാചാരങ്ങളേയും അവസാനിപ്പിച്ച് സമൂഹത്തെ നേർവഴിയിലേക്ക് നയിക്കുവാൻ കഴിയൂ എന്ന് കാളന് ബോദ്ധ്യമുണ്ടായിരുന്നു. അങ്ങനെ മൂപ്പനാകാനുള്ള എല്ലാ അവസരങ്ങളും കാളൻ ഉപയോഗപ്പെടുത്തി.[18]

സമുദായത്തെ അന്ധവിശ്വാസത്തിൽനിന്നും അനാചാരത്തിൽ നിന്നും മോചിപ്പിക്കുന്നതിനുള്ള ഒരായുധമായാണ് മൂപ്പൻസ്ഥാനത്തെ കാളൻ കണ്ടിരുന്നത്. മറ്റൊരർത്ഥത്തിൽ, ഒരു സമുദായം ആ സമുദായത്തിനുള്ളിൽ നിന്നുതന്നെ ഒരു പരിഷ്കർത്താവിനെ കണ്ടെത്തുകയായിരുന്നു, കാളനിലൂടെ. ഒരു പ്രഭാഷണത്തിൽ അദ്ദേഹം പറഞ്ഞു:

> ഒരു മരണം നടന്നാൽ എന്റെ സമുദായത്തിൽ ഒരുപാട് ചടങ്ങുകളുണ്ട്. ഭാര്യ മരിച്ചാൽ ഭർത്താവും ഭർത്താവ് മരിച്ചാൽ ഭാര്യയും ദു:ഖാചരണം നടത്തണം. കുളിക്കാനും നനയ്ക്കാനും പാടില്ല. മത്സ്യമാംസാദികൾ കഴിക്കരുത്. പൂചൂടരുത്. ഞാൻ ചെറുപ്പത്തിൽ തന്നെ മൂപ്പനുമായി ഇതിനെക്കുറിച്ച് വാദപ്രതിവാദത്തിലേർപ്പെട്ടിട്ടുണ്ട്. ഞാൻ ചോദിക്കും, ഇങ്ങനെ കുളിക്കാതിരുന്നിട്ടും നനയ്ക്കാതിരുന്നിട്ടും നമുക്ക് പോയ ആളെ തിരിച്ചുകിട്ടുമോ. മൂപ്പൻ പറയും: 'നീ എന്താണ് പറയുന്നത് ഇത് പണ്ടേയുള്ള നിയമങ്ങളല്ലേ. ഒട്ടും തെറ്റിക്കരുത്.' നിയമങ്ങൾ തെറ്റിച്ചാൽ, തെറ്റുകുറ്റങ്ങൾ വന്നുപോയാൽ ഞങ്ങൾക്ക് പിഴ ഒടുക്കേണ്ടി വരും. ഒരുതരം വളകളാണ് സാധാരണയായി പിഴ ഒടുക്കേണ്ടത്. മൂപ്പന് ധാരാളം വളകൾ കിട്ടും. കാരണം തെറ്റുകൾ വന്നുപോകും എന്നതുകൊണ്ടുതന്നെ. ഇപ്പോൾ പഴയ ചിട്ടകളെല്ലാം വളരെയധികം മാറി. കുളിക്കാം, നനയ്ക്കാം, ഷർട്ടിടാം, വെള്ളമുണ്ടുടുക്കാം. ഒരുകൊല്ലം കഴിയുമ്പോൾ ചെറിയ എന്തെങ്കിലും ചടങ്ങ് കഴിച്ചിട്ട് ചടങ്ങുകളെല്ലാം കഴിഞ്ഞതായി കണക്കുകൂട്ടും. ഇപ്പോൾ എല്ലാത്തരം ഭക്ഷണവും കഴിക്കാറുണ്ട്. അങ്ങനെയുള്ള ഒരുപാട് നിയമാവലികളുള്ള എന്റെ വർഗ്ഗം നിയമങ്ങൾ തെറ്റിച്ച് മുമ്പോട്ടു പോകുന്നു.[19]

മുപ്പൻസ്ഥാനവും കമ്യൂണിസവും

പി കെ കാളൻ തികഞ്ഞ ഈശ്വരവിശ്വാസിയായിരുന്നു. സമുദായ മൂപ്പൻ എന്ന നിലയിൽ സമുദായത്തിലെ അനുഷ്ഠാനങ്ങൾക്ക് കാർമ്മികത്വം വഹിച്ചിരുന്നു അദ്ദേഹം. സമുദായം അഭിമുഖീകരിക്കുന്ന അടിസ്ഥാന പ്രശ്നങ്ങളെപ്പറ്റി അദ്ദേഹം അങ്ങേയറ്റം ബോധവാനായിരുന്നു.

ആദിവാസി എന്ന നിലയിലും അടിസ്ഥാന തൊഴിലാളി വർഗ്ഗം എന്ന നിലയിലും അവർ നേരിടുന്ന ഇരട്ട ചൂഷണത്തെപ്പറ്റി കാളൻ ബോധവാനായിരുന്നു. അതിനാൽ ഒരേ സമയം സ്വത്വബോധവും വർഗ്ഗബോധവുമുള്ള ആദിവാസി മൂപ്പനും കമ്യൂണിസ്റ്റ് പാർട്ടി പ്രവർത്തകനുമായിരുന്നു. ആദിവാസി എന്ന തന്റെ സ്വത്വം ഒളിപ്പിച്ചുവെക്കാത്ത കമ്യൂണിസ്റ്റായിരുന്നു അദ്ദേഹം. ഞാൻ ഒരാദിവാസിയാണെന്നും ഞങ്ങളുടെ സമൂഹത്തിന് ഇന്നയിന്ന പ്രശ്നങ്ങൾ ഉണ്ടെന്നും പ്രഖ്യാപിക്കുവാൻ അദ്ദേഹം മടിച്ചിരുന്നില്ല.

കാളൻ ചെറുപ്പത്തിലെ കമ്യൂണിസ്റ്റ് പാർട്ടി ക്ലാസുകളിൽ പോകുമായിരുന്നു. ആ അറിവിന്റെ വെളിച്ചത്തിൽ തന്റെ സമുദായത്തിലെ ദുരാചാരങ്ങളിൽ ചിലത് മാറ്റിയെടുക്കണമെന്ന് ചിന്തിച്ചു. പക്ഷേ, കാളന്റെ അഭിപ്രായങ്ങൾ കേട്ട അന്നത്തെ മൂപ്പനായ കാളന്റെ മുത്തച്ഛൻ കാളനെ സമുദായകാര്യങ്ങളിൽനിന്ന് പുറത്താക്കുകയാണ് ചെയ്തത്. അടിയാന്മാർക്ക് അവരുടെ മൂപ്പന്മാരാണ് ശിക്ഷകരും നീതിപാലകരും സംരക്ഷകരുമെല്ലാം. പിന്നീടാണ് കാളന് സമുദായ കാര്യങ്ങൾ പഠിച്ചെടുക്കണമെന്ന് തോന്നിയത്. ആരുമറിയാതെ ഒളിഞ്ഞും തെളിഞ്ഞും ഒന്നൊന്നായി പഠിച്ചെടുത്തു. അടിയാന്മാരുടെ ചടങ്ങുകൾ പഠിച്ചെടുക്കണമെങ്കിൽ വർഷങ്ങൾ ചെലവഴിക്കേണ്ടിവരും. പഠിച്ചെടുത്തത് തൃശ്ശിലേരിയിലെ കുളിർമാവ് വയലിലെ പന്തലിൽ വച്ച് ഉറക്കെ പാടിക്കൊണ്ടിരുന്നപ്പോഴാണ് മൂപ്പൻ അതിലേപോയത്. വലിയ മൂപ്പന്മാർ പോലും വിഷമിച്ച് പാടാറുള്ളത് അനായാസേന കാളൻ പാടുന്നതുകേട്ട മൂപ്പൻ ചെറുമകന്റെ കഴിവ് തിരിച്ചറിഞ്ഞു. എന്റെ കനലാടിയെവിടെ എന്നു ചോദിച്ചുകൊണ്ടാണ് അന്ന് മൂപ്പൻ കുടിലിലേക്ക് കയറിവന്നതത്രേ. ചടങ്ങുകളിൽ തന്നെ സഹായിക്കേണ്ട പരികർമ്മിയായ കനലാടിയെ അദ്ദേഹം കാളനിൽ കണ്ടെത്തുകയായിരുന്നു.

കാളൻ സമുദായകാര്യങ്ങളിൽ ഇടപെടാൻ തുടങ്ങിയതോടെ വളരെയധികം മാറ്റങ്ങളുണ്ടായി. ആവശ്യമില്ലാത്ത ആചാരങ്ങളിലെ പിടിമുറുക്കങ്ങൾ അയഞ്ഞു. ഭാര്യ മരിച്ചാൽ ഭർത്താവും ഭർത്താവു മരിച്ചാൽ ഭാര്യയും ഒരുവർഷം വരെ കുളിക്കാതെയും വസ്ത്രം മാറാതെയും ഇരിക്കണമെന്ന നിബന്ധന അയഞ്ഞു. പുരുഷന്മാർക്ക് താടിവടിക്കാനോ മുടിമുറിക്കാനോ കുമ്പളങ്ങ തിന്നാനോ ഇക്കാലത്ത് പാടില്ല എന്നും നിബന്ധനയുണ്ട്. അതുപോലെ ചെറിയ പ്രായത്തിലേ വധുവിനെ കണ്ടെത്തി കഴുത്തിൽ ഒരു തുണിക്കഷണത്തിൽ നാണയം ചുരുട്ടിക്കെട്ടിക്കൊടുത്തു വിവാഹം ഉറപ്പിച്ചുവയ്ക്കും. പെണ്ണ് ഋതുമതിയാകുന്നതുവരെ വിവാഹം പാടില്ല. പക്ഷേ, അവൾക്കുവേണ്ട അരിയും ഭക്ഷണസാധനങ്ങളും വിറകും എത്തിച്ചുകൊടുക്കേണ്ടത് വരന്റെ കടമയാണ്. ഇതെല്ലാം കഴിയുമ്പോഴായിരിക്കും വധു ആരുടെയെങ്കിലും കൂടെ ഒളിച്ചു പോകുന്നത്. പിഴയടച്ചാൽ തെറ്റുകുറ്റങ്ങൾ പൊറുക്കുന്ന

സമ്പ്രദായം അടിയാന്മാർക്കിടയിലുണ്ട്. ശൈശവവിവാഹം ഒഴിവാക്കാനും നിബന്ധനകൾ അയവുള്ളതാക്കാനും കാളൻ സമുദായാംഗങ്ങൾക്ക് അനുവാദം കൊടുത്തു. അതേ സന്ദർഭത്തിൽ പുലകൾ നടക്കുന്ന സമയത്ത് തങ്ങളുടെ പരാതികൾ അറിയിക്കാനായി വന്നുചേരാത്തവരെ കൂട്ടിക്കൊണ്ടുവന്ന് പരാതികൾ ഒത്തുചേർന്ന് പരിഹരിച്ച് സമുദായ സൗഹാർദ്ദം വളർത്തുന്ന കാര്യത്തിൽ കാളൻ എന്നും ശ്രദ്ധിച്ചിട്ടുണ്ട്. സ്വന്തം സമുദായാചാരങ്ങളുമായി ബന്ധപ്പെടുന്ന കാര്യങ്ങളിലായിരുന്നെങ്കിലും വളരെ ശ്രദ്ധേയമായ സാമൂഹിക പരിഷ്കരണങ്ങളാണ് അദ്ദേഹത്തിന് ഉണ്ടാക്കാൻ കഴിഞ്ഞത്. പ്രാന്തവല്ക്കരിക്കപ്പെട്ട ഒരു വിഭാഗത്തിന്റെ പരിഷ്കർത്താവായിരുന്നു എന്നതുകൊണ്ട് ശ്രദ്ധിക്കപ്പെടാതെ പോയതാവാം അദ്ദേഹത്തിന്റെ പ്രവർത്തനങ്ങൾ.

താനുൾപ്പെടുന്ന അടിമ സമുദായത്തിന്റെ വിമോചനം സ്വപ്നം കണ്ട പ്രക്ഷോഭകാരിയായ നേതാവായിരുന്നു പി കെ കാളൻ. കമ്യൂണിസ്റ്റ് പാർട്ടി തങ്ങളെ വിമോചിപ്പിക്കുമെന്ന് അദ്ദേഹം പ്രത്യാശിച്ചു. പാർട്ടി ക്ലാസുകളിൽനിന്ന് കേട്ട കമ്യൂണിസ്റ്റ് രാജ്യങ്ങളിലെ സംഭവവികാസങ്ങൾ അദ്ദേഹത്തെ ഏറെ ആവേശഭരിതനാക്കിയിരുന്നു. 1977 ൽ അടിമത്തം നിരോധിച്ചുകൊണ്ട് സർക്കാർ ഉത്തരവ് പുറപ്പെടുവിച്ചപ്പോൾ അദ്ദേഹം നിമിഷകവിതയായി ആലപിച്ച വരികളിൽ ഇങ്ങനെ കാണാം: (*'അരിവാളും കൈക്കോട്ടും'* എന്ന കവിതയിൽ നിന്ന്)

അരിവാളും കൈകോട്ടും/കൈകകളിലേന്തി (2)
വരുന്നു ഞങ്ങൾ/വരുന്നു ഞങ്ങൾ
വരുന്നു ഞങ്ങൾ ജോലിക്കായി
ജോലി തരിക ജോലി തരിക
ജോലിതരിക സർക്കാരേ (2)
കൂലി തരിക കൂലി തരിക/കൂലി തരിക സർക്കാരേ (2)
ജോലി ചോദിച്ചാൽ/ അടിയാണോ?
അടിയാണെങ്കിൽ അടിച്ചോളൂ
കൂലി ചോദിച്ചാൽ വെടിയാണോ
വെടിയാണെങ്കിൽ വെച്ചോള്ളൂ
കിടപ്പാടം ചോദിച്ചാൽ ജയിലാണോ
തുറന്നുവെക്കൂ സർക്കാരെ (2)
വരുന്നു ഞങ്ങൾ/വരുന്നു ഞങ്ങൾ
വരുന്നു ഞങ്ങൾ തൊഴിലാളർ.
അടികൊണ്ടിവിടെ ഫലമില്ല
വെടികൊണ്ടിവിടെ ജയമില്ല
ജയിലറ കണ്ടാൽ മടങ്ങുകില്ല (2)
വരുന്നു ഞങ്ങൾ തൊഴിലാളർ
തോക്കുകൾ ലാത്തികൾ/തൂക്കുമരങ്ങൾ (2)

കണ്ടവരാണ് പണ്ടും ഞങ്ങൾ
ചിക്കാഗോവിൻ തെരുവീഥികളിൽ (2)
ചിന്തിച്ചിതറിയ ചുടു ചോരയിൽ
കുരുത്തതാണ് ജനശക്തി./തീയ്യിൽ കൊരുത്തൊരു തൈയ്യാണ്
വെയിലു കണ്ടാൽ വാടില്ല.../അരിവാളും കൈക്കോട്ടും....(2)[20]

ചിക്കാഗോവിലെ തെരുവീഥികളിൽ രക്തം ചിന്തിയ വീരഗാഥ അദ്ദേഹത്തെ ആവേശഭരിതനാക്കിയിരുന്നു എന്ന് ഈ വരികളിൽനിന്ന് വ്യക്തമാണ്. കാളൻ തികഞ്ഞ ഭക്തനായിരുന്നു. അദ്ദേഹത്തിന്റെ വീട്ടുചുമരിൽ നിറയെ ദേവീദേവന്മാരുടെ ഫോട്ടോകൾ പതിച്ചിരുന്നു. അതിനിടയിൽ ഇ എം എസിന്റെ ഫോട്ടോയും. ഇതിനെക്കുറിച്ച് ചോദിച്ചപ്പോൾ അദ്ദേഹം പറഞ്ഞു: "ഞങ്ങൾക്ക് സ്വന്തമായി ഭൂമിയുണ്ടായത് ഇ എം എസും പാർട്ടിയും ഉണ്ടായതുകൊണ്ടാണ്. അതിനാൽ ഞങ്ങളുടെ ഭൂമിയും അധികാരവും തട്ടിയെടുത്ത തമ്പുരാക്കന്മാരുടെ മുകളിലാണ് ഇ എം എസിന്റെ സ്ഥാനം."[21]

ഇത്തരമൊരു സംയോജനത്തിൽ കാളന് ഒരു വൈരുദ്ധ്യവും അനുഭവപ്പെട്ടിരുന്നില്ല. എന്നല്ല, മാർക്സിസത്തിന്റെ ഭൗതികവാദ നിലപാടുകൾ അദ്ദേഹം പൂർണ്ണാർത്ഥത്തിൽ സ്വാംശീകരിച്ചിരുന്നില്ല എന്നതാണ് യാഥാർത്ഥ്യം.

പി കെ കാളൻ വ്യാപരിച്ച മേഖലകൾ

ആദിവാസി അടിയ സമുദായ മൂപ്പൻ, കമ്യൂണിസ്റ്റ് പാർട്ടി നേതാവ്, ബ്ലോക്ക്-ജില്ലാ പഞ്ചായത്ത് ഭരണാധികാരി, ഫോക്ലോർ അക്കാദമി ചെയർമാൻ, ഗദ്ദിക കലാകാരൻ തുടങ്ങി പി കെ കാളൻ വ്യാപരിച്ച മേഖലകൾ നിരവധിയാണ്. കമ്യൂണിസ്റ്റ് പാർട്ടിയുമായുള്ള ബന്ധത്തിലൂടെ കാളൻ എത്തിപ്പെട്ട സ്ഥാനങ്ങളാണ് മാനന്തവാടി ബ്ലോക്ക് പ്രസിഡന്റ്, വയനാട് ജില്ലാ പഞ്ചായത്ത് മെമ്പർ എന്നിവ. ഇത്തരം സ്ഥാനമാനങ്ങളിലേക്ക് എത്തിപ്പെട്ടത് നിരവധി പ്രക്ഷോഭങ്ങൾക്ക് ശേഷമാണ്. 1977 കാലഘട്ടത്തിൽ നടന്ന മിച്ചഭൂമി സമരത്തിലും 2005 ൽ ആദിവാസി ഭൂസംരക്ഷണ സമിതിയുടെ നേതൃത്വത്തിൽ നടന്ന ജയിൽ നിറയ്ക്കൽ സമരത്തിലും പങ്കെടുത്ത് കാളൻ ജയിൽവാസമനുഭവിച്ചിട്ടുണ്ട്.

ഫോക്ലോർ അക്കാദമി ചെയർമാൻ

മന്ത്രവാദ കർമ്മമായ ഗദ്ദികയെ ഒരവതരണകലയാക്കി പൊതുസമൂഹത്തിനു മുൻപിൽ അവതരിപ്പിക്കുന്നതിന് താല്പര്യം കാണിച്ച പി കെ കാളനെ ഫോക്ലോർ അക്കാദമിയുടെ ചെയർമാൻ (2006-07) സ്ഥാനം നല്കി ഭരണകൂടം ആദരിച്ചു. ചെയർമാൻ സ്ഥാനം ലഭിച്ചിട്ടും തന്റെ ജീവിതരീതിയിലോ പ്രവർത്തനശൈലിയിലോ മാറ്റം വരുത്താൻ

അദ്ദേഹം തയ്യാറായില്ല. കാളന്റെ വീട്ടിൽ ഫോണോ വൈദ്യുതിയോ ഇല്ലായിരുന്നു. ഫോക്‌ലോർ അക്കാദമിയിൽ കാളന്റെ സഹപ്രവർത്തകനായിരുന്ന എം ശിവശങ്കരൻ, കാളന്റെ എളിമയും നർമ്മബോധവും ഒരു ഓർമ്മക്കുറിപ്പിൽ ഇങ്ങനെ അനുസ്മരിക്കുന്നു:

> അക്കാദമിയിൽ ചാർജെടുത്ത് ഏറെ ദിവസങ്ങൾ കഴിഞ്ഞില്ല. കാലത്തുതന്നെ തുടങ്ങുന്ന യോഗത്തിൽ സംബന്ധിക്കാൻവന്ന ഞാനും കാളേട്ടനും രാത്രി കഴിച്ചുകൂട്ടിയത് അക്കാദമിയിലെ അരത്തിണ്ണകളിലും വരാന്തയിലും. പിറ്റേന്നു രാവിലെ ഏതാനും സന്ദർശകർ അക്കാദമി കാണാൻ എത്തി. നിവർത്തിപ്പിടിച്ച പത്രത്തിൽ മുഖം പൂഴ്ത്തി തന്റെ മണ്ണുമുണ്ടുമായി ഷർട്ടിടാതെയിരിക്കുന്ന കാളേട്ടന്റെ മുന്നിൽ ആഗതരെത്തി വന്ന കാര്യം പറഞ്ഞു: "ഞങ്ങൾക്ക് ചെയർമാനെ ഒന്നു കാണണം" "ആട്ടെ ഇരിക്കൂ." കാളേട്ടൻ അകത്തുപോയി കസേരക്കൈയിൽ വിശ്രമിക്കുന്ന മുറിക്കയ്യൻ ഷർട്ടുമിട്ട് പുറത്തുവന്നു. "ഞാനാണ് ചെയർമാൻ, പറയൂ എന്താണ് വേണ്ടത്?" വന്നവരുടെ അമ്പരപ്പും ജാള്യതയും മാറാൻ ഏറെ സമയമെടുത്തു. കറുത്തുകുറുകിയ ബലിഷ്ഠമായ ശരീരം, സ്പ്രിങ് തലമുടി, തിളങ്ങുന്ന കണ്ണുകൾ, സംസാരത്തിനിടയിലെ പൊട്ടിച്ചിരി, ഒരു കൊച്ചുകുട്ടിയുടെ കൗതുകത്തോടെയാണ് ഞാനെപ്പോഴും കാളേട്ടനെ നോക്കിയിരിക്കുക. ഔദ്യോഗിക കാര്യങ്ങളെക്കാൾ ഞങ്ങൾ പങ്കിട്ടത് നാട്ടുകാര്യങ്ങളും കലാരംഗത്തെ അനുഭവങ്ങളും.[22]

ഫോക്‌ലോർ അക്കാദമിയെ നയിക്കുന്നതിന് തന്റെ ജീവിതപ്രാരാബ്ധങ്ങളോ ആരോഗ്യമോ അദ്ദേഹം ഗൗനിച്ചിരുന്നില്ല. ആദിവാസി കലാരൂപങ്ങളെ പരിവർത്തനങ്ങൾക്ക് വിധേയമാക്കി ആധുനികകാലത്ത് എങ്ങനെ അവതരിപ്പിക്കാം എന്ന് കാണിക്കുവാനുള്ള അവസരമായി ഫോക്‌ലോർ അക്കാദമിയുടെ ചെയർമാൻ പദവി അദ്ദേഹം ഉപയോഗപ്പെടുത്തി. ഗദ്ദികയ്ക്ക് ഒരു പഠനകേന്ദ്രം തന്റെ പ്രദേശത്ത് ആരംഭിക്കണമെന്ന് 'ദല'പുരസ്കാരം നേടിയപ്പോൾ അദ്ദേഹം പറയുകയുണ്ടായി. ഗദ്ദികയ്ക്ക് പരിശീലനകേന്ദ്രം ആരംഭിക്കുവാൻ തനിക്കാകെയുള്ള പത്ത് സെന്റിൽ അഞ്ച് സെന്റ് നല്കുവാൻ അദ്ദേഹം തയ്യാറായിരുന്നു. അത്യാധുനിക രീതിയിലുള്ള കെട്ടിടം പണിയുന്നതിന് പകരം പ്രകൃതിക്കിണങ്ങുന്ന പന, മുള, ഓല എന്നിവകൊണ്ട് തദ്ദേശീയമായ ഒരു കെട്ടിടം പണിയണമെന്നായിരുന്നു കാളന്റെ ആഗ്രഹം.[23]

ബ്ലോക്ക് പഞ്ചായത്ത് പ്രസിഡന്റ്

1990 ൽ ജില്ലാ കൗൺസിലിലേക്ക് ഇടതുപക്ഷ ജനാധിപത്യ മുന്നണി

സ്ഥാനാർത്ഥിയായി മത്സരിച്ച കാളൻ വൻ ഭൂരിപക്ഷത്തോടെ തിരഞ്ഞെടുക്കപ്പെട്ടെങ്കിലും ജില്ലാ കൗൺസിൽ പിരിച്ചുവിട്ടതിനെ തുടർന്ന് 1996 ൽ നടന്ന പഞ്ചായത്ത് തിരഞ്ഞെടുപ്പിൽ ബ്ലോക്ക് പഞ്ചായത്തിലേക്ക് ഇടതുപക്ഷ മുന്നണി സ്ഥാനാർത്ഥിയായി മത്സരിച്ച കാളൻ പ്രസിഡന്റായി വൻഭൂരിപക്ഷത്തോടെ തിരഞ്ഞെടുക്കപ്പെട്ടു. എന്നാൽ 12 അംഗ ഭരണസമിതിയിലേക്ക് മത്സരിച്ച ഒമ്പത് എൽ ഡി എഫ് സ്ഥാനാർത്ഥികളും തോറ്റു. പ്രസിഡന്റ് സ്ഥാനം പട്ടികവർഗ്ഗത്തിന് സംവരണം ചെയ്തതായിരുന്നു. ഈ വിഭാഗത്തിൽനിന്ന് ജയിച്ചത് കാളൻ മാത്രം. അങ്ങനെ സി പി എമ്മുകാരനായ പി കെ കാളൻ യു ഡി എഫിനു ഭൂരിപക്ഷമുള്ള ബ്ലോക്കിന്റെ പ്രസിഡന്റായി. യു ഡി എഫുകാർക്കും കാളൻ സ്വീകാര്യനായിരുന്നു. അദ്ദേഹത്തിന്റെ പെരുമാറ്റം അത്രമേൽ ശുഭ്രമായിരുന്നു.

പ്രവർത്തനരീതിയും നിലപാടുകളും

ബ്ലോക്ക് പ്രസിഡന്റ്, ഫോക്‌ലോർ അക്കാദമി ചെയർമാൻ എന്നീ ഔദ്യോഗിക സ്ഥാനങ്ങൾ വഹിച്ചിരുന്ന കാലത്തെ പി കെ കാളന്റെ പ്രവർത്തനരീതി അങ്ങേയറ്റം പക്വവും ദീർഘദൃഷ്ടിയോടുകൂടിയുമുള്ളതായിരുന്നു. അഴിമതി, സ്വജനപക്ഷപാതം പോലുള്ളവയ്ക്ക് ഒരിക്കലും അദ്ദേഹം വിധേയനായിരുന്നില്ല. മാനന്തവാടി ബ്ലോക്ക് പ്രസിഡന്റായിരുന്ന കാലത്ത് അദ്ദേഹം താമസിച്ചിരുന്ന കൊച്ചുവീട് പുതുക്കി പണിതു കൊടുക്കുവാൻ മാനന്തവാടി ബ്ലോക്ക് പഞ്ചായത്ത് ഭരണസമിതി ഏകകണ്ഠമായി തീരുമാനിച്ചു. ഇതിനെ ശക്തിയുക്തം എതിർത്ത ഏകവ്യക്തി പി കെ കാളനായിരുന്നു. ഒരു ഘട്ടത്തിൽ ക്ഷുഭിതനായി, എനിക്ക് വീടുണ്ടാക്കാനല്ല ഞാൻ പ്രസിഡന്റായതെന്നും അവസാനത്തെ ആദിവാസിക്കും വീടുണ്ടായ ശേഷം മതി തനിക്ക് വീടെന്നും കാളൻ പറഞ്ഞു.[24]

അതിവൈകാരികതയ്ക്ക് അടിമപ്പെട്ട് തീരുമാനങ്ങൾ എടുക്കുന്ന രീതിക്ക് കാളൻ എതിരായിരുന്നു. ഏറെ ചിന്തിച്ചും പരിണതഫലത്തെപ്പറ്റി മറ്റുള്ളവരോട് ആരാഞ്ഞുമാണ് അദ്ദേഹം തീരുമാനങ്ങൾ എടുത്തിരുന്നത്.[25] ആദിവാസികളെ ശാക്തീകരിക്കുന്നതിനുവേണ്ടി ആദിവാസികൾക്ക് സൗജന്യങ്ങൾ നല്കുന്നതിൽ മാത്രം ശ്രദ്ധിച്ചാൽ പോരാ എന്ന നിലപാടുകാരനായിരുന്നു കാളൻ. ഒരു അഭിമുഖത്തിൽ അദ്ദേഹം പറഞ്ഞു: 'എല്ലായ്പ്പോഴും ആദിവാസികൾക്ക് സൗജന്യങ്ങൾ നല്കുന്ന രീതി ശരിയല്ല. പഞ്ഞമാസക്കാലത്തെ അരിയും തുണിയും ആരോഗ്യരക്ഷാസൗജന്യവുമൊക്കെ നല്കുകതന്നെ വേണം. എന്നാൽ എന്നും സൗജന്യങ്ങൾ നല്കിയാൽ ആദിവാസി മടിയനാവും. എല്ലാം ആരെങ്കിലും തരും എന്ന് വിശ്വസിച്ച് ഒന്നും ചെയ്യാതിരിക്കുക. സൗജന്യങ്ങളിലൂടെ പ്രശ്നങ്ങൾ പരിഹരിക്കാൻ കഴിയില്ല. ഒരു സമൂഹത്തെയും

സൗജന്യങ്ങളുടെ ബലത്തിൽ നിലനിർത്താനുമാവില്ല. വിദ്യാഭ്യാസം, തൊഴിൽ, ഭൂമി എന്നിവ കിട്ടിയാൽത്തന്നെ ഇന്നത്തെ നിലയിൽ സ്വന്തമായി ആദിവാസികൾക്ക് ജീവിതം മുന്നോട്ടു കൊണ്ടുപോകാനാവും, തീർച്ച.[26]

ആദിവാസികളെ വർഗ്ഗീയശക്തികൾ തങ്ങളുടെ വരുതിയിലാക്കുന്നതിനെതിരെ നിതാന്ത ജാഗ്രത പുലർത്തിയിരുന്നു പി കെ കാളൻ. 2003 ജനുവരിയിൽ മാനന്തവാടിക്കടുത്ത് വള്ളിയൂർക്കാവ് ക്ഷേത്രപരിസരത്തുവെച്ച് നടന്ന അഖില കേരള വനവാസി സംഗമത്തിനെതിരെ എഴുതിയ കുറിപ്പ് ഇതിനു തെളിവാണ്. ആ ലേഖനത്തിൽ അദ്ദേഹമെഴുതി:

> അയിത്തം കല്പിച്ച് അകറ്റിനിർത്തിയിരുന്ന ആദിവാസി സമൂഹത്തെ വർഗ്ഗീയവല്ക്കരിക്കാനും ഒടുവിൽ സവർണ്ണ ഫാസിസം തയ്യാറെടുക്കുന്നു. ഇതിനായി ആദിവാസികളുടെ വിശ്വാസ കേന്ദ്രമായ വള്ളിയൂർക്കാവിനെയാണ് അവർ ആയുധമാക്കുന്നത്. നിഷ്കളങ്കരായ ഗോത്രവർഗ്ഗ ജനതയെ കാവിയണിയിച്ച് വർഗ്ഗീയതയുടെ പാളയത്തിലെത്തിക്കാനാണ് ആർ എസ് എസ് നീക്കം. ഈ ശ്രമത്തിന്റെ ആദ്യപടിയായി വേണം വള്ളിയൂർക്കാവിൽ ആരംഭിക്കുന്ന അഖില കേരള വനവാസി സംഗമത്തെ കാണാൻ. ഒരുകാലത്ത് ആദിവാസികളെ അടിമകളാക്കി തമ്പുരാക്കന്മാർക്ക് വിറ്റിരുന്ന അടിമച്ചന്തയായ വള്ളിയൂർക്കാവിനെ കേന്ദ്രീകരിച്ചു തന്നെയാണ് സവർണ്ണ മേധാവിത്തം വീണ്ടും രംഗത്തെത്തിയിട്ടുള്ളത്. പണ്ട് ദൈവകോപത്തിന്റെ പേരിൽ ആദിവാസികളുടെ വിശ്വാസത്തെ ചൂഷണം ചെയ്ത് ചൊല്പടിക്ക് നിർത്തുകയായിരുന്നു. തുച്ഛമായ അടിമപ്പണം സ്വീകരിച്ച് ഒരുവർഷത്തേക്ക് അടിമയായി തുടരാമെന്ന് വള്ളിയൂർക്കാവിലമ്മയുടെ മുമ്പിൽ സത്യം ചെയ്യുന്ന ആദിവാസി ജന്മിക്കുവേണ്ടി എല്ലുമുറിയെ പണിയെടുത്തു. അന്ന് ആദിവാസികളെ ചൂഷണത്തിനിരയാക്കിയ മേലാളന്മാർ തന്നെയാണ് ഇന്ന് പുതുരൂപത്തിൽ അവതരിച്ചിട്ടുള്ളത്. ആദിവാസികളെ സവർണ്ണ ഹിന്ദുത്വത്തിന്റെ അടിമകളാക്കാൻ പുതിയതമ്പുരാക്കന്മാർ ഗൂഢാലോചനകളുമായി വള്ളിയൂർക്കാവിൽ ഒത്തുചേരുകയാണ്! ആദിവാസികളുടെ വിശ്വാസങ്ങളെ ചൂഷണംചെയ്ത് തങ്ങളുടെ രാഷ്ട്രീയ ലാഭത്തിനുവേണ്ടി അവരെ ഉപയോഗിക്കുകയെന്ന ആർ എസ് എസ് തന്ത്രം ആദിവാസി സമൂഹം തിരിച്ചറിയണം. വനവാസി സംഗമത്തിന് ആദിവാസികളെ കിട്ടില്ലെന്നുറപ്പായപ്പോൾ പരിപാടിയിൽ അടിയസമുദായത്തിന്റെ മൂപ്പനായ ഞാൻ പങ്കെടുക്കുമെന്ന പ്രചാരം നടത്തി ആളെ കൂട്ടാനുള്ള ശ്രമമാണ് ഇപ്പോൾ നടക്കുന്നത്. ആദിവാസികളുടെ കൂട്ടായ്മയ്ക്കുവേണ്ടി

> വള്ളിയൂർക്കാവിൽ നടക്കുന്ന ഒരു പരിപാടിയിൽ ഗദ്ദിക അവതരിപ്പിക്കണമെന്ന് ആവശ്യപ്പെട്ട് ഒരുമാസം മുമ്പ് വ്യക്തമായ രാഷ്ട്രീയ ചായ്‌വില്ലാത്ത ചിലർ വന്നിരുന്നു. സാംസ്കാരിക പരിപാടിയാണെന്ന് പറഞ്ഞ് ആവശ്യപ്പെട്ടപ്പോൾ ഗദ്ദിക കലാകാരനെന്ന നിലയ്ക്ക് പരിപാടി അവതരിപ്പിക്കാമെന്ന് പറയുകയും ചെയ്തു. ഇതാണ് പിന്നീട് വനവാസി സംഗമത്തിന്റെ പ്രദർശനവും മറ്റും പി കെ കാളൻ ഉദ്ഘാടനം ചെയ്യുമെന്ന് സംഘാടകർ പ്രചരിപ്പിച്ചത്. പിന്നീട് സംഗമത്തിൽ പങ്കെടുപ്പിക്കാൻ മൂപ്പനെന്ന നിലയ്ക്ക് അടിയ സമുദായത്തോട് നിർദ്ദേശിക്കണമെന്നാവശ്യപ്പെട്ട് സന്ന്യാസിമാരടക്കമുള്ള ആർ എസ് എസ് നേതാക്കൾ പലതവണ വീട്ടിൽ വന്നു. അവരോടെല്ലാം ആദിവാസികളെ കാവിയുടുപ്പിച്ച് വർഗ്ഗീയവല്ക്കരിക്കാൻ നിങ്ങൾക്കാവില്ലെന്ന് വ്യക്തമാക്കിയിട്ടുണ്ട്. കമ്യൂണിസ്റ്റുകാരനായ എന്നെ വിലയ്ക്കു വാങ്ങാൻ ആർ എസ് എസിന് കഴിയില്ല. അയിത്തവും അടിമത്തവും ചൂഷണവുംമൂലം അടിച്ചമർത്തപ്പെട്ടിരുന്ന ആദിവാസി സമൂഹത്തെ മനുഷ്യരാക്കി മാറ്റിയത് കമ്യൂണിസ്റ്റുകാരാണ്. ആദിവാസികളെ വീണ്ടും അടിമകളാക്കാനുള്ള നീക്കത്തെ എന്തുവിലകൊടുത്തും ചെറുക്കും.[27]

ദരിദ്രമായ ജീവിതമാണ് കാളൻ നയിച്ചിരുന്നത്. സാമ്പത്തിക പരാധീനതകൾ അദ്ദേഹത്തെ എന്നും അലട്ടിയിരുന്നു. അത്തരമൊരു വേളയിൽപ്പോലും പലവിധ പ്രലോഭനങ്ങളെ അദ്ദേഹം ധീരമായി അതിജീവിച്ചു. കാളന്റെ ഉറച്ച നിലപാടുകളെ സ്വാധീനിക്കുവാൻ പ്രലോഭനങ്ങൾക്കു സാധിച്ചിരുന്നില്ല എന്ന് ചുരുക്കം. ആദിവാസികളുടെയും മലയാളികളുടെയും സംസ്കൃതിയിൽ ഊറ്റം കൊണ്ടിരുന്ന കാളന് അനിഷ്ടം തോന്നിയിരുന്ന ഏത് കാര്യവും ഉറക്കെ വിളിച്ചുപറയാനുള്ള തന്റേടം ഉണ്ടായിരുന്നു. ഡോക്ടർമാരുടെ ഒരു സമ്മേളനത്തിൽ പ്രസംഗിക്കാനായി ക്ഷണിക്കപ്പെട്ട അദ്ദേഹത്തിന്, അവരെല്ലാവരും ഇംഗ്ലീഷ്ഭാഷയിൽ പ്രസംഗിച്ചത് ഇഷ്ടപ്പെട്ടില്ല. ഇംഗ്ലീഷ് അറിയാത്ത തന്റെ മുമ്പിൽ ഇംഗ്ലീഷിൽ പ്രഭാഷണം നടത്തിയവരോട് ആദിവാസി ഭാഷയിൽ പ്രസംഗിച്ചാണ് അദ്ദേഹം പകരംവീട്ടിയത്. ഒരു പ്രഭാഷണത്തിൽ ഇക്കാര്യം അദ്ദേഹം ഇങ്ങനെ വ്യക്തമാക്കി:

> ഒരിക്കൽ ഞാൻ ഡോക്ടർമാരുടെ സമ്മേളനത്തിൽ പ്രസംഗിക്കുവാൻ പോയി. ആദ്യം അവരിൽ ചിലർ പ്രസംഗിച്ചു. എല്ലാവരും ഇംഗ്ലീഷിലാണ് സംസാരിച്ചത്. ഞാൻ പഠിച്ചിട്ടില്ല. സത്യം പറഞ്ഞാൽ മലയാളംപോലും പഠിക്കാനുള്ള ഭാഗ്യമുണ്ടായിട്ടില്ല. അവർ പറഞ്ഞതൊന്നും എനിക്ക് മനസ്സിലായില്ല. ഞാൻ എല്ലാം കേട്ട് മിഴിച്ചിരുന്നു. പിന്നീട് എന്റെ ഊഴമായി. ഞാനും വിട്ടുകൊടു

> ത്തില്ല. ഞാൻ പ്രസംഗിച്ചത് എന്റെ ഭാഷയിലാണ്. അതായത് അടിയ ഭാഷയിൽ. അടിയാൻ അടിമയായിരുന്നു. അങ്ങനെയുള്ള അടിമകളുടെ ഭാഷയിൽ ഞാൻ സംസാരിച്ചപ്പോൾ അവർക്കൊന്നും മനസ്സിലായില്ല. അവർ കണ്ണുമിഴിച്ചിരുന്നു. പഠിക്കാനും വളരാനും കഴിഞ്ഞ അവർക്ക് ഇംഗ്ലീഷ് ഭാഷയുണ്ടെങ്കിൽ, എനിക്കും സ്വന്തമായി ഒരു ഭാഷയുണ്ട്. അത് കൈകാര്യം ചെയ്യുന്നതിൽ അഭിമാനമുണ്ട് എന്ന് ഞാനവർക്ക് മനസ്സിലാക്കിക്കൊടുത്തു.[28]

സ്വന്തം സംസ്കാരത്തിലും ഭാഷയിലും ആഴത്തിൽ വേരോട്ടം നടത്തിയിട്ടുള്ള ഈ സ്വത്വബോധം, ഇംഗ്ലീഷ് എന്ന ലോകഭാഷയെക്കാൾ ഒട്ടും പിന്നിലല്ല, തന്റെ അടിയഭാഷ എന്ന ഈ തിരിച്ചറിവ് കാളനുണ്ടായിരുന്നു.

ഗദ്ദികയുടെ പരിഷ്കർത്താവ്

രോഗപീഡകളിൽനിന്നും ദുഷ്ടാത്മാക്കളുടെ ബാധകളിൽനിന്നും മോചനംനേടുന്നതിനുവേണ്ടി അടിയ സമുദായക്കാർ അനുഷ്ഠിച്ചുപോരുന്ന ഒരനുഷ്ഠാനമാണ് ഗദ്ദിക. 'തമ്മാടി' എന്നുവിളിപ്പേരുള്ള ഗദ്ദികക്കാരൻ മലക്കാരി, ശുവാനി, സിദ്ധപ്പൻ തുടങ്ങിയ അടിയരുടെ ആരാധനാമൂർത്തികളെ തന്നിലേക്കാവാഹിച്ച് നടത്തുന്ന അത്യന്തം അഭിനയപ്രധാനമായ അനുഷ്ഠാന കലയാണിത്.

ഭാവാഭിനയജന്യമായ വൈകാരികതയാണ് ഗദ്ദികയുടെ ഏറ്റവും പ്രധാനമായ സവിശേഷത. പരലോകവാസികളായ ഗോത്രദേവന്മാർ ഗദ്ദികക്കാരനിൽ ആവേശിക്കുകയാണ് ഗദ്ദികാവതരണവേളയിൽ എന്നാണ് സങ്കല്പം. അതിനാൽ ഗദ്ദികക്കാരൻ ദൈവത്തിന്റെ പ്രതിപുരുഷനായി ഗണിക്കപ്പെടുന്നു. ഗദ്ദികക്കാരന് ദിവ്യശക്തിയുള്ളതായും രോഗപീഡയിൽനിന്നും ദുഷ്ടാത്മാക്കളുടെ ബാധയിൽനിന്നും വിമോചിപ്പിക്കാനാകുമെന്നും അടിയാന്മാർ വിശ്വസിക്കുന്നു. ഒരുകാലത്ത് രോഗബാധയുണ്ടായാൽ വൈദ്യചികിത്സയ്ക്ക് പകരം മാന്ത്രികാനുഷ്ഠാനമായ 'ഗദ്ദിക'യാണ് പ്രയോഗിച്ചിരുന്നത്. പാരമ്പര്യ ചികിത്സയറിയുന്ന 'തമ്മാടി' ഗദ്ദികയോടൊപ്പം പച്ചമരുന്നുകളും നല്കിയിരുന്നു. ചില രോഗങ്ങൾക്ക് ഈ ചികിത്സാരീതി ഫലവത്തായിരുന്നതിനാൽ നിരക്ഷരരും അജ്ഞരും കടുത്ത വിശ്വാസികളുമായിരുന്ന അടിയാന്മാരെ സംബന്ധിച്ചിടത്തോളം പവിത്രമായ ഒരു അനുഷ്ഠാനരൂപമായി ഗദ്ദിക നിലകൊണ്ടു. ഇടക്കാലത്ത് പലവിധ കാരണങ്ങളാൽ പാരമ്പര്യപ്പച്ചമരുന്നിനെക്കുറിച്ചുള്ള ജ്ഞാനം നഷ്ടമാവുകയും ഗദ്ദിക മരുന്നുമുക്തമായ കേവല അനുഷ്ഠാനമായി മാറുകയും ചെയ്തു. ഇതോടെ രോഗശാന്തിക്കായി നടത്തുന്ന ഗദ്ദിക ഫലവത്തായി മാറാത്ത അവസ്ഥ സംജാതമായി. കാളൻ അടിയ സമുദായ മൂപ്പനായ കാലത്ത് ഇത്തരം നിരവധി 'ഗദ്ദികാനന്തര മരണ'ത്തിന് അദ്ദേഹം സാക്ഷ്യം വഹിക്കുകയുണ്ടായി.[52] ഇത് മൂപ്പൻ എന്ന നിലയിൽ

അദ്ദേഹത്തെ ഏറെ ചിന്തിപ്പിച്ചു. അതിനാൽ ഗദ്ദികാനന്തരം രോഗിയെ ആശുപത്രിയിൽ കൊണ്ടുപോയി ചികിത്സിപ്പിക്കുവാൻ അദ്ദേഹം നിർദ്ദേശിച്ചു.[29] അതോടെ സമുദായാംഗങ്ങൾ ആശുപത്രികളെ കൂടുതലായി ആശ്രയിക്കുവാൻ ആരംഭിച്ചു. ഇപ്പോൾ അപൂർവ്വമായേ രോഗശാന്തിക്കായി ഗദ്ദിക അനുഷ്ഠിക്കാറുള്ളൂ. പകരം രോഗാരംഭത്തിലേ ആശുപത്രികളെ ശരണം പ്രാപിക്കുകയാണ് ചെയ്യുന്നത്.

പാരമ്പര്യമായി അനുഷ്ഠിച്ചുപോരുന്ന ഈ അനുഷ്ഠാനകല, മുൻഗാമിയിൽ നിന്നും പലവിധത്തിൽ പഠിച്ചെടുക്കുകയാണ് ചെയ്യുന്നത്. ഏറെ ദുഷ്കരമായ കർമ്മമാണിത്. എന്നാൽ കാളൻ ചെറുപ്രായത്തിൽ തന്നെ ഗദ്ദികയിൽ, ഉപയോഗിക്കുന്ന നീണ്ട പാട്ടുകളും മറ്റും അനായാസം പഠിച്ചെടുക്കുകയുണ്ടായി. അങ്ങനെ പ്രധാന തമ്മാടിയാകുന്നതിന് മുമ്പ് 'സഹതമ്മാടി'യായി പ്രവർത്തിച്ചു. സഹതമ്മാടിയായിരുന്ന കാലത്തു തന്നെ, ഗദ്ദികയെ പരിഷ്കരിക്കണമെന്ന മോഹം അദ്ദേഹത്തിനുണ്ടായിരുന്നു. കാളൻ തമ്മാടിയായും നാട്ടുമൂപ്പനായുമൊക്കെ വ്യാപരിച്ചിരുന്ന കാലത്തുതന്നെ കമ്മ്യൂണിസ്റ്റ് പാർട്ടി പ്രവർത്തകനായും അറിയപ്പെട്ടിരുന്നു. മുഖ്യധാരയുമായുള്ള നിരന്തര സമ്പർക്കം, പുതിയ ആശയങ്ങളുടേയും ആത്യന്തികമായി വിശാലമാനവികതയുടേയും ലോകത്തേക്ക് അദ്ദേഹത്തെ നയിച്ചു. താനുൾപ്പെടുന്ന സമുദായത്തിന്റെ പിന്നോക്കാവസ്ഥയും സമുദായ വിശ്വാസങ്ങളിൽ നിലകൊണ്ടിരുന്ന കടുത്ത അന്ധവിശ്വാസങ്ങളും അനാചാരങ്ങളും അവസാനിപ്പിക്കണമെന്നും കാളൻ അഭിലഷിച്ചു. ഗദ്ദിക എന്ന അനുഷ്ഠാനകലയെ പരിഷ്കരിക്കണമെന്ന ആഗ്രഹം അവ്വിധമാണ് കാളനിലുണ്ടായത്.

അനുഷ്ഠാനമെന്ന നിലയിൽ നിലനിന്നിരുന്ന ഗദ്ദികയെ കലാരൂപമെന്ന നിലയിൽ പൊതുമണ്ഡലത്തിൽ ആദ്യമായി അവതരിപ്പിച്ചത് കാളനാണ്. മറ്റൊരർത്ഥത്തിൽ, ഗദ്ദിക എന്ന അനുഷ്ഠാന കലാരൂപത്തിന് മുഖ്യധാരയിൽ സ്വീകാര്യത നേടിക്കൊടുത്തത് കാളനാണ്. ഈ കലാരൂപത്തിന്റെ അവതാരകനും പ്രചാരകനും പരിഷ്കർത്താവുമാണദ്ദേഹം. പി കെ കാളൻ അനുഷ്ഠാനകലയെ രംഗകലയാക്കി മാറ്റിയപ്പോൾ ഗദ്ദികയിൽ നിരവധി പരിഷ്കരണങ്ങൾ വരുത്തി. മന്ദഗതിയിൽ നിന്ന് ചുവടുകളെ ദ്രുതഗതിയിലാക്കി. പാരമ്പര്യ പാട്ടുകളിൽ മാറ്റം വരുത്തി. വീട്ടുമുറ്റത്തിന്റെ വിശാലതയിൽ നിന്ന് സ്റ്റേജുകളുടെ പരിമിതിയിലേക്ക് മാറിയപ്പോൾ ഉണ്ടായ പരിണാമങ്ങളും എടുത്തു പറയേണ്ടതാണ്.

ഗദ്ദിക എന്ന അനുഷ്ഠാനത്തിന്റെ ലക്ഷ്യം രോഗബാധയിൽ നിന്നുള്ള വിമോചനമായിരുന്നെങ്കിൽ, സ്റ്റേജുകളിൽ കേവല കലയായി അവതരിപ്പിച്ചപ്പോൾ, മറ്റേതൊരു കലാരൂപത്തിന്റേയും ലക്ഷ്യമെന്ന പോലെ പ്രേക്ഷകരുടെ അനുഭൂതിയും ആസ്വാദനവുമായി മാറി. കാളൻ പ്രേക്ഷകരെ ആനന്ദം കൊള്ളിക്കുവാനുള്ള ആശയങ്ങൾ ഈ കലാരൂപത്തിലേക്ക് സന്നിവേശിപ്പിച്ചു. പി കെ കാളന്റെ മൗലികമായ സംഭാവനക

ളും ഇടപെടലുകളുമാണ് ഗദ്ദികയെ ഇവ്വിധം മാറ്റിമറിച്ചത്.

1983 ലാണ് ആദ്യമായി ഗദ്ദിക പൊതുവേദിയിൽ അവതരിപ്പിച്ചത്. കോഴിക്കോടായിരുന്നു ആദ്യാവതരണം. തുടർന്ന് 1984 ൽ തിരുവനന്തപുരം കനകക്കുന്ന് കൊട്ടാരത്തിൽ നിറഞ്ഞ സദസ്സിനു മുമ്പാകെ കാളനും സംഘവും അവതരിപ്പിച്ച ഗദ്ദിക ഏറെ ശ്രദ്ധിക്കപ്പെട്ടു.

ഊരുകളിൽ അനുഷ്ഠാനമായി കൊണ്ടാടിയ ഗദ്ദികയെ വേദിയിലെ വിസ്മയിപ്പിക്കുന്ന പ്രകടനമാക്കി മാറ്റുന്നതിൽ കാളന്റെ അഭിനയമികവിനുള്ള പങ്ക് ചെറുതല്ല. 1983 ലെ പൊതുവേദിയിലെ ആദ്യാവതരണം മുതൽ 2007 നവംബർ 8-ാം തീയതി കേരള ഭാഷാ ഇൻസ്റ്റിറ്റ്യൂട്ട് നടത്തിയ അന്തർദ്ദേശീയ പുസ്തകോത്സവത്തിലെ അവസാന ഗദ്ദികാവതരണം വരെയുള്ള ആയിരക്കണക്കിന് വേദികളിലെ രംഗാവതരണങ്ങളിലും കാളൻ പങ്കെടുത്തിട്ടുണ്ട്. മറ്റൊരർത്ഥത്തിൽ, കാളനില്ലാത്ത ഒരൊറ്റ ഗദ്ദികാവതരണവുമുണ്ടായിട്ടില്ല. ഈ വേദികളിലെല്ലാം മൂപ്പന്റെ സ്ഥാനത്തുനിന്നുകൊണ്ട് അവതരണത്തിലെ നായകസ്ഥാനം കാളനാണ് നിർവ്വഹിച്ചത്.[30] കഥകളിപോലുള്ള പ്രകടനകലകളിൽ പെരുമാറുന്ന ഇന്നത്തെ ഏതു മഹാനടനോടുമൊപ്പം നില്ക്കാൻ യോഗ്യതയുള്ള അഭിനയശേഷിയാണ് ഓരോ വേദിയിലും കാളൻ പ്രകടിപ്പിച്ചിരുന്നത്.[31]

ഗദ്ദികാവതരണത്തിനുമുമ്പ് എല്ലാ വേദികളിലും ഗദ്ദിക എന്താണെന്നും എന്തിനാണെന്നും വിശദീകരിച്ചുകൊണ്ട് കാളൻ പ്രസംഗിച്ചിരുന്നു. അടിയ സമുദായത്തിന്റെ ചരിത്രവും വർത്തമാനവും സംക്ഷിപ്തമായി ഈ പ്രഭാഷണത്തിൽ അദ്ദേഹം പറയുമായിരുന്നു.[32] തുടർന്നുള്ള അവതരണത്തിൽ, സമൂഹത്തിന്റെ ആകുലതകളെ മുഴുവൻ മുഖത്തേക്ക് ആവാഹിക്കുവാൻ കാളനു കഴിഞ്ഞിരുന്നു. തൊണ്ടപൊട്ടുമാറുച്ചത്തിൽ ചങ്കിൽനിന്നും പുറപ്പെടുന്ന നിലവിളികൾ ഈശ്വരനോടുള്ള പ്രാർത്ഥനയായി പരിണമിച്ചു. കാളന്റെ മുഖത്ത് പ്രത്യക്ഷപ്പെടുന്ന പിരിമുറുക്കം ആത്മപീഡയോടൊപ്പം സമുദായത്തിന്റെ വേദനയും വറുതിയും പ്രതിഫലിക്കുന്നതായിരുന്നു. ഈശ്വരന്മാരെ മാറിമാറി വിളിച്ച് തങ്ങളുടെ യാതനകളെ അവരിലേക്ക് പകർന്നുകൊണ്ട് രക്ഷയ്ക്കുവേണ്ടി പ്രാർത്ഥിക്കുന്ന കാളന്റെ അവതരണരീതി പ്രേക്ഷകരെ ഏറെ ആകർഷിക്കുന്നതായിരുന്നു. കാളൻ മൂപ്പന്റെ നിലവിളിയിൽ ഗോത്രസഹജമായ പരുക്കൻ ശബ്ദമല്ല, പരുഷതയേതുമില്ലാത്ത സമൂഹശബ്ദത്തിന്റെ ദയനീയതയാണ് നിറഞ്ഞിരുന്നത്.

ഒരർത്ഥത്തിൽ, ഗദ്ദികയെ അനുഷ്ഠാനമെന്ന നിലയിൽ നിന്നുമാറ്റി കലാരൂപമെന്ന നിലയിൽ പൊതുവേദിയിൽ അവതരിപ്പിച്ച കാളൻ അടിയ സമുദായം കണ്ട ഏറ്റവും വലിയ വിപ്ലവത്തിനാണ് തുടക്കമിട്ടത്. മന്ത്രവാദമല്ല, ആ സന്ദർഭത്തിൽ തമ്മാടിമാർ നല്കുന്ന പച്ചമരുന്നുകളാണ് രോഗിയെ രക്ഷപ്പെടുത്തുന്നതെന്ന് തുറന്നുപറയാനുള്ള ധൈര്യം കാളനുണ്ടായി. അങ്ങനെ അന്ധവിശ്വാസത്തിൽനിന്നും അനാചാരങ്ങളിൽ നി

ന്നും തന്റെ സമുദായത്തിലുള്ളവർ രക്ഷപ്പെടണമെന്നും അവരെ ബാധിച്ചിട്ടുള്ള അരക്ഷിതാവസ്ഥ ഇല്ലാതാക്കണമെന്നും അദ്ദേഹം തീവ്രമായി ആഗ്രഹിച്ചു. ഗോത്രസമുദായത്തിന്റെ വിശ്വാസങ്ങളും അനുഷ്ഠാനങ്ങളും സവിശേഷതകളും തനിമയുള്ളതാണെന്ന് തിരിച്ചറിയാൻ കഴിഞ്ഞതുകൊണ്ടാണ് കാളൻ അവയെ പൊതുവേദിയിലേക്ക് കലാരൂപമെന്ന നിലയിൽ കൊണ്ടുവന്നത്. അക്കാരണത്താൽ സ്വസമുദായത്തിൽനിന്നും ഏറെ എതിർപ്പുകൾ കാളനു നേരിടേണ്ടിവന്നു. സമുദായവിശ്വാസങ്ങളെ മുറിപ്പെടുത്തുന്നു എന്നതായിരുന്നു അദ്ദേഹത്തിന്റെ പേരിലുള്ള ഏറ്റവും വലിയ ആരോപണം. എന്നാൽ കാളനാകട്ടെ, ആചാരങ്ങളേക്കാൾ വിശ്വാസമർപ്പിച്ചിരുന്നത് മനുഷ്യനിലാണ്.[33]

ചുരുക്കത്തിൽ, കാലഹരണപ്പെട്ട ആശയങ്ങൾ ഉൾക്കൊള്ളുന്ന ഗദ്ദികയെ പഴയ രീതിയിൽ കൊണ്ടുനടക്കുന്നതിനുപകരം ഗദ്ദിക എന്ന മന്ത്രവാദകർമ്മത്തെ ജനകീയകലയാക്കി രൂപാന്തരപ്പെടുത്തിയത് കാളനാണ്. ആദിവാസി ഊരുകളിലെ മന്ത്രവാദ കർമ്മമായിരുന്ന ഗദ്ദികയെ ഗ്രാമത്തിനും നഗരത്തിനും പരിചയപ്പെടുത്തുകവഴി ആദിവാസി സമൂഹം അനുഭവിക്കുന്ന സംഘർഷഭരിതമായ ജീവിതത്തെ പൊതുസമൂഹത്തിന് മുന്നിൽ അവതരിപ്പിക്കാൻ കഴിഞ്ഞു എന്നതാണ് ഗദ്ദികയെ കല എന്ന നിലയിലേക്ക് പരിഷ്കരിക്കപ്പെട്ടപ്പോഴുണ്ടായ പ്രധാനനേട്ടം. സാമുദായിക ജീവിതത്തെ വിനിമയം ചെയ്യുന്ന കലാരൂപം എന്ന നിലയിൽ ഒരു ജനതയുടെ ചരിത്രരേഖ കൂടിയായിത്തീരുന്നു ഈ കല.

ഗദ്ദികയെ അന്ധവിശ്വാസത്തിന്റെ ഇരുണ്ട മാനങ്ങളിൽനിന്നും രക്ഷപ്പെടുത്തി കേരളീയരുടെ ഒരു പൊതുകലാരൂപമായി അവതരിപ്പിച്ചു എന്നതാണ് ഗദ്ദികയുടെ അവതരണത്തിൽവന്ന ഏറ്റവും വലിയ മാറ്റം. ഒരു ജനകീയ കലാരൂപം എന്ന നിലയ്ക്കുള്ള വളർച്ചയിലൂടെയാണ് ഗദ്ദിക പൊതുവേദികളിൽ പ്രത്യക്ഷപ്പെടുന്നത്. സാമുദായികമായ സ്ഥലം, കാലം, ദേശം എന്നിവ പ്രത്യക്ഷമാവുകയും പൊതുഇടം കലയുടെ പരിണാമത്തിൽ നിർണ്ണായകമായ സ്ഥാനം നേടുകയും ചെയ്തു. ഒരു കലാരൂപം എന്ന നിലയിൽ ഒരു വിഭാഗം ജനത അനുഭവിക്കുന്ന പച്ചയായ ജീവിതയാഥാർത്ഥ്യങ്ങളെ പൊതുസമൂഹത്തിന് മുൻപാകെ അവതരിപ്പിക്കാനും അതുവഴി പ്രസ്തുത ജനവിഭാഗത്തിന്റെ ജീവിതരീതിയിൽ മാറ്റം സൃഷ്ടിക്കുവാനും അവരെ സമൂഹത്തിന്റെ മുഖ്യധാരയിൽ എത്തിക്കുവാനുമുള്ള ശ്രമമായിരുന്നു ഇതിലൂടെ നടന്നത്. കലാരൂപങ്ങൾക്ക് കേരളീയ നവോത്ഥാനത്തിലുള്ള പങ്ക് നിസ്തുലമാണല്ലോ. അത്തരത്തിൽ ആദിവാസി നവോത്ഥാനത്തിന്റെ ആദ്യ കലാരൂപമായിത്തീരുന്നുണ്ട് ഗദ്ദിക.

കഥകളിയെ ക്ഷേത്രമതിൽക്കെട്ടിനപ്പുറം അവതരിപ്പിച്ച് ഒരു ബഹുജനകലയാക്കി മാറ്റിയതുപോലെ അനുഷ്ഠാനമായി നിലനിന്ന ഈ കലാരൂപത്തെ അതിന്റെ സാമ്പ്രദായിക ബാദ്ധ്യതകൾക്കിടയിൽനിന്നും

മോചിപ്പിച്ചതിലൂടെ ഒരു സാമൂഹ്യപരിഷ്കരണ പ്രക്രിയ കൂടിയാണ് സംഭവിച്ചത്. ഒരു സമുദായം സ്വത്വത്തെ കുറിച്ച് ബോധവാന്മാരാകുന്ന സന്ദർഭം കൂടിയാണ് കലകളുടെ പരിണാമദശകൾ. ഗദ്ദിക എന്ന കലാരൂപം അതിന്റെ എല്ലാ മഹത്ത്വവും ഉൾക്കൊണ്ടു പുറംലോകത്തിന് സമർപ്പിക്കപ്പെട്ടതോടെ രോഗശാന്തിക്കായി അടിയാന്മാർ ആശുപത്രിയിൽ എത്തി എന്നത് ആദിവാസികൾക്കിടയിൽ വന്ന വലിയ മാറ്റത്തെ സൂചിപ്പിക്കുന്നു. ഒരേസമയം ഒരു കല സൃഷ്ടിക്കപ്പെടുകയും സമുദായം ആധുനീകരിക്കപ്പെടുകയും ചെയ്യുന്നത് അതുകൊണ്ടാണ്.

ഒരനുഷ്ഠാനകല എന്ന നിലയിൽനിന്നും ഒരു ജനകീയ കലാരൂപം എന്ന നിലയിലേക്കുള്ള ഗദ്ദികയുടെ മാറ്റം ശ്രദ്ധേയമാണ്. ഗദ്ദിക പൊതുവേദികളിൽ സമുദായാചാരങ്ങളിൽനിന്നും വ്യത്യസ്തമായി പ്രത്യക്ഷപ്പെട്ടതോടെ ഒരുകാലത്ത് സവർണ്ണവിഭാഗം തീർത്തും അവജ്ഞയോടെ നോക്കിക്കണ്ട ഈ കലാരൂപം അംഗീകരിക്കപ്പെടുകയും ആദരിക്കപ്പെടുകയും അതിന്റെ കലാമൂല്യം ചർച്ച ചെയ്യപ്പെട്ടു തുടങ്ങുകയും ചെയ്തു. ഒരു ബഹുജനകലാരൂപമായി അവതരിപ്പിക്കാൻ നേതൃത്വം വഹിച്ച കാളൻ, ഫോക്‌ലോർ അക്കാദമിയുടെ ചെയർമാനായി നിയമിക്കപ്പെട്ടു. ഇത് ഗദ്ദികയ്ക്ക് പൊതുസമൂഹം നല്കിയ സ്വീകാര്യതയുടെ സൂചനയാണ്. കാളനിലൂടെ ഗദ്ദികയും ഗദ്ദികയിലൂടെ കാളനും സ്വീകരിക്കപ്പെട്ടുവെന്നു പറയാം.

അടിക്കുറിപ്പുകൾ

1. 1805 ലും 1812 ലും വയനാട്ടിലെ കുറിച്യ-കുറുമ ആദിവാസി വിഭാഗത്തിൽപെട്ടവർ ബ്രിട്ടീഷുകാർക്കെതിരെ നടത്തിയ ധീരോദാത്തമായ പോരാട്ടത്തെക്കുറിച്ചുള്ള സവിശേഷ പഠനങ്ങൾ ഇനിയും ഉണ്ടായിട്ടില്ല. വില്യംലോഗൻ രചിച്ച *മലബാർ മാന്വൽ* അടക്കമുള്ള കൊളോണിയൽ ആഖ്യാനങ്ങൾ മാത്രമാണ് ആ പോരാട്ടങ്ങളെക്കുറിച്ചുള്ള 'ആധികാരിക' രേഖകൾ.
2. 1960 കളിലാണ് വയനാട്ടിൽ നിന്ന് ഒരു ആദിവാസി സംഘടന ആദ്യമായി രൂപം കൊള്ളുന്നത്. 'ആദിവാസി സംഘം' എന്നായിരുന്നു സംഘടനയുടെ പേര്.
3. കേരളത്തിലെ ഏറ്റവും വലിയ ആദിവാസി വിഭാഗമായ പണിയ സമുദായത്തിൽനിന്ന് വയനാടിനു പുറത്ത് അറിയപ്പെടുന്ന ഒരാളുമുണ്ടായിട്ടില്ല. സാമ്പത്തിക, വിദ്യാഭ്യാസ, സാമൂഹിക മേഖലകളിൽ ബഹുദൂരം പിന്നിലാണ് പണിയ സമുദായം.
4. കൈപ്പാടൻ എന്ന പണിയ യുവാവിനെ ഒരു സുബ്ബരായപട്ടർ എട്ടണയ്ക്ക് പണയം വെച്ചതിന്റെ കോടതി രേഖകൾ ലഭ്യമാണ്.
5. ചില പഠനങ്ങളിൽ 1938 എന്നും 1941 എന്നും ജനന തീയതി ചേർത്തു കണ്ടിട്ടുണ്ട്. ഏതു രേഖകളെ അടിസ്ഥാനമാക്കിയാണ്

ഈ വർഷ നിർണ്ണയം എന്ന് വ്യക്തമാക്കപ്പെട്ടിട്ടില്ല.

6. ഡോ. അസീസ് തരുവണ, *പി കെ കാളൻ ആദിവാസി ജീവിതത്തിന്റെ സമരമുഖം* (എഡി.) ഞാനും എന്റെ സമുദായവും (പ്രഭാഷണം) പുറം. 24, ചിന്ത പബ്ലിഷേഴ്സ്-2012.
7. ഡി ഡി നമ്പൂതിരി/വിനോദ് കൃഷ്ണൻ, *ഒരു ആദിവാസി കമ്യൂണിസ്റ്റിന്റെ ജീവചരിത്രത്തിൽനിന്ന്, മാതൃഭൂമി* ആഴ്ചപ്പതിപ്പ്-2007 മാർച്ച് 15.
8. പി കെ കാളൻ, *ആദിവാസി ജീവിതത്തിന്റെ സമരമുഖം,* പുറം. 12
9. അസീസ് തരുവണ, വിജ്ഞാനകൈരളി, *വയനാട്ടിൽ നിലനിന്ന ആദിവാസി അടിമത്തം,* മാർച്ച്-2011.
10. അതേ പ്രബന്ധം, *വിജ്ഞാനകൈരളി,* മാർച്ച് -2011.
11. *മാതൃഭൂമി* ആഴ്ചപ്പതിപ്പ് - 2007, മാർച്ച് 15.
12. സുബിൻ മാനന്തവാടി നടത്തിയ അഭിമുഖം, വാരാന്ത്യമാധ്യമം. 2005 ഒക്ടോബർ 30.
13. ചെമ്പാവ്, ശ്രീ ശങ്കരാചാര്യ സംസ്കൃത സർവ്വകലാശാല, കാലടി, 2004.
14. സുബിൻ മാനന്തവാടി നടത്തിയ അഭിമുഖം, വാരാന്ത്യമാധ്യമം 2005 ഒക്ടോബർ 30.
15. സി പി ഐ (എം) വയനാട് ജില്ലാ സെക്രട്ടറിയായിരുന്നു കാളന്റെ മരണകാലത്ത് സി കെ ശശീന്ദ്രൻ. പിന്നീട് കേരള നിയമസഭാംഗമായി.
16. ഡോ. അസീസ് തരുവണ (എഡി) *പി കെ കാളൻ: ആദിവാസി ജീവിതത്തിന്റെ സമരമുഖം,* (ഗദ്ദികയുടെ കുലപതി - സി കെ ശശീന്ദ്രൻ) ചിന്ത പബ്ലിഷേഴ്സ് 2012.
17. ഡോ. പി ജി പത്മിനി, അനുകരിക്കേണ്ട ചങ്കൂറ്റം (ഉദ്ധരണി): *പി കെ കാളൻ ആദിവാസി ജീവിതത്തിന്റെ സമരമുഖം* (എഡി:) പുറം 89, ചിന്ത പബ്ലിഷേഴ്സ്- 2012.
18. ഡോ. പി ജി പത്മിനി, അനുകരിക്കേണ്ട ചങ്കൂറ്റം (ഉദ്ധരണി): *പി കെ കാളൻ ആദിവാസി ജീവിതത്തിന്റെ സമരമുഖം* (എഡി:) പുറം.90, ചിന്ത പബ്ലിഷേഴ്സ്-2012.
19. *പി കെ കാളൻ: ആദിവാസി ജീവിതത്തിന്റെ സമരമുഖം* (എഡി:) അസീസ് തരുവണ)പുറം.44, ചിന്ത പബ്ലിഷേഴ്സ്-2012.
20. നിമിഷ കവിയായിരുന്നു പി കെ കാളൻ. അടിമത്ത നിരോധന വേളയിൽ മനസ്സിൽ എഴുതിയ വാമൊഴിയായി ആലപിച്ച വരികളാണിവ. മാനന്തവാടി ബ്ലോക്ക് പ്രസിഡന്റായിരുന്ന കാലത്തും മറ്റും പൊതുപരിപാടികളിൽ ഈ കവിത പലതവണ ആലപിച്ചിട്ടുണ്ട്.
21. *പി കെ കാളൻ: ആദിവാസി ജീവിതത്തിന്റെ സമരമുഖം* എന്ന

പുസ്തകത്തിന്റെ ആമുഖത്തിൽ നിന്ന്.

22. എം ശിവശങ്കരൻ, ഓർമ്മകൾ മരിക്കുന്നില്ല. ഉദ്ധരണി: *പി കെ കാളൻ: ആദിവാസി ജീവിതത്തിന്റെ സമരമുഖം* 79. ചിന്ത പബ്ലി ഷേഴ്സ് 2012.

23. യുഗശില്പി വാല്യം 1, ജനുവരി 2008.

24. ആവേദകൻ: മംഗലശ്ശേരി മാധവൻ മാസ്റ്റർ, പി കെ കാളൻ ബ്ലോക്ക് പ്രസിഡന്റായിരുന്ന കാലയളവിൽ ഇദ്ദേഹം ബ്ലോക്ക് പഞ്ചായത്ത് മെമ്പറായിരുന്നു.

25. ആവേദകൻ: വി എം കുട്ടി. കാളൻ ഫോക്‌ലോർ അക്കാദമി ചെയർ മാനായിരുന്ന കാലത്ത് വൈസ് പ്രസിഡന്റായിരുന്നു. വി എം കുട്ടി, മാപ്പിളപ്പാട്ട് ഗായകൻ, ഗവേഷകൻ.

26. സുബിൻ മാനന്തവാടി നടത്തിയ അഭിമുഖം, *വാരാദ്യമാധ്യമം*, 2005 ഒക്ടോബർ 30.

27. 2003, ജനുവരി 14, *ദേശാഭിമാനി* ദിനപത്രം.

28. ആവേദകൻ: എം പി കാളൻ, ആനപ്പാറ, വയനാട്

29. *പി കെ കാളൻ ആദിവാസി ജീവിതത്തിന്റെ സമരമുഖം.* പുറം.15

30. ഗദ്ദികാവതരണം നടത്തുന്ന ഏകസംഘമേ അക്കാലത്തുണ്ടായി രുന്നുള്ളൂ. ആ സംഘത്തിന്റെ സാരഥി പി കെ കാളനായിരുന്നു. ഇപ്പോൾ പി കെ കരിയന്റെ നേതൃത്വത്തിൽ ഒരു ട്രൂപ്പുണ്ട്

31. ഒ കെ ജോണി, *വയനാട് രേഖകൾ,* പുറം 151, *മാതൃഭൂമി* ബുക്സ്.

32. ആവേദകൻ: മംഗലശ്ശേരി മാധവൻ മാസ്റ്റർ, ചെറുകര, വയനാട്.

33. ഡോ. വി ലിസിമാത്യു, *പി കെ കാളൻ,* കേരള ഭാഷാ ഇൻസ്റ്റി റ്റ്യൂട്ട്.

ആദിവാസികൾക്കിടയിലെ ആര്യവല്ക്കരണം

തനതായ വിശ്വാസങ്ങളും ആചാരാനുഷ്ഠാനങ്ങളുമുള്ളവരാണ് ആദിവാസികൾ. ഓരോ ആദിവാസി വിഭാഗത്തിനും സ്വന്തമായ ദേവീ ദേവന്മാരും ദൈവപ്രീതിക്കായുള്ള അനുഷ്ഠാനങ്ങളുമുണ്ട്. മതങ്ങളിലെ ദേവീദേവ സങ്കല്പങ്ങളുമായി അവയ്ക്ക് യാതൊരു ബന്ധവുമില്ല. പൊതുവെ ആദിവാസി ദേവീദേവന്മാർ പ്രാദേശികരും തങ്ങൾക്ക് കൈയെത്തും ദൂരത്തുള്ളവരുമാണ്. സ്വർഗ്ഗസ്ഥരായ ദൈവങ്ങളല്ല; ഭൂമിയിൽ തങ്ങൾക്കിടയിൽ പാർക്കുന്നവരും പ്രാദേശിക മൂർത്തികളുമാണവർ. തങ്ങളുടെ പൂർവ്വീകന്മാരായ കാരണവന്മാരെ ആരാധിക്കുന്നവരും ഇല്ലാതെയല്ല.

എല്ലാറ്റിനേയും അടക്കിവാഴുന്ന സർവ്വശക്തനും സർവ്വവ്യാപിയുമായ ഒരൊറ്റ ദൈവം എന്ന ഏകദൈവ സങ്കല്പവും ആദിവാസികൾക്കന്യമാണ്. അതിനാൽ നിലനില്ക്കുന്ന ഏതെങ്കിലും മതത്തിന്റെ ഭാഗമല്ല ആദിവാസികൾ. സ്വതന്ത്രാസ്തിത്വമുള്ളവയും ഏറ്റവും പ്രാചീനമായ ഗോത്ര സങ്കല്പങ്ങളുടെ നിലനില്ക്കുന്ന രൂപങ്ങളുമാണ്. ആര്യാധിനിവേശത്തിനുമുമ്പ് നമ്മുടെ രാജ്യത്ത് നിലനിന്നിരുന്ന വിശ്വാസങ്ങളുടെ തുടർച്ചയാണ് പല ആദിവാസി വിഭാഗങ്ങളും പങ്കുവെയ്ക്കുന്നത്. ആര്യ-ബ്രാഹ്മണ വിശ്വാസ സങ്കല്പങ്ങളുടെ അപരസ്ഥാനത്തായിരുന്നു ചരിത്രത്തിലെന്നുമവരുടെ സ്ഥാനം.

ഒരുകാലത്ത് ഇന്ത്യയാകമാനം അധിവസിച്ചിരുന്നത് ഗോത്രസമൂഹങ്ങളായിരുന്നു. വ്യത്യസ്ത ആചാരങ്ങളും അനുഷ്ഠാനങ്ങളും വിശ്വാസങ്ങളുമുള്ള പരസഹസ്രം ഗോത്രവിഭാഗങ്ങൾ. പ്രാചീന-മദ്ധ്യകാലങ്ങളിൽ ഇന്നുള്ളതിനേക്കാൾ ഏറെ ആദിവാസി വിഭാഗങ്ങളുണ്ടായിരുന്നു; കൂടുതൽ പ്രദേശങ്ങളിൽ അവർ അധിവസിച്ചിരുന്നു. ആര്യന്മാരുടെ

ജൈത്രയാത്രക്കെതിരെ അവർ ധീരമായി ചെറുത്തുനിന്നു. പക്ഷേ, അവരുടേത് പരാജയം നിശ്ചയിക്കപ്പെട്ട യുദ്ധമായിരുന്നു. അശോകന്റെ നയപ്രഖ്യാപനത്തിൽ കാട്ടുഗോത്രങ്ങളെപ്പറ്റി ഹ്രസ്വമായ ഒരു പ്രസ്താവമുണ്ട്. പഴയ രാജാക്കന്മാർ അവരോട് കാണിച്ച ക്രൂരനയത്തിന്റെ പ്രഖ്യാപനമാണത്. ഹിന്ദുനാഗരികതയുടെ വളർച്ചയ്ക്കിടെ അനേകം പ്രാകൃത ജനവിഭാഗങ്ങൾ നശിപ്പിക്കപ്പെട്ടു; പലരുടേയും സ്വത്വം നഷ്ടമായി. ചിലർ പരിഷ്കൃതരായ മേധാവികളുടെ ആധിപത്യം അംഗീകരിച്ച് പൈതൃകഭൂമി നിലനിർത്തി. ഈ ജനവിഭാഗങ്ങൾ യുദ്ധകാലത്ത് പ്രയോജനം ചെയ്യുമെന്ന് അർത്ഥശാസ്ത്രകാരൻ എഴുതുന്നു.[1]

പുരാണേതിഹാസങ്ങളിൽ ഇവർ ദുഷ്ടശക്തികളുടെ സ്ഥാനത്താണ്. പിശാചുക്കളുടേയും ദുഷ്ടശക്തികളുടെയും സ്വഭാവവിശേഷങ്ങൾ പലതും ഹിന്ദു മിത്തോളജിയിൽ വിവരിച്ചിരിക്കുന്നത് കാട്ടുഗോത്രക്കാരെപ്പറ്റിയുള്ള ധാരണയിൽനിന്നാണ്. നാഗത്താന്മാർ, യക്ഷന്മാർ, രാക്ഷസന്മാർ, അസുരന്മാർ തുടങ്ങിയവരാണ് ഈ ദുഷ്ടശക്തികൾ.[2]

*രാമായണ-മഹാഭാരതാ*ദികളിൽ വാനരന്മാരെന്നും ഋഷന്മാരെന്നും രാക്ഷസന്മാരെന്നും വിളിക്കപ്പെടുന്നവർ വിന്ധ്യാപ്രദേശങ്ങളിലെയും മദ്ധ്യഭാരതത്തിലെയും ആദിവാസികളായ അനാര്യ ഉപജാതികളായിരുന്നു എന്ന പണ്ഡിതമതത്തെ ഇതോടൊപ്പം ചേർത്തുവായിക്കാവുന്നതാണ്. വാല്മീകി *രാമായണ*ത്തിൽ ആദിവാസികളെ വാനരന്മാരെന്നും ഋഷന്മാരെന്നും മറ്റും പറഞ്ഞിട്ടുണ്ടെങ്കിലും പ്രാരംഭത്തിൽ ഇവരെല്ലാം മനുഷ്യരായിത്തന്നെ കരുതപ്പെട്ടിരുന്നുവെന്ന് ആദികാവ്യത്തിലെ അനേകം ശ്ലോകങ്ങളിൽനിന്നും വ്യക്തമാണ്. *രാമായണ*ത്തിലെ വാനരന്മാർ മനുഷ്യരെപ്പോലെ ബുദ്ധിയുള്ളവരാണ്. അവർ മനുഷ്യരുടെ ഭാഷ സംസാരിക്കുന്നു. വസ്ത്രം ധരിക്കുന്നു. വീടുകളിൽ താമസിക്കുന്നു. വിവാഹസംസ്കാരങ്ങൾക്ക് മാന്യത നല്കുന്നു. രാജാവിന്റെ ഭരണത്തിൻ കീഴിൽ വസിക്കുന്നു. ഇതിൽനിന്നും കവിയുടെ ദൃഷ്ടിയിൽ അവർ വെറും വാനരന്മാരല്ലെന്നുള്ളത് സ്പഷ്ടമാണ്. വാസ്തവത്തിൽ അവർ വാനരന്മാർ, ഋഷന്മാർ തുടങ്ങിയ മനുഷ്യജാതികളായിരുന്നു.[3]

'കുരങ്ങ്' എന്നർത്ഥംവരുന്ന ജാതിപ്പേരുള്ള ഒട്ടേറെ വിഭാഗങ്ങൾ ഇന്ത്യയിലുണ്ട്. ഛോട്ടാ നാഗ്പൂരിൽ താമസിക്കുന്ന ഉംറാംവ്, മുണ്ഡാ ജാതികളിൽ തിക്ഷാ, ഹൽമാൻ, ബജ്റംഗ്, ഗഡി എന്നീ പേരുകളുള്ള ഗോത്രങ്ങളുണ്ട്. ഇവയുടെയെല്ലാം അർത്ഥം കുരങ്ങ് എന്നാണ്. ഇതുപോലെതന്നെ റദ്ദീ, ബരഈ ബസോർ, ഭൈര, ഖംഗാർ എന്നീ ജാതികളിലും വാനര ദ്യോതകങ്ങളായ ഗോത്രങ്ങളുണ്ട്.[4] രാക്ഷസൻ, അസുരൻ തുടങ്ങിയവ ഇന്നും ഇന്ത്യയിൽ നിലനില്ക്കുന്ന രണ്ടു ഗോത്രസമൂഹങ്ങളാണ്. ചരിത്രത്തിൽ തുല്യതയില്ലാത്തവിധം വേട്ടയാടപ്പെട്ട തദ്ദേശീയരായ രണ്ടു ജാതികളായിരുന്നു ഇവർ. ആര്യാധിനിവേശത്തെ ഏറ്റവും ചെറുത്തുനിന്നവരും അതിനാൽ അപരവല്ക്കരിക്കപ്പെടുകയും 'കൊല്ലപ്പെടേണ്ടവർ' എന്ന് ആര്യപുരാണേതിഹാസങ്ങൾ തീർപ്പുകല്പി

ച്ചവരുമാണീ വിഭാഗങ്ങൾ. തദ്ദേശീയരായ ഈ ഗോത്രസമൂഹങ്ങളെ ക്രൂരമായി കൊന്നൊടുക്കുന്നത് ഒരു പുണ്യകർമ്മമെന്നപോലെയാണ് പുരാണേതിഹാസങ്ങൾ പരിചയപ്പെടുത്തുന്നത്. അവരുടെ ആവാസ വ്യവസ്ഥകളും പുരങ്ങളും നശിപ്പിക്കപ്പെട്ടതിനെക്കുറിച്ചുള്ള ഒട്ടേറെ പരാമർശങ്ങൾ പുരാണേതിഹാസങ്ങളിൽ കാണാം.

ചാതുർവർണ്ണ്യത്തിൽ ഉൾപ്പെടുന്നവരെയാണ് പൊതുവെ ഹൈന്ദവർ എന്ന് വിളിക്കുന്നത്. വർണ്ണവ്യവസ്ഥയ്ക്ക് ബഹുദൂരം പുറത്തായിരുന്നു ആദിവാസികൾ. അവർക്ക് മനുഷ്യരെന്ന നിലയ്ക്കുള്ള അവകാശങ്ങൾപോലും ക്രൂരമാംവിധം നിഷേധിക്കപ്പെട്ടിരുന്നു. ഒരു കാലത്തുമവർക്ക് 'പൂർണ്ണപൗരത്വം' സവർണ്ണപ്രത്യയശാസ്ത്രം അനുവദിച്ചു കൊടുത്തിട്ടില്ല. എന്നു മാത്രമല്ല, ചരിത്രത്തിൽ എന്നെങ്കിലും ആദിവാസികൾ ഹിന്ദുമതത്തിന്റെ ഭാഗമാണെന്ന് സ്ഥാപിക്കുന്ന ഒരു രേഖയും കണ്ടെത്തുക സാദ്ധ്യമല്ല. എന്നല്ല, ദൃഷ്ടിയിൽപ്പെടാൻപോലും പറ്റാത്ത സമൂഹങ്ങളായിട്ടാണ് അവരിൽ പല സമൂഹങ്ങളേയും സവർണ്ണത പരിഗണിച്ചിരുന്നത്. സവർണ്ണരെ സംബന്ധിച്ചിടത്തോളം അസ്പൃശ്യരായ ദളിതുകൾക്കും കീഴെയാണ് ആദിവാസികൾ. നമ്മുടെ ചരിത്രഗ്രന്ഥങ്ങളിൽപോലും അവർക്ക് അർഹമായ ഇടം ലഭിച്ചിട്ടില്ല.

'നമ്മളും നിങ്ങളും ഒന്നാണെന്ന് ഈ പുറാളിവിഭാഗ (marginalized) ങ്ങളോട് ഒരു മതാചാര്യനും ഒരു നൂറ്റാണ്ടുമുമ്പെങ്കിലും പറഞ്ഞതിനും തെളിവുകളില്ല. ക്രൈസ്തവ-ഇസ്ലാം മതങ്ങളിലേക്ക് മുമ്പേ അവർ പരിവർത്തനം ചെയ്തിരുന്നു. കൊടിയ പീഡനങ്ങളിൽനിന്നും മനുഷ്യത്വരഹിതമായ സവർണ്ണ സമീപനങ്ങളിൽനിന്നുമുള്ള മോചനമായിരുന്നു പ്രധാനമായും അതിന്റെ ലക്ഷ്യം. സമീപകാലത്തായി, ആര്യ ബ്രാഹ്മണിക ഹിന്ദുമതത്തിന്റെ ഭാഗമല്ലാതിരുന്ന, ആദിമ ദ്രാവിഡരിൽപ്പെട്ട ആദിവാസികളെ വിശാല ഹിന്ദുത്വ കാൻവാസിൽ അണിനിരത്തുവാനും അതുവഴി തങ്ങളുടെ രാഷ്ട്രീയ ലക്ഷ്യം നേടുവാനുംവേണ്ടി വർഗ്ഗീയശക്തികൾ ശ്രമിച്ചുകൊണ്ടിരിക്കുകയാണ്. ഇത് ആസൂത്രിതമായ മതപരിവർത്തനം തന്നെയാണ്. അമ്പും വില്ലും ഉപയോഗിക്കുന്ന ആദിവാസി വിഭാഗങ്ങൾക്കിടയിലാണ് ത്വരിതഗതിയിൽ ഈ പ്രവർത്തനങ്ങൾ നടന്നുകൊണ്ടിരിക്കുന്നത്. ചരിത്രത്തിലെ ഒരു വലിയ തമാശയാണിത്. ഒരു കാലത്ത് കാട്ടിലേക്ക് ആട്ടിയോടിക്കുകയും കൂട്ടക്കൊലകൾ നടത്തുകയും ചെയ്തവരുടെ പിന്മുറക്കാർ അവരെ കാവി പുതപ്പിച്ച് സ്വീകരിക്കുന്നു. അതിനായി ഇന്ന് ഇന്ത്യയിലുടനീളം ആദിവാസികൾക്കിടയിൽ സംഘ്പരിവാർ സംഘടനകളുണ്ട്.

ആദിവാസികളെ 'വനവാസികൾ' എന്നേ ഇവർ വിളിക്കാറുള്ളൂ. ആദിവാസികൾക്കിടയിൽ പ്രവർത്തിക്കുന്ന സംഘ്പരിവാർ സംഘടനകൾ 'വനവാസി കല്യാൺ പരിഷത്ത്', 'വനവാസി വികാസ് കേന്ദ്ര' എന്നിങ്ങനെ വനവാസി എന്നല്ലാതെ പ്രാചീനത സൂചിപ്പിക്കുന്ന 'ആദിവാസി' എന്ന പേർ ബോധപൂർവ്വം ഉപയോഗിക്കാറില്ല. ആദിവാസി എന്നുപയോ

ഗിച്ചാൽ 'ആദ്യത്തെ നിവാസി' എന്നർത്ഥം വരുമെന്നും സ്വാഭാവികമായും രണ്ടാമത് വന്നവർ ആരെന്നുമുള്ള ചോദ്യമുയരുമെന്നുമവർക്കറിയാം. ഇത് ആര്യ-ബ്രാഹ്മണാധിപത്യത്തിനും സവർണ്ണ മേല്ക്കോയ്മയ്ക്കും ഭീഷണിയാകുമെന്ന് പരിവാർ ബുദ്ധികേന്ദ്രങ്ങൾ തിരിച്ചറിയുന്നു. ആദിവാസികളെ വനവാസികളായി വനാന്തരങ്ങളിലേക്കും പുറമ്പോക്കുകളിലേക്കും പ്രാചീന കാലത്ത് ആട്ടിയോടിച്ചവർ ആരാണ് എന്ന ചോദ്യം പല ആദിവാസി എഴുത്തുകാരും ഇന്നുറക്കെ ചോദിച്ചുകൊണ്ടിരിക്കുകയാണ്. തങ്ങളുടെ പൂർവ്വികന്മാർ ഈ രാജ്യത്തെ ആദിമ ഭരണാധികാരികളായിരുന്നെന്നും ആദ്യത്തെ കവികളും ചിത്രകാരന്മാരും ശാസ്ത്രജ്ഞന്മാരും തത്ത്വചിന്തകന്മാരും അവരായിരുന്നെന്നും അവരെ രാക്ഷസന്മാരെന്നും വാനരന്മാരെന്നും കിരാതന്മാരെന്നും മുദ്രകുത്തി പാർശ്വവല്ക്കരിക്കുകയും വംശഹത്യ നടത്തുകയും ചെയ്തവരാരെന്നും ആദിവാസി സാഹിത്യകാരന്മാർ നിവർന്നുനിന്ന് ചോദിച്ചുകൊണ്ടിരിക്കുകയാണ്. 'മനുവിനെ മുറ്റത്തെ ആര്യവേപ്പിൽ നഗ്നനായി കെട്ടിത്തൂക്കി തന്റെ പൂർവ്വികരുടെ എത്ര രക്തമയാൾ കുടിച്ചിട്ടുണ്ടെന്നറിയാൻ അയാളുടെ രക്തധമനികൾ കീറിനോക്കു'മെന്ന് ഗുജറാത്തിലെ പ്രസിദ്ധ കീഴാളകവി ജയന്ത് പാർമർ.

ആദിവാസികൾ എന്തുകൊണ്ട് ഹിന്ദുക്കളല്ല

ഹിന്ദുമതം ചാതുർവർണ്ണ്യത്തിൽ അധിഷ്ഠിതമാണ്. ബ്രാഹ്മണർ, ക്ഷത്രിയർ, വൈശ്യർ, ശൂദ്രർ എന്നിവരാണ് ചാതുർവർണ്ണ്യത്തിൽ ഉൾപ്പെടുന്ന വിഭാഗങ്ങൾ. ഇവർ 'സവർണ്ണർ' എന്നറിയപ്പെടുന്നു. ചാതുർവർണ്ണ്യത്തിന് പുറത്തുള്ളവർ ഹിന്ദുമതത്തിന് പുറത്താണ്. ദലിത്, ആദിവാസി വിഭാഗങ്ങൾ അതിനാൽ ഹിന്ദുസമാജത്തിന് പുറത്താണ്. ഈ വിഭാഗങ്ങളാകട്ടെ, ആര്യാധിനിവേശത്തിനുമുമ്പേ ഇന്ത്യയിലുള്ളവരുമാണ്. ചരിത്ര പണ്ഡിതനായ എ എൽ ബാഷാം എഴുതി:

> ഋഗ്വേദ കാലത്തിന്റെ അവസാനത്തോടെ സമൂഹത്തിൽ ചതുർവിഭജനം മൗലികവും ആദിമവും ദൈവികവുമാണെന്ന് പരിഗണിക്കപ്പെട്ടു. ഇന്ത്യയിലെ നാലുവർണ്ണങ്ങൾ വളർന്നുവന്നത് വളരെ പ്രാചീനമായ ആര്യൻ വർണ്ണ വിഭജനങ്ങളിൽനിന്നാണ്. പല ഇന്തോ-യൂറോപ്യൻ സമൂഹങ്ങളിലും പലതരത്തിലുള്ള ശ്രേണികളുമുണ്ടായിരുന്നു. പ്രാചീന ഇറാനിൽ നാല് പിസ്ട്രകൾ (വർണ്ണങ്ങൾ) ഉണ്ടായിരുന്നു. ഇന്ത്യയിലേതിനോട് താരതമ്യം ചെയ്യാവുന്നതായിരുന്നു ഇത്. ഇന്ത്യയിൽ ഈ ശ്രേണീവല്ക്കരണം കൂടുതൽ കർക്കശമായി. ഇന്നത്തെ ദക്ഷിണാഫ്രിക്കയിലേതിന് സമാനമായ ഒരവസ്ഥ വേദകാലത്തുണ്ടായി. ഇരുണ്ട വർണ്ണമുള്ള ഒരു തദ്ദേശീയ ഭൂരിപക്ഷത്തിന്റെ മേൽ ആധിപത്യം സ്ഥാപിക്കാനും വർണ്ണശുദ്ധി നിലനിർത്താനും ശ്രമിക്കുന്ന വെളുത്ത വർണ്ണമുള്ള

> ന്യൂനപക്ഷത്തിന്റെ യത്നത്തിൽ നിന്നാണിതാവിർഭവിച്ചത്. ഗോത്ര വർണ്ണ വിഭജനങ്ങൾ കഠിനമായി; ഇരുണ്ട ചർമ്മമുള്ള ആദിവാസി ജനതയ്ക്ക് ആര്യൻ സാമൂഹിക ഘടനയുടെ അടിത്തട്ടിൽ മാത്രമാണ് സ്ഥാനം ലഭിച്ചത്. ആദിവാസി കേവലം അടിയാളനായി; അവകാശങ്ങളില്ലാത്ത, എന്നാൽ അനേകം അവശതകളുള്ള അടിയാളൻ.[5]

ചാതുർവർണ്ണ്യത്തിലെ നാലാം വർണ്ണമായ ശൂദ്രർ അടിമത്തമനുഭവിച്ചവരാണ്. *മനുസ്മൃതിയിൽ* ശൂദ്രാടിമത്തത്തിന്റെ കൃത്യമായ വിവരണം അഥവാ അടിമ എന്തെല്ലാം ചെയ്യാം, ചെയ്യരുത് എന്ന് പറയുന്നുണ്ട്. ഇന്നു നാം ദലിതരെന്നു വിശേഷിപ്പിക്കുന്ന അയിത്ത ജാതിക്കാർ, അസ്പൃശ്യർ, നിസ്വർ, ഭ്രഷ്ടർ ശൂദ്രജാതികൾക്കും പുറത്തുള്ളവരാണ്. ദളിതരിലുംപെടാത്ത ഏറ്റവും അടിത്തട്ടിലുള്ളവരാണ് ആദിവാസികൾ.

ആര്യാധിനിവേശത്തിനുമുമ്പ് ഭരണാധികാരവും സമൂഹത്തിൽ മേല്ക്കോയ്മയുമുണ്ടായിരുന്ന പ്രാക്തന ആദിവാസി വിഭാഗങ്ങൾ ഇന്നത്തെ പതിതാവസ്ഥയിലേക്ക് എത്തിപ്പെട്ടതിന്റെ ചരിത്ര പശ്ചാത്തലം വിശകലനം അർഹിക്കുന്നതാണ്. ചില വിഭാഗങ്ങളെ വംശീയ ഉന്മൂലനത്തിന് വിധേയമാക്കിയപ്പോൾ മറ്റുചില വിഭാഗങ്ങളെ ആര്യവല്ക്കരിച്ചുകൊണ്ട് തങ്ങളുടെ ആശ്രിതരും അടിമകളുമാക്കുകയാണ് ആര്യാധിനിവേശ ശക്തികൾ ചെയ്തത്. എം ജി എസ് നാരായണൻ എഴുതുന്നു:

> ദക്ഷിണേന്ത്യയിലെ ഗോത്രസമൂഹം ഫ്യൂഡൽവല്ക്കരിക്കുന്ന പ്രക്രിയയോടൊപ്പമാണ് ഇവിടെ ആര്യവല്ക്കരണം അഥവാ ഹൈന്ദവവല്ക്കരണം നടന്നത്. ഇത് ബി സി അഞ്ചാംശതകത്തിലോ ആറാം ശതകത്തിലോ ആരംഭിക്കുകയും ഡക്കാൻ പീഠഭൂമിയിലും ബി സി 2-3 ശതകങ്ങളിൽ തമിഴകത്തിന്റെ അതിർത്തിയോളവും വ്യാപിച്ച മൗര്യസാമ്രാജ്യത്തിന്റെ വളർച്ചയോടെ ശക്തിപ്പെടുകയും ചെയ്തു എന്നു കരുതാം. ഹൈന്ദവ സൈനികശേഷിയെ പ്രതിനിധീകരിച്ച മൗര്യ-ശതവാഹന-ഗുപ്ത സാമ്രാജ്യങ്ങൾക്ക് പുരാതന തമിഴകം കീഴടക്കാനായില്ല. ചില പണ്ഡിതന്മാർ അഭിപ്രായപ്പെടുന്നതുപോലെ ചൂഷണമോ അടിച്ചമർത്തലോ കൂടാതെ സാംസ്കാരിക അധിനിവേശമാണ് ഇവിടെ നടന്നത്. ആര്യൻ സമൂഹത്തിലേക്ക് 'മാറ്റപ്പെട്ട' ഗോത്രത്തലവന്മാർക്ക് ക്ഷത്രിയ പദവി നല്കപ്പെട്ടു. കൊട്ടാരകവികളും പണ്ഡിതന്മാരും ഇക്കൂട്ടരെ രാമായണ-മഹാഭാരതകാലത്തെ നായകന്മാരുടെ കുടുംബ പരമ്പരയിൽ വിളക്കിച്ചേർക്കുകയായിരുന്നു. ഗോത്രത്തലവന്മാർ ആര്യവല്ക്കരിക്കപ്പെടുകയോ ഹൈന്ദവവല്ക്കരിക്കപ്പെടുകയോ ചെയ്തുവെന്നു ചുരുക്കം. ഗോത്രത്തലവന്മാരുടെ താഴെത്തട്ടുകളിലും ആര്യൻ സ്വാധീനം സംക്രമിച്ചു. ഗോത്രത്തലവന്മാരുടെ താഴെത്തട്ടുകളിൽ സ്ഥാനംപിടിച്ച ബ്രാഹ്മണ പുരോ

ഹിതർ പാണന്മാർ, വേലന്മാർ, വീരാളികൾ എന്നിവർക്കുണ്ടായിരുന്ന സ്ഥാനങ്ങളാണ് നേടിയെടുത്തത്. ഗോത്രമുഖ്യന്മാരിൽ ബ്രാഹ്മണൻ ചെലുത്തിയ സ്വാധീനത്തിന്റെ ആധിക്യത്തിൽ പാരമ്പര്യവൈദ്യം, കലാപ്രവർത്തനങ്ങൾ എന്നിവയിലേർപ്പെട്ടിരുന്ന വിഭാഗങ്ങൾ പുറംതള്ളപ്പെട്ടു. വൈദിക ചടങ്ങുകളും ഉപനിഷത്ദർശനവും പുരാണേതിഹാസങ്ങളും മാത്രം ഉപയോഗിച്ചല്ല, അർത്ഥശാസ്ത്രത്തിൽ പ്രതിപാദിച്ച രാഷ്ട്രീയ കൗശലങ്ങളും പ്രയോഗിച്ചാണ് ഈ മനഃശാസ്ത്രപരമോ ആത്മീയമോ ആയ കടന്നുകയറ്റങ്ങൾ നടന്നത്. ഇന്നത്തെ ഗോത്രവർഗ്ഗക്കാർ ചരിത്രത്തിൽ വരുന്നത് എപ്പോഴാണ്? പഴയ ഗോത്രസമൂഹം മേലാളരും കീഴാളരുമായി വിഭജിക്കപ്പെടുകയായിരുന്നു. ആര്യൻ സ്വാധീനത്തിൽപ്പെട്ടവർ ക്ഷത്രിയ-അമ്പലവാസി-നായർ-ചെട്ടി എന്നീ പുനഃസംഘടിപ്പിക്കപ്പെട്ട സമൂഹങ്ങളായി വിവിധ കാലഘട്ടങ്ങളിൽ പരിണമിച്ചു. ഭാഷാപരവും ആചാരപരവും തൊഴിൽപരവും സാംസ്കാരികവുമായി തനിമ നിലനിർത്തിപ്പോന്ന അവശിഷ്ട സമൂഹത്തിൽ നിന്ന് ഇപ്പറഞ്ഞ വിഭാഗങ്ങൾ ഭിന്നിച്ച് വേർപെട്ടു. ഗ്രാമങ്ങളിലെയും നഗരങ്ങളിലെയും പ്രാന്തപ്രദേശങ്ങളിൽ ജീവിച്ച് വീട്ടുവേലകളും കൂലിപ്പണിയും ചെയ്തുപോന്നവരും കാടുകളിലും കുന്നിൻപ്രദേശങ്ങളിലും അഭയംതേടി കഴിഞ്ഞുകൂടിയിരുന്നവരുമാണ് നിർഭാഗ്യവാന്മാരായ രണ്ടു വിഭാഗക്കാർ. അടിയാളന്മാരും അടിമകളുമായി ജീവിക്കാൻ വിധിക്കപ്പെട്ടവർ സാമൂഹികവും സാമ്പത്തികവും രാഷ്ട്രീയവുമായ അടിച്ചമർത്തലുകൾക്ക് വിധേയരായപ്പോൾ, വനഗോത്രക്കാർ പരോക്ഷമായാണ് അടിച്ചമർത്തലുകൾക്കും ചൂഷണങ്ങൾക്കും വിധേയരായത്. നാഗരികർ കാട്ടുജാതിക്കാരെ സാമ്പത്തികമായി ചൂഷണം ചെയ്തിരുന്നെങ്കിലും അവരുടെ പാരമ്പര്യവിശ്വാസങ്ങളിൽ കൈകടത്തിയിരുന്നില്ല. സംഘകാലത്തിനുശേഷം ആര്യവല്ക്കരിക്കപ്പെടുകയോ ഹൈന്ദവവല്ക്കരിക്കപ്പെടുകയോ ചെയ്യാതിരുന്ന ഗോത്രങ്ങളുടെ സ്തംഭനം നടന്നത് അക്കൂട്ടരുടെ ശാരീരികവും ബൗദ്ധികവുമായ ശേഷിക്കുറവിന്റെ സ്വാഭാവിക പരിണതി എന്ന നിലയ്ക്കല്ല. ചൂഷണംമൂലം ഗതിമുട്ടിപ്പോയ വികസനമാണ് അതിനുകാരണം. സമതലത്തിലെ വികസിതസമൂഹവും ആര്യൻ അഥവാ ഹിന്ദു സംസ്കാരത്തിന്റെ തെളിമയാർന്നതും ഇരുണ്ടതുമായ രണ്ടു വർഗ്ഗങ്ങളാണ്. ഗോത്രവർഗ്ഗക്കാരുടെ സ്തംഭനാവസ്ഥയും നാഗരിക സമൂഹത്തിൽ തന്നെയുള്ള വലിയൊരു വിഭാഗത്തിന്റെ അടിമത്തവും ജാതി അധിഷ്ഠിത സാമൂഹിക ക്രമത്തിന് ഇന്ത്യൻ സംസ്കാരം നല്കേണ്ടിവന്ന വലിയ വിലയാണ്.[6]

ദളിത് സ്വത്വത്തെയും വിമോചനത്തെയുംപറ്റി അഗാധമായ അന്വേഷണങ്ങൾ നടത്തിയ അംബേദ്കർ, ആദിവാസികൾ അടക്കമുള്ള കീഴാള

സമൂഹങ്ങൾ ഹിന്ദുസമാജത്തിൽപ്പെട്ടവരാണെന്ന വാദം നിസ്സംശയം തള്ളിക്കളഞ്ഞിട്ടുണ്ട്. അദ്ദേഹം ആദിവാസികൾ ഉൾപ്പെടെയുള്ള കീഴാള വിഭാഗങ്ങൾ ഹൈന്ദവ ദൈവങ്ങളെ ആരാധിക്കുന്നതിനേയും അവരുടെ ആഘോഷങ്ങളിൽ പങ്കുകൊള്ളുന്നതിനെയും അതിരൂക്ഷമായി വിലക്കിയിട്ടുമുണ്ട്. അംബേദ്കർ പറയുന്നു: "ഹിന്ദു ദൈവങ്ങളെ ആരാധിക്കുന്നതും ഹിന്ദു ആഘോഷങ്ങൾ കൊണ്ടാടുന്നതും ഹിന്ദുക്കളുടെ പുണ്യസ്ഥലങ്ങൾ സന്ദർശിക്കുന്നതും അവസാനിപ്പിക്കുക."[7]

"ബ്രാഹ്മണരുടെ ദൈവങ്ങളെ നാം ആരാധിക്കുന്നേടത്തോളം കാലം ബ്രാഹ്മണർ നമ്മെ ഭരിക്കുന്നതും തുടരും"[8] സഹോദരൻ അയ്യപ്പൻ ഇങ്ങനെ നിരീക്ഷിക്കുന്നു: "തിയ്യർ അടക്കമുള്ള പിന്നോക്ക ജാതിക്കാർ തങ്ങൾ ഹിന്ദുമതത്തിന്റെ ഭാഗമാണെന്നു പറയുന്നത്, ഒരടിമ കാലപ്പഴക്കംകൊണ്ട് കാലിലെ ചങ്ങല കാലിന്റെ ഭാഗമാണെന്നു വാദിക്കുന്നതുപോലെയാണ്."

ആദ്യകാലത്ത് കേരളത്തിൽ ഗോത്രസമൂഹങ്ങൾ മാത്രമാണ് ഉണ്ടായിരുന്നത്. ആദ്യകാല തമിഴരും കേരളീയരും ബ്രാഹ്മണമതവിരോധികളായിരുന്നു. മനുവും ഐരേയ ആരണ്യകർത്താവും ഈ യാഥാർത്ഥ്യം ചൂണ്ടിക്കാണിച്ചിട്ടുണ്ട്. സംസ്കൃതമോ ആര്യഭാഷാ ഗോത്രത്തിൽപ്പെട്ട മറ്റേതെങ്കിലും ഭാഷയോ മാതൃഭാഷയാക്കിയ ഒരു ജാതിപോലും ഇന്നോളം കേരളത്തിൽ ജീവിച്ചിരുന്നില്ല. കേരളത്തിൽ ഹിന്ദുക്കൾ എന്നു പറയുന്നവർ ബ്രാഹ്മണരും അമ്പലവാസികളും വർമ്മമാരും ശൂദ്രരും മാത്രമായിരുന്നു. വൈശ്യർ എന്നൊരു ജാതി–ചാതുർവർണ്ണ്യത്തിലെ മൂന്നാം വർണ്ണക്കാർ-കേരളത്തിൽ ഉണ്ടായിട്ടില്ല. ചാതുർവർണ്ണ്യ വ്യവസ്ഥയ്ക്ക് പുറത്തുനില്ക്കുന്നവരെ ജാതിഹിന്ദുക്കൾ 'അവർണ്ണർ' എന്നു വിളിച്ചു. അവർണ്ണർക്ക് ആരാധന നടത്തുന്നതിനോ അറിവു നേടുന്നതിനോ അനുവാദമുണ്ടായിരുന്നില്ല. എന്നാൽ, കാലാന്തരത്തിൽ അവർണ്ണർ ചരിത്രം വിസ്മരിച്ചു. അവരിൽ ചിലരെങ്കിലും തങ്ങൾ ഹിന്ദുക്കളാണെന്ന് സ്വയം അവകാശപ്പെട്ടു. ക്ഷേത്രപ്രവേശനത്തിനുവേണ്ടി വാദിച്ചു. സമരപ്രക്ഷോഭങ്ങൾ സംഘടിപ്പിച്ചു. അങ്ങനെ ക്ഷേത്രപ്രവേശനാനുമതി നേടി. അതോടുകൂടി അവർണ്ണ ജാതിക്കാർ ഹിന്ദുക്കളും ഹിന്ദുമതത്തിലെ ജാതികളുമായിത്തീർന്നു.[9] ഹിന്ദുമതത്തിലേക്ക് പരിവർത്തനം ചെയ്യാതെ മാറിനിന്നവരാണ് ഇന്നത്തെ ആദിവാസികൾ എന്നും അവർ ഹിന്ദുക്കളായിരുന്നില്ലെന്നും *പ്രാചീന കേരളചരിത്ര സംഗ്രഹ*ത്തിലെ വിവരണത്തിൽനിന്ന് തെളിയുന്നു.

കേരളത്തിലെ എല്ലാ ആദിവാസി വിഭാഗങ്ങളോടും ഒരേ സമീപനമായിരുന്നില്ല ബ്രാഹ്മണ-സമൂഹങ്ങൾ സ്വീകരിച്ചിരുന്നത്. ചില വിഭാഗങ്ങളെ അടിമകളാക്കി (ഉദാ. അടിയർ, പണിയർ). ചിലരെ നിരന്തരം വേട്ടയാടി. നായാടി ഗോത്രത്തിൽപ്പെട്ടവർ അത്തരത്തിൽ വേട്ടയാടപ്പെട്ടവരാണ്. നായാടികൾ എന്നു പേരുവരാൻ കാരണം ഇവർ കാട്ടിൽപോയി വേട്ടയാടിയതുകൊണ്ടല്ല; ഇവരെ മറ്റുള്ളവർ നായാടിയിരുന്നതിനാലാ

ണ്. അതായത് സവർണ്ണജാതി ഹിന്ദുക്കൾ ഇവരെ മൃഗങ്ങളെപ്പോലെ വേട്ടയാടിയിരുന്നു. ആട്ടിയോടിച്ചിരുന്നു. ഇവരെ ദൃഷ്ടിയിൽപ്പെടാൻ പാടില്ലാത്തവരായി പ്രഖ്യാപിച്ചിരുന്നു. 'നായാടിയെ കണ്ടുപോയ പാപ'ത്തിന് നമ്പൂതിരിമാർ വിരൽമുറിച്ച് ചോര കളയണം എന്നായിരുന്നു നടപ്പ്.[10]

ചില ആദിവാസി, ജാതി വിഭാഗങ്ങളെ തൊടാനോ കാണാനോ പാടില്ലെന്ന് കല്പിച്ച് നൂറ്റാണ്ടുകളോളം അകറ്റി നിർത്തിയവർ പെട്ടെന്ന് തോളിൽ കൈയിട്ട്, 'നമ്മളും നിങ്ങളും ഒന്നാണെ'ന്ന് പറയുമ്പോൾ അതിനുപിന്നിലെ ചേതോവികാരം വ്യക്തമാണ്. സവർണ്ണ പ്രത്യയശാസ്ത്രമകപ്പെട്ട പ്രതിസന്ധി മാത്രമല്ല ഇതിനുകാരണം, അർത്ഥശാസ്ത്രകാരൻ പറയുന്ന ചില കുടിലതന്ത്രങ്ങൾ കൂടിയാണ്. മസ്തിഷ്ക പ്രക്ഷാളനത്തിലൂടെ ആദിവാസികളെ തങ്ങളുടെ പിണിയാളുകളാക്കുകയും അവരിൽനിന്ന് യഥാർത്ഥ വർഗ്ഗശത്രുവിനെ മറച്ചു പിടിക്കുകയും ചെയ്യുക എന്നതാണ് ഒരു ലക്ഷ്യം. ചെവിയിൽ ഈയം ഉരുക്കി ഒഴിക്കലിന്റെയും നാവ് പിഴുതെടുക്കലിന്റെയും ശരീരം നെടുകെ പിളർക്കലിന്റെയും പ്രത്യയശാസ്ത്രത്തെ ചോദ്യം ചെയ്യാത്ത ഒരു വിധേയത്ത സമൂഹത്തെ സൃഷ്ടിക്കുകകൂടിയാണ്. ആയിരത്താണ്ടുകളുടെ ചരിത്രത്തെ വ്യഭിചരിച്ചുകൊണ്ടാണ് ഇത് സാദ്ധ്യമാക്കുന്നത്.

ദൈവങ്ങളുടെ മതംമാറ്റം

മതംമാറ്റത്തിനെതിരെ കലാപം നയിക്കുന്നവർ തങ്ങൾ ഗൂഢമായി നടത്തിക്കൊണ്ടിരിക്കുന്ന സംഘടിത മതംമാറ്റത്തെ ബോധപൂർവ്വം മറച്ചുപിടിക്കുകയാണ്. ക്രിസ്ത്യാനികളും മുസ്ലീങ്ങളും ദളിതുകളെയും ആദിവാസികളെയും മതം മാറ്റുന്നത് വ്യക്തികളെയോ കുടുംബങ്ങളെയോ ഒരു സംഘത്തെയോ മാത്രമാണ്. ഇതാകട്ടെ, ഇന്ത്യൻ ഭരണഘടന വിഭാവനം ചെയ്യുന്ന ഏതു മതവും സ്വീകരിക്കുവാനും പ്രചരിപ്പിക്കുവാനുമുള്ള അവകാശത്തിന്റെ പരിധിയിൽ പെടുന്നതാണ്. ഒരാൾക്ക് മതം മാറുവാനോ മാറാതിരിക്കുവാനോ വിശ്വസിക്കുവാനോ അവിശ്വസിക്കുവാനോ സ്വാതന്ത്ര്യമുണ്ട്.

നിഷ്കളങ്കരും നിരക്ഷരരുമായ സമൂഹത്തെ ഭീഷണിയോ വ്യാജപ്രലോഭനങ്ങളോ ചതിയോ കൂടാതെ മതംമാറ്റുന്നതിൽ ആരും എതിരു കാണുമെന്നു തോന്നുന്നില്ല. ഇതേസമയം, സവർണ്ണ പ്രത്യയശാസ്ത്രത്തിന്റെ വക്താക്കൾ നടത്തുന്ന ഗൂഢമായ മതപരിവർത്തനത്തെ വേണ്ട വിധം വിലയിരുത്തപ്പെടാതെ പോവുകയാണ്.

വളരെ ആസൂത്രിതവും ഗൂഢവുമായാണ് ഇവർ ആദിവാസികളെ 'മാറ്റിമറിച്ചു'കൊണ്ടിരിക്കുന്നത്. മതപരിവർത്തനം എന്ന പ്രയോഗം തീർച്ചയായും ഈ മാറ്റത്തിന് അനുയോജ്യമല്ല. കാരണം വ്യക്തികളെയോ കുടുംബങ്ങളെയോ അല്ല അവർ മാറ്റുന്നത്, സമുദായങ്ങളെ മൊത്തമാണ്. ദളിത് ആദിവാസി ദൈവങ്ങളെ അവരുടെ വിശ്വാസദർശനങ്ങളെയും മാറ്റിമറിച്ചുകൊണ്ടാണ് ഇത് സാദ്ധ്യമാക്കുന്നത്. അതോടെ

ആ സമൂഹത്തിന്റെ വരുംതലമുറകൾപോലും കബളിപ്പിക്കപ്പെടുന്നു.

ദളിത്, ആദിവാസി വിഭാഗങ്ങളെ നായരോ നമ്പൂതിരിയോ ആക്കി മാറ്റുകയല്ല, നിലനില്ക്കുന്ന അവസ്ഥയെ മാറ്റാതെതന്നെ, തങ്ങളുടെ കീഴാളാവസ്ഥയ്ക്ക് അല്പംപോലും സാമൂഹികമായ മാറ്റം വരുത്താതെയാണീ മാറ്റൽ. ആദിവാസി ദളിത് ദൈവങ്ങളെയും വിശ്വാസങ്ങളെയും തങ്ങളുടെ ദൈവസങ്കല്പവുമായും വിശ്വാസങ്ങളുമായും ബന്ധപ്പെടുത്തിക്കൊണ്ട് വ്യാഖ്യാനിക്കുകയാണ് ഒരു രീതി. ഉദാഹരണമായി വയനാട്ടിലെ കുറിച്യ, അടിയ വിഭാഗങ്ങളുടെ ആരാധനാമൂർത്തിയായ മലക്കാരി ദൈവത്തിന്റെ സ്ഥാനക്കയറ്റം. മലക്കാരി ഇപ്പോൾ ശിവന്റെ അവതാരമാണ്.

കുറിച്യരുടെയും അടിയരുടെയും പ്രധാന ദേവനാണ് മലക്കാരി. മലയിൽ ജീവിക്കുന്നതുകൊണ്ടാണ് ഈ പേരുവന്നത്. പാർവ്വതീ പരമേശ്വരന്മാർക്ക് വനത്തിൽവെച്ചുണ്ടായ സന്തതിയാണ് മലക്കാരിയെന്നും അതിനാൽ മലവാസികളുടെ ദേവനായി പരമേശ്വരൻ മലക്കാരിയെ നിയോഗിച്ചെന്നുമാണ് അടിച്ചേല്പിക്കപ്പെട്ട പുതുവിശ്വാസം. കുറിച്യരുടെ കാവുകളിൽ കൂടുതലായി കാണപ്പെടുന്നത് മലക്കാരി പ്രതിഷ്ഠയാണ്. മലക്കാരിയെ ശിവന്റെ അവതാരമാക്കി സ്ഥാനക്കയറ്റം നല്കുന്നതോടെ മലക്കാരിക്കാവുകൾ പയ്യെ പയ്യെ ശിവക്ഷേത്രങ്ങളായി മാറും. കാവുകൾ ക്ഷേത്രങ്ങളായി മാറുന്നതോടെ കാവിലെ പൂജാരി ക്ഷേത്രത്തിലെ പൂജാരിയായി മാറും. സ്വാഭാവികമായും ഒരു സന്ദേഹം അവർക്കിടയിൽ ഉടലെടുക്കുന്നു. കുറിച്യ സമുദായാംഗത്തിന് ക്ഷേത്രപൂജാരിയാവാൻ യോഗ്യതയുണ്ടോ? ക്ഷേത്രത്തിൽ പൂജാദികർമ്മങ്ങൾ ചെയ്യേണ്ടത് നമ്പൂതിരിയല്ലേ? ഈ സന്ദേഹം ചർച്ചകളിലൂടെയോ വെളിച്ചപ്പാടുകൾ വഴിയോ പരിഹരിക്കപ്പെടുന്നു. നമ്പൂതിരിയാണ് പൂജാരിയാവേണ്ടത്!

നമ്പൂതിരി പൂജാരിയാവുന്നതോടെ ആചാരാനുഷ്ഠാനങ്ങളിൽ മാറ്റം വരുന്നു. ചിട്ടവട്ടങ്ങൾ മാറിമറിയുന്നു. ബ്രാഹ്മണ്യത്തിന്റെ ആചാരങ്ങളും മേധാവിത്തവും അടിച്ചേല്പിക്കപ്പെടുന്നു. ഇത്തരം ക്ഷേത്രങ്ങളിൽ സവർണ്ണ പൂജാരിമാരെ നിയമിക്കുന്നതോടെ ചിത്രം പൂർത്തിയാവുന്നു. ഇത്തരം കാവുകൾ ക്ഷേത്രങ്ങളായി മാറിയ ഒട്ടേറെ സംഭവങ്ങൾ വയനാട്ടിലുണ്ട്. ഇവ്വിധം 'ദൈവതംമാറ്റങ്ങൾ' സംഭവിക്കുന്നത് ഏതാനും ദിവസങ്ങൾകൊണ്ടല്ല, വർഷങ്ങളുടെ ഫലമായിട്ടാണ്. വയനാട്ടിലെ തലപ്പുഴയ്ക്കടുത്ത മക്കിമലയിലുള്ള മുനീശ്വർ കോവിലിന്റെ രൂപപരിണാമം ഇതിനു മികച്ച ഉദാഹരണമാണ്.

കേരളത്തിലെ ആദിവാസി കീഴാള വിഭാഗങ്ങളുടെ ദൈവസങ്കല്പങ്ങളെ പഠനവിധേയമാക്കിയാൽ ഒളിച്ചുകടന്ന ഒരുപാട് വ്യാജ ആര്യദേവീദേവന്മാരെ കണ്ടെത്താനാവും. പുരാണേതിഹാസങ്ങളിൽനിന്ന് സമീപകാലത്തായി വയനാടൻ കാടുകളിലൂടെ കീഴാളദേവീദേവന്മാർക്കുമേൽ അവതാരങ്ങളായി, വേഷപ്രച്ഛന്നരായി വിലസുന്ന ഒട്ടേറെ സവർണ്ണ ദേവീദേവന്മാരുണ്ട്.

ചില സാമ്പിളുകൾ: മുള്ളുവക്കുറുമരുടെ ദേവന്മാരിൽ രൂപാന്തരം സംഭവിച്ചവർ-വെള്ളാകലിയപ്പൻ (ആദിമുഖൻ), മുനിക്കലൻ കല്യാർ (ബ്രഹ്മാവ്), ഭൂതലൻ കല്യാർ (വിഷ്ണു), വൈണ്ണട്ടൻ കല്യാർ (ശിവൻ).

വയനാടൻ ചെട്ടിമാരുടെയും മുള്ളകുറുമരുടെയും വിശ്വാസങ്ങളിൽ ലവകുശൻമാരും ശ്രീരാമനും സീതയും കുടിയേറിയിട്ട് ഏറെക്കാലമൊന്നുമായിട്ടില്ല. അവരുടെ പ്രാദേശിക ദൈവസങ്കല്പങ്ങളിലേക്ക് ഇവരെ കുടിയിരുത്തപ്പെടുകയും പേരുകൾ മാറ്റിമറിക്കപ്പെടുകയും ചെയ്തത് വിചിത്രമായ രീതിയിലാണ്. ലവകുശന്മാർ ആൽത്തറയിൽനിന്ന് (വയനാട്ടിലെ ഒരു ഗ്രാമം) പുൽപ്പള്ളിയിലേക്ക് പോയപ്പോൾ മുരുക്കൻമാരായി. പൊറക്കാടിലെത്തിയപ്പോൾ പൂമാലയായി. ചീങ്ങേരിയിലെത്തിയപ്പോൾ രാരം കളിയച്ഛനായി. ഇരുളത്ത് എത്തിയപ്പോൾ ഇളവള്ളിയായി; മാനിക്കാവിലെത്തിയപ്പോൾ കാളിന്മേൽ തമ്പ്രാനായി. കാളിന്മേൽ തമ്പ്രാൻ തിരുമുണ്ടയിൽ വന്നപ്പോൾ തലച്ചിൽ ആയി; തലച്ചിൽ മേലെ തലച്ചിൽ ആയി.[11]

വയനാടൻ ചെട്ടിമാരുടെ തമ്പുരാട്ടിയമ്മ എന്ന ദേവി സീതാദേവിയായും കാളിമലത്തമ്പുരാൻ, അതിരാളൻ എന്നീ ദേവന്മാർ യഥാക്രമം ലവൻ, കുശൻ എന്നിവരായും രൂപാന്തരപ്പെട്ടത് സമീപകാലത്താണ്. സീതാലവകുശന്മാരെ ചേളാപ്പിലമ്മ, മുറുക്കന്മാർ എന്നും പറയാറുണ്ട്. ഇവരുടെ ബമ്മതൻ ദൈവം ഇപ്പോഴും വയനാടുമായി ഇണങ്ങി കഴിഞ്ഞിട്ടില്ല. കന്നട സംസാരിക്കുന്ന ദേവനാണ് ബമ്മതൻ. മൻമദൻ എന്ന് അല്പം പരിഷ്കരിച്ച് ഉച്ചരിക്കുവാൻ തുടങ്ങിയിട്ടുണ്ട് എന്നുമാത്രം.

പുരാണേതിഹാസകഥകളുമായി ആദിവാസികളെ ബന്ധിപ്പിക്കുന്ന കഥകൾ സൃഷ്ടിക്കുകയും കഥയുടെ ഭൂമികയായി അവരുടെ വാസസ്ഥലങ്ങളെ ചൂണ്ടിക്കാണിക്കുകയും ചെയ്യുന്നരീതി ആര്യവല്ക്കരണത്തിന്റെ ഭാഗമായി ഇന്ത്യയൊട്ടുക്കും പരീക്ഷിച്ചു കൊണ്ടിരിക്കുകയാണ്. സ്വാംശീകരിച്ച് നിർവീര്യമാക്കുന്നതിന്റെ ഒരു രീതിയാണിത്. വാമൊഴി സാഹിത്യം മാത്രം നിലനില്ക്കുന്ന സമുദായങ്ങളിൽ ഇത്തരം വ്യാജകഥകൾ കടത്തിക്കൂട്ടുക പ്രയാസകരമല്ല. ആര്യനൈസേഷനു വിധേയമായ, ഇന്ത്യയിലെ സവർണ്ണവല്ക്കരണം വമ്പിച്ചതോതിൽ സംഭവിച്ച ആദിവാസി കീഴാള വിഭാഗങ്ങളിലാണ് ഇത്തരം പുതുകഥകൾ ഏറെയും സൃഷ്ടിക്കപ്പെടുന്നത്. നിലവിലുള്ള വിശ്വാസങ്ങളെയോ മിത്തുകളെയോ തകർത്തെറിയാതെതന്നെ പുതുമിത്തുകളും പുതുവിശ്വാസങ്ങളും ആരംഭത്തിൽ കടത്തിവിടുകയും അവയ്ക്ക് പഴയ വിശ്വാസങ്ങളേക്കാൾ പ്രചാരം നല്കി പുതുതിനെക്കൊണ്ട് പഴയതിനെ മറികടക്കുകയാണ് ചെയ്യുന്നത്. ഗുജറാത്തിൽ വംശഹത്യക്കുമുമ്പ് കൊലയാളി സംഘങ്ങളായി പ്രവർത്തിച്ച ആദിവാസികൾക്കിടയിൽ ഇത്തരം മിത്തുകളും കഥകളും വ്യാപകമായി പ്രചരിപ്പിച്ചിട്ടുണ്ട്. ഗുജറാത്തിലെ ഡാംഗിൽ ഈയിടെ നടന്ന ശബരി കുംഭമേള ഇതിന് മികച്ച ഉദാഹരണമാണ്. ആദിവാസികൾ ആരാധിച്ചിരുന്ന കാർഷികദേവന്റെ സ്ഥാനത്തെവരെ സൂക്ഷ്മത

യോടെ പിടിച്ചെടുത്ത്, ശബരി ശ്രീരാമന് ഫലം വാഗ്ദാനം ചെയ്ത ഇടമായി വ്യാഖ്യാനിച്ചു. ഡാംഗിൽ ഇവർ ഒരു ശബരിക്ഷേത്രവും പണിതിട്ടുണ്ട്. ഇതിന് ആറുകിലോമീറ്റർ അകലെ ഒഴുകുന്ന പൂർണ്ണാനദി മാതംഗമുനി സ്നാനം ചെയ്തെന്ന് വിശേഷിപ്പിക്കപ്പെട്ടിരിക്കുന്നു. മലമുകളിലെ പാറയിലുള്ള മൂന്ന് അടയാളങ്ങൾ ലക്ഷ്മണൻ അമ്പ് കൂർപ്പിച്ചതിന്റെ അടയാളമാണെന്നാണ് വ്യാഖ്യാനിക്കപ്പെട്ടിരിക്കുന്നത്.

ഇത്തരത്തിലുള്ള നിരവധി കഥകളും മിത്തുകളും വയനാട്ടിലെ ആദിവാസികൾക്കിടയിൽ സമീപകാലത്തായി സവർണ്ണ പ്രത്യയശാസ്ത്രത്തിന്റെ വക്താക്കൾ പ്രചരിപ്പിക്കുന്നുണ്ട്. അത്തരം കഥകൾക്ക് മികച്ച ഉദാഹരണമാണ് കുറിച്യരുടെ ഇടയിൽ പ്രചരിച്ചുകൊണ്ടിരിക്കുന്ന പുതിയ ഉല്പത്തിക്കഥ.

പുതുകഥ ഇങ്ങനെ: കുറിച്യർ ശ്രീരാമന്റെ പടയാളികളായിരുന്നുവത്രെ. പതിനാലുവർഷത്തെ വനവാസത്തിനായി സീതാസമേതനായി ശ്രീരാമൻ കാട്ടിലേക്കുപോയപ്പോൾ നിരാശ്രയരായിത്തീർന്ന അവർക്ക് ശ്രീരാമന്റെ അനുജനായ ഭരതൻ ഒരു മലമ്പ്രദേശം കുറിച്ചുകൊടുത്തു എന്നും കുറിച്ചുകിട്ടിയവർ, കുറിച്യരായി എന്നുമാണ് കഥ.[12] പഴശ്ശിയുടെ പോരാളികളായിരുന്ന കുറിച്യർക്ക് ചില മലമ്പ്രദേശങ്ങൾ പഴശ്ശി കുറിച്ചു (ചാർത്തി) കൊടുത്തു എന്നാണ് പഴയവിശ്വാസം. ഈ വിശ്വാസം പ്രബലമായി നിലനില്ക്കെ, പുതുകഥയും പ്രചരിച്ചുകൊണ്ടിരിക്കുകയാണ്.

പുതുകഥയിൽനിന്ന് വായിച്ചെടുക്കേണ്ട പാഠം ഇങ്ങനെയാണ്: മുള്ളക്കുറുമർ പണ്ട് ശ്രീരാമന്റെ പടയാളികളായിരുന്നു. അതിനാൽ മുള്ളക്കുറുമർ ശ്രീരാമഭക്തരായിരിക്കണം. രാമന്റെ സേനാനികളായ കുറുമർ ഇപ്പോഴും അങ്ങനെതന്നെയായിരിക്കണം. വേണ്ടിവന്നാൽ രാമനുവേണ്ടി പടവെട്ടി മരിക്കാനും നാം മടിക്കരുത്. പുതുകാലത്തെ അസുരന്മാരെ നിഗ്രഹിക്കൽ കുറുമരുടെ കടമയാണ്.

ഉല്പത്തിക്കഥകളിലാണ് ഏറ്റവും കൂടുതൽ പുതുവിശ്വാസങ്ങൾ കടത്തിക്കൂട്ടിക്കൊണ്ടിരിക്കുന്നത്. ഉല്പത്തിക്കഥകൾ മാറ്റിമറിക്കപ്പെടുന്നതോടെ ആര്യനൈസേഷൻ എളുപ്പമാവുന്നു. തുടർന്ന് പുരാണേതിഹാസകഥകളുടെ ആവരണം കൂടിയാകുമ്പോൾ ചിത്രം പൂർത്തിയാവും. ഇത് സ്വാംശീകരിക്കണമെന്ന നക്കിക്കൊല്ലലാണ്. ഇന്ത്യയിൽ രൂപംകൊണ്ട ബൗദ്ധ ജൈനമതങ്ങളെ നക്കിക്കൊന്നതും ഇതേ സ്വാംശീകരണ തന്ത്രമുപയോഗിച്ചുകൊണ്ടാണ്.

ഇതേസമയം, അധിനിവേശത്തിന്റെയും അടിമത്തത്തിന്റെയും നേർക്കഥകൾ പറയുന്ന വിശ്വാസങ്ങളും മിത്തുകളും ആദിവാസികളിൽ നിന്ന് തന്ത്രപൂർവ്വം മായ്ക്കപ്പെടുന്നുണ്ടോ എന്നും സന്ദേഹിക്കേണ്ടിയിരിക്കുന്നു. പ്രാകൃത കമ്യൂണിസ്റ്റുകാലമെന്നു (primitive communism) നാം വ്യവഹരിക്കുന്ന കാലത്ത് ജീവിച്ച പ്രപിതാക്കന്മാരുടെ കഥകളും പിന്നീട് ആ വസന്തകാലം അന്യവല്ക്കരിക്കപ്പെട്ടതിന്റെയും അടിമത്തത്തിന്റെയും കശാപ്പുശാലകളിലേക്ക് ആനയിക്കപ്പെട്ടതിന്റെയും ചരിത്രം

പറയുന്ന പാട്ടുകൾ അടിയാന്മാർക്കിടയിൽ ഒട്ടേറെയുണ്ട്.[13] തീർച്ചയായും ആര്യവല്ക്കരണത്തിന്റെ പ്രാചീനമാതൃക എത്രമേൽ ക്രൂരവും കിരാതവുമായിരുന്നു എന്നിവ കാണിച്ചുതരുന്നു.

മുള്ളക്കുറുമരുടെ ഹൈന്ദവവല്ക്കരണം

ദൈവങ്ങളുടെ 'മതംമാറ്റ'ത്തിനും വിശ്വാസാചാരങ്ങളിലെ ഹൈന്ദവ വല്ക്കരണത്തിനും ഏറ്റവും കൂടുതൽ വിധേയമായ വയനാട്ടിലെ ആദിവാസി വിഭാഗം മുള്ളക്കുറുമരാണ്. രാമായണ, മഹാഭാരതാദി കഥകളുമായി തങ്ങളുടെ വിശ്വാസ സങ്കല്പങ്ങളെ വിളക്കിച്ചേർത്ത വിഭാഗമാണിവർ. ഏറക്കുറെ തനത് പാരമ്പര്യ വിശ്വാസങ്ങളും അതുമായി ബന്ധപ്പെട്ട പാരമ്പര്യ പാട്ടുകളും കഥകളും അവരിൽനിന്ന് മായ്ക്കപ്പെടുകയും തൽസ്ഥാനത്ത് പുതുവിശ്വാസങ്ങളും പുതുപാട്ടുകളും കഥകളും ആസൂത്രിതമായി സ്ഥാപിക്കപ്പെടുകയും ചെയ്തിരിക്കുന്നു. ഇതെങ്ങനെ സാദ്ധ്യമായി എന്നത് ആഴമാർന്ന വിശകലനം അർഹിക്കുന്ന വിഷയമാണ്.

ചില ഉദാഹരണങ്ങൾ:

മുള്ളുക്കുറുമരുടെ അനുഷ്ഠാനേതരമായ ഒരു കളിയാണ് നരിക്കുത്ത്. നരിവേട്ടയോടനുബന്ധിച്ച് നടത്തുന്ന കലാപ്രകടനമാണിത്. മനുഷ്യർക്കും വളർത്തുമൃഗങ്ങൾക്കും ഭീഷണിയായ നരിയെ (കടുവ) അതിന്റെ താവളം കണ്ടെത്തി വലവച്ച് പിടിച്ച് കൊല്ലുന്നതാണ് നരിക്കുത്ത്. നരിയെ വലകെട്ടി വളച്ചശേഷം പിറ്റേദിവസമാണ് കൊല്ലുന്നത്. നരിക്ക് കാവൽ നില്ക്കുന്ന രാത്രിയിൽ പാട്ടുപാടുന്നു. ഈ പാട്ടുകളെ അഞ്ചടി അഥവാ നരിക്കുത്ത് പാട്ട് എന്നാണ് വിളിക്കുന്നത്. ഈ പാട്ടുകളിലെ പ്രമേയം മുഖ്യമായും പുരാണേതിഹാസകഥകളാണ്. മുള്ളക്കുറുമരുടെ കോൽക്കളി, വട്ടക്കളിപാട്ടുകളുടെ പ്രമേയവും ഇതുതന്നെയാണ്.[14] മുള്ളക്കുറുമരുടെ തനത് ഭാഷയേക്കാൾ ശുദ്ധ (അച്ചടി)മലയാളമാണ് ഇതിലെ ഭാഷ. അതിനാൽ അധികം പഴക്കമില്ലാത്ത പാട്ടുകളാണിവയെന്നൂഹിക്കാം.

ഈ പാട്ടിൽ മുള്ളക്കുറുമരുടെ പ്രാദേശിക ദൈവങ്ങളായ കരുമകൻ, കറക്കണ്ടൻ, തലച്ചിലാൻ തുടങ്ങിയവരെ ശിവപുത്രന്മാരായാണ് വാഴ്ത്തുന്നത്. കിരാതശിവനും അർജ്ജുനനും തമ്മിൽ നടന്ന യുദ്ധത്തിൽ അർജ്ജുനന്റെ വില്ലുകൊണ്ടുള്ള പ്രഹരം ഏറ്റപ്പോൾ ശിവന്റെ തലയിൽനിന്നും ജനിച്ച പുത്രനാണത്രെ തലച്ചില്ലൻ.

പാർത്ഥൻതാനസ്ത്രമെല്ലാം പുഷ്പമായി
പൊകയെന്നു ശപിച്ചു കാർത്ത്യായനിയതുനേരം
അസ്ത്രത്തെയായി ചമഞ്ഞനതുനേരം
അടിച്ചാൻ വില്ലുകൊണ്ടു ശിരസ്സിങ്കൽ
തനമെറ്റനേരം അഞ്ജസം തന്നിൽനിന്നു

ജനിച്ച ദൈവംതന്നെ സ്തുതിക്കുന്നെൻ

അഞ്ചടിപ്പാട്ടുകളെ സൂക്ഷ്മമായി നിരീക്ഷിച്ചാൽ ഈ ആദിവാസി വിഭാഗത്തിൽ ഹൈന്ദവവല്ക്കരണം നടന്നതിന്റെ രീതി തിരിച്ചറിയുവാൻ കഴിയും. സമീപ നൂറ്റാണ്ടുകളിലാണ് മുള്ളകുറുമർ ഹൈന്ദവവല്ക്കരിക്കപ്പെട്ടത്.[15]

മുള്ളക്കുറുമരുടെ പല പാട്ടുകളിലേയും മന്ത്രങ്ങളിലേയും ഭാഷ നവീന മലയാളമാണെന്നു മാത്രമല്ല, അവയിൽ സ്തുതിക്കപ്പെടുന്നത് പലപ്പോഴും ഹൈന്ദവ ദൈവങ്ങളെയുമാണ്. ഉദാഹരണമായി ശത്രുക്കളുടെ മേൽ വിജയം വരിക്കുവാൻ നിഷ്പ്രയാസം സാദ്ധ്യമാകുമെന്ന് അവർ കരുതുന്ന മന്ത്രമാണ് ദാരികാ മന്ത്രം. അതിങ്ങനെ:

ഓം ബ്രഹ്മൻ വിഷ്ണു മഹേശ്വരാ
ഓം ബ്രഹ്മ ദാരികൻ വിഷ്ണു ദാരികൻ
മഹാശ്വരദാരികൻ
ഞാൻ ലങ്കാപുരത്തെപ്പൂങ്കാവിൽ
വസിക്കപ്പെട്ടിരിക്കും മഹാദാരികൻ
ഞാൻ വലംകൈയിൽ പച്ചപ്പേന്തിയ
കാളിയെ ജപിച്ചിരിക്കും
തഞ്ചനാകും മഹാ അസുരദാരികൻ ഞാൻ
ഓം ഓം ഹ്രീം ഹ്രീം സ്വ സ്വ.....

കൊടിവെക്കൽ[16] ക്രിയയുടെ മുമ്പ് ചൊല്ലുന്ന ധ്യാനമന്ത്രം ഇങ്ങനെ:

ഓം പ്രാണായ ഓം പ്രാണരൂപായ
ഓം പ്രാണ പ്രതിഷ്ഠായേ സ്വാഹ
ഓം ജീവായ ജീവരൂപായ
ഓം ജീവ പ്രതിഷ്ഠയേ സ്വാഹാ
ഓം മന്ത്രായ ഓം മന്ത്ര രൂപൽ
ഓം മന്ത്രപ്രാണാ പ്രതിഷ്ഠായേ സ്വാഹാ
ഓം യന്ത്രായ ഓം യന്ത്ര രൂപായ
ഓം യന്ത്ര പ്രാണായ പ്രതിഷ്ഠയേ സ്വാഹാ

ഈ മന്ത്രം നാലുപ്രാവശ്യം ചൊല്ലി ശിവാക്ഷരം നൂറ്റൊന്ന് തവണ ഉരുക്കഴിച്ചതിനുശേഷമാണ് കൊടിവെക്കുന്നത്. ഇവിടെ മന്ത്രതന്ത്രാദികളിലെ യുക്തിയോ യുക്തിരാഹിത്യമോ അല്ല വിഷയം, മറിച്ച് അതിലുപയോഗിക്കുന്ന സംസ്കൃതമയമായ ഭാഷയാണ്. ഒരാദിവാസി വിഭാഗത്തിന്റെ വിശ്വാസത്തിന്റെ അടിത്തറയുമായി ബന്ധപ്പെട്ട മന്ത്രങ്ങളിൽ പോലും സംസ്കൃതവല്കൃതവും ഹൈന്ദവവല്കൃതവുമായ ഒരു പരിസരം എങ്ങനെ രൂപപ്പെട്ടു? അതിന്റെ സമീപ ഭൂതകാല വഴികൾ എന്തൊക്കെയായിരിക്കാം?

ഭാഷയുടെ പാരമ്പര്യ സ്വഭാവം മുള്ളക്കുറുമരിൽനിന്ന് ഏറക്കുറെ കൈമോശം വന്നുകൊണ്ടിരിക്കുകയാണ്. അവരിലെ പ്രായമായ ആളുകൾ ഒത്തുചേരുമ്പോൾ മാത്രമാണ് പഴയ, തനത് ഭാഷ മുള്ളക്കുറുമർ

ഇപ്പോൾ ഉപയോഗിക്കുന്നത്. കൂടാതെ പാരമ്പര്യ വിശ്വാസങ്ങൾക്കുമേൽ സവർണ്ണ സങ്കല്പങ്ങളും വിശ്വാസങ്ങളും അതിവേഗം ആധിപത്യം നേടിക്കൊണ്ടിരിക്കുകയാണ്.

ആര്യ സാഹിത്യവും ആര്യാധിനിവേശവും കുറുമരുടെ പുരാവൃത്തങ്ങളിൽ രണ്ടു വിധത്തിൽ ആവിഷ്കരിക്കുന്നതായി കാണാം. അതിലൊന്ന്, വാല്മീകി, എഴുത്തച്ഛനാദികൾ ആവിഷ്കരിച്ച ആര്യപാഠത്തെ അതേപോലെ ആവിഷ്കരിക്കുന്ന പാഠങ്ങളാണ്. ഇവ സമീപകാലത്ത് ഇവർക്കിടയിൽ പ്രചരിച്ചവയാണ്. രണ്ടാമത്തെ വിഭാഗം ആര്യാധിനിവേശത്തെ സിംബോളിക്കായി അവതരിപ്പിക്കുന്നവയും. കുറുമരുടെ ജീവിതത്തേയും സംസ്കാരത്തെയും ആഴമാർന്ന പഠനത്തിനു വിധേയമാക്കിയ ഡോ. എ എസ് പ്രശാന്ത്കൃഷ്ണൻ, തന്റെ *ഒഴിച്ചുനിർത്തപ്പെട്ടവർ* എന്ന പഠനഗ്രന്ഥത്തിൽ ഉദാഹരണസഹിതം അതിങ്ങനെ വിശദമാക്കുന്നു:

1. ത്രേതായുഗത്തിൽ ശ്രീരാമനും സീതയും ലക്ഷ്മണനും വനത്തിൽ കഴിയുമ്പോൾ പല ആപത്തുകളും അവർക്ക് നേരിടേണ്ടി വന്നു. ഈ ഘട്ടത്തിൽ അവർക്ക് തുണയായിനിന്ന കാട്ടുവർഗ്ഗമാണ് കുറുമർ. അവർ പിന്നീട് രാമന്റെ അനുയായികളായി മാറി. രാമരാവണയുദ്ധത്തിൽ ആയുധങ്ങൾ ആവശ്യത്തിന് എത്തിച്ചുകൊടുത്തത് കുറുമ വിഭാഗമാണെന്ന് അവർ വിശ്വസിക്കുന്നു.

2. പഞ്ചപാണ്ഡവരിൽ രണ്ടാമനായ ഭീമസേനന് ഹിഡുംബിയിൽ പിറന്ന ഘടോൽക്കചനെ മാത്രമാണ് ലോകം അറിയുന്നത്. ഘടോൽക്കചനെ കൂടാതെ ഭീമസേനന് ഹിഡുംബിയിൽ പിറന്ന മക്കളാണ് കാട്ടുനായ്ക്കർ.

3. അജ്ഞാതവാസത്തിന്റെ കാലഘട്ടത്തിൽ ശ്രീകൃഷ്ണനെ വിളക്കാക്കിക്കൊണ്ട് പഞ്ചപാണ്ഡവന്മാർ നടത്തിവന്നിരുന്ന കളിയാണ് കുറുമരുടെ വട്ടക്കളി. കാളിയെ പ്രീതിപ്പെടുത്തുന്നതിനുവേണ്ടിയാണ് കാട്ടിൽ വെച്ച് വാദ്യഘോഷത്തോടെ അവർ കളിച്ചത്. പഞ്ചപാണ്ഡവർക്ക് കാട്ടിൽ എല്ലാവിധ സൗകര്യങ്ങളും ഒരുക്കിക്കൊടുത്തത് കുറുമരാണത്രെ.

4. കാക്കയെത്തൊട്ടാൽ ഏഴുകടവിൽ കുളിക്കണമെന്നാണ് കുറുമരുടെ വിശ്വാസം. അവരുടെ കാഴ്ചപ്പാടിൽ ശപിക്കപ്പെട്ട പക്ഷിയാണ് കാക്ക. ശ്രീരാമന്റെ മടിയിൽ സീത മയങ്ങുന്ന സമയം സീതയുടെ മുലക്കണ്ണ് തന്ത്രത്തിൽ ഒരു കാക്ക കൊത്തിക്കൊണ്ടുപോയി. ഉടൻ രാമൻ അസ്ത്രമയച്ചു. അത് കാക്കയുടെ കണ്ണിൽത്തറച്ചു. കാക്കക്കണ്ണ് ചരിയാൻ കാരണമതാണ്. സീതയെ ഉപദ്രവിച്ച കാക്കയെ ശ്രീരാമൻ ശിക്ഷിച്ച കാക്കയെ രാമന്റെ അനുയായികളും വെറുത്തു.

ഇതിൽ ഒന്നാമത്തെ പുരാവൃത്തത്തിൽ, ശ്രീരാമന്റെ അനുയായികളായ വേടന്മാരെയാണ് കാണുന്നത്. ആര്യസമൂഹത്തിന്റെതന്നെ പ്രതിനിധിയാണ് രാമനും. വേടർ രാമന്റെ അനുയായികളായിത്തീർന്നു എന്നു പറയുമ്പോൾ ദ്രാവിഡ സംസ്കാരത്തെ കീഴ്പ്പെടുത്തിയ ആര്യശക്തിയുടെ ചിത്രമാണ് തെളിയുന്നത്.

രണ്ടാമത്തെ പുരാവൃത്തത്തിൽ, ദൃശ്യമാകുന്നത് ആര്യ-ദ്രാവിഡ സംഘട്ടനത്തിന്റെ ഒരു തലമാണ്. ഭീമസേനന്റെ മകനായ ഘടോൽക്കചൻ ഭാരതയുദ്ധത്തിൽ വിസ്മരിക്കാൻ പറ്റാത്ത ഒരു ശക്തിയായിരുന്നു. ആര്യസമൂഹത്തിന് ദ്രാവിഡസമൂഹം, ശക്തി പകരുകയാണ്. എന്നാൽ അവസാനം ആ ശക്തിയെ വിസ്മരിക്കുകയാണ് ആര്യമേൽക്കോയ്മ ചെയ്യുന്നതെന്നു മാത്രം.

മൂന്നാമത്തെ പുരാവൃത്തത്തിൽ പരാമർശിക്കുന്നത് കൃഷ്ണനെ വിളക്കാക്കിക്കൊണ്ട് പഞ്ചപാണ്ഡവന്മാർ നടത്തിയ കളിയാണ് കുറുമർ നടത്തിവരുന്ന 'വട്ടക്കളി' എന്നതാണ്. ദ്രാവിഡ സംസ്കാരത്തിന്റെ തിരിച്ചുവരവ് അസാദ്ധ്യമെന്ന് മാനസികമായി വിശ്വസിച്ച ഒരു സമൂഹത്തിന്റെ അപകർഷത്തിൽനിന്നും ഉടലെടുക്കുന്ന ശ്രേഷ്ഠമായ ഒരു അനുകരണമായി ഇതിനെ കാണാവുന്നതാണ്. ആത്മാവ് നഷ്ടമാകുന്ന ഒരു സമൂഹത്തിന്റെ നിലനില്പ് അസാദ്ധ്യമാകുമെന്ന ഘട്ടത്തിലാണ് ഈ അനുകരണവും നടക്കുന്നത്.

യഥാർത്ഥത്തിൽ സീതയെ കട്ടുകൊണ്ടുപോകുന്ന രാവണന്റെ-അതായത് ദ്രാവിഡ ശക്തിയുടെ പ്രതീകം തന്നെയാണ്. രാവണനുനേരെ അസ്ത്രമയയ്ക്കുന്ന രാമന്റെ (ആര്യന്റെ) ശക്തിയായി വേടന്മാർ തന്നെയുണ്ടെന്നത് കുറുമരുടെ പുരാവൃത്തങ്ങളിലെല്ലാം തെളിയുന്ന ഒരു സത്യം മാത്രം. ദ്രാവിഡ ശക്തിയെ ഒരു കുടക്കീഴിലെത്തിക്കാൻ രാവണന് കഴിഞ്ഞില്ല. മറ്റൊരുവിധത്തിൽ ദ്രാവിഡ ശക്തിയെ ഛിന്നഭിന്നമാക്കാൻ ആര്യന്മാർക്ക് കഴിഞ്ഞു.[17]

മുള്ളക്കുറുമരിലേക്ക് ആര്യാധിനിവേശം നടന്നതെങ്ങനെ എന്നതിനെപ്പറ്റി വെളിച്ചംവീശുന്ന വാമൊഴിക്കഥകൾ അവർക്കിടയിൽ നിലനില്ക്കുന്നുണ്ട്. മുള്ളക്കുറുമരുടെ ഉല്പത്തി പുരാവൃത്തത്തിലാണ് ഈ കീഴ്പെടുത്തലിന്റെ കഥ (ചരിത്രം)യുള്ളത്. മുള്ളക്കുറുമ വിഭാഗത്തിനിടയിൽ രാജവംശങ്ങൾ ഉണ്ടായിരുന്നെന്നും ചതിയിലൂടെ അത് അപഹരിക്കപ്പെടുകയായിരുന്നെന്നും ഈ പുരാവൃത്തം വ്യക്തമാക്കുന്നു. കഥ ഇങ്ങനെ:

ഒരുകാലത്ത് വയനാടു മുഴുവൻ വേടന്മാരുടെ സാമ്രാജ്യമായിരുന്നു. വേടരാജവംശത്തിന്റെ തലസ്ഥാനം പൂതാടിയായിരുന്നു. പൂതാടിയിലെ വെളിക്കുമ്പം കോട്ടയിലിരുന്നുകൊണ്ട് വേടരാജാവ് രാജ്യം ഭരിച്ചുകൊണ്ടിരിക്കെ ഒരു സംഭവമുണ്ടായി. ഒരിക്കൽ കുമ്പളവാഴുന്ന ക്ഷത്രിയരാജാവ് തിരുനെല്ലി ക്ഷേത്രത്തിലേക്കെഴുന്നള്ളി. വന്നതു കുളിച്ചുതൊഴാൻ വേണ്ടിയാണെന്ന പ്രചരണത്തിൽ വേടരാജാവിന് എന്തോ പന്തികേട് തോന്നി. ഒട്ടും അമാന്തിച്ചില്ല. കുമ്പള രാജാവിനെ പിടിച്ചുകെട്ടി തന്റെ മുമ്പിൽ ഹാജരാക്കണമെന്ന് വേടരാജാവ് ആജ്ഞാപിച്ചു. യുവകോമളനായ കുമ്പള രാജാവിനെ നേരിട്ട് കണ്ടപ്പോൾ വേടരാജാവിനു ഒരു ആശതോന്നി. തന്റെ മകളെ കല്യാണം കഴിച്ച് അവിടെ കൂടുന്നത് സമ്മതമാണോ എന്ന് അയാൾ അന്വേഷിച്ചു. തന്ത്രജ്ഞനായ കുമ്പളരാജാവ് പ്രാണരക്ഷാർത്ഥം സമ്മതമാണെന്ന് സമ്മതിച്ചു.

വിവാഹം ക്ഷത്രിയ ആചാരപ്രകാരമായിരിക്കണമെന്ന കുമ്പള രാജന്റെ ആവശ്യം വേടരാജാവ് സന്തോഷപൂർവ്വം സമ്മതിച്ചു. ഒരുമാസത്തിനു ശേഷമുള്ള സുദിനത്തിൽ വിവാഹം നടത്താൻ നിശ്ചയിച്ചു. അതിനിടയ്ക്ക് സമർത്ഥനായ കുമ്പള രാജാവ് കോട്ടയത്തും കുറുമ്പ്രനാടും വാഴുന്ന ക്ഷത്രിയ രാജാക്കന്മാരോട് അവരുടെ പട്ടാളസമേതം വന്ന് പൂതാടിക്കോട്ടയ്ക്കടുത്ത് ഒളിച്ചിരിക്കാൻ രഹസ്യമായി ഏർപ്പാടുചെയ്തു.

വിവാഹദിനമായി. വേടരാജാവും ബന്ധുക്കളും പട്ടാളക്കാരുമെല്ലാം ഒരുപോലെ മറ്റെല്ലാം മറന്ന് ആനന്ദത്തിൽ ആറാടുകയായിരുന്നു. ക്ഷത്രിയ ആചാരപ്രകാരം വിവാഹദിവസം പട്ടാളക്കാരോ മറ്റോ ആയുധങ്ങൾ കൈയിൽ വെക്കരുതെന്നും വിവാഹ മുഹൂർത്തത്തിനു മുമ്പേ എല്ലാവരും അത് ഒരു കുഴിയിലിട്ടു മൂടിവെക്കണമെന്നും 'വരൻ' ആവശ്യപ്പെടുകയും വേടരാജാവ് സമ്മതിക്കുകയും ചെയ്തു. ക്ഷത്രിയ ആചാരപ്രകാരം വിവാഹമുഹൂർത്തമായാൽ ഒരറിയിപ്പെന്ന നിലയിൽ വാദ്യശബ്ദം മുഴക്കാനായി കുമ്പള രാജാവ് ഒരേറാടി യുവാവിനെ ഏർപ്പാടു ചെയ്തിരുന്നു. വിവാഹമുഹൂർത്തമായി. വാദ്യം മുഴങ്ങി. വാദ്യഘോഷം വിവാഹമുഹൂർത്തം അറിയിക്കുവാനുള്ള അറിയിപ്പായിരുന്നില്ല. പൂതാടിക്കോട്ടയ്ക്കടുത്തുള്ള രഹസ്യ സങ്കേതത്തിൽ താവളമുറപ്പിച്ചിരുന്ന കോട്ടയം-കുറുമ്പ്രനാട് പട്ടാളക്കാർക്ക് കടന്നാക്രമിച്ചുകൊള്ളാൻ നല്കിയ സന്ദേശമായിരുന്നു.

വാദ്യശബ്ദം മുഴങ്ങിയ ഉടനെ വാളും പരിചയും അമ്പും വില്ലുമായി നായർപ്പട മഴവെള്ളപ്പാച്ചിലുപോലെയെത്തി. നിരായുധരായ വേടരേയും അവരുടെ രാജാവിനെയും അരിഞ്ഞുവീഴ്ത്തി. കുറച്ചുപേർ പ്രാണരക്ഷാർത്ഥം നാലുപാടും ചിതറിയോടി. കുറേപ്പേർ തടവുകാരായി പിടിക്കപ്പെട്ടു. അനന്തരം വടക്കേ വയനാട് കോട്ടയം രാജാവും തെക്കേ വയനാട് കുറുമ്പ്രനാട് രാജാവും പങ്കിട്ടെടുത്തു. എല്ലാം കഴിഞ്ഞപ്പോൾ ചതിയനായ കുമ്പള രാജാവിന് വേടരാജാവിനോട് ചെയ്ത വാഗ്ദാനം ഏതെങ്കിലും നിലയിൽ നിറവേറ്റണമെന്ന് ആഗ്രഹിച്ചുപോലും! ഒരു വൻ ചതിയന്റെ സത്യദീക്ഷ! അവർ വേടരാജകുമാരിയെ ഒരു നന്തില്ലത്തു നമ്പ്യാരെക്കൊണ്ട് വിവാഹം ചെയ്യിക്കുകകൂടി ചെയ്തുവെന്നാണ് ഐതിഹ്യം.[18]

ഈ രാജവംശത്തിന്റെ പതനത്തെപ്പറ്റിയുള്ള പാരമ്പര്യപാട്ടുകൾ കുറുമർക്കിടയിലുണ്ട്. മേൽ ഐതിഹ്യപ്രകാരം ചതിയിലൂടെ കീഴടക്കപ്പെടുകയും അടിച്ചമർത്തപ്പെട്ടവരുമാണ് കുറുമർ. അധികാരം നഷ്ടപ്പെടുകയും സവർണ്ണാധിപത്യത്തിന് വിധേയരായവരുമാണവർ. കീഴടക്കപ്പെടുന്ന ജനത, മേല്ക്കോയ്മാ സമൂഹത്തിന്റെ ആചാരാനുഷ്ഠാനങ്ങളും സാഹിത്യകലാദികളും അനുകരിക്കുകയും സ്വാംശീകരിക്കുകയും ചെയ്യുക സ്വാഭാവികമാണ്. വയനാട് വാണ, ചരിത്രത്തിൽ രേഖപ്പെടുത്തപ്പെടാത്ത രാജവംശമായിരിക്കാം ഈ വേടരാജവംശം. ഒരാദിവാസി രാജവംശം. ഈ രാജവംശത്തിന്റെ പിൻഗാമിയായ ഇപ്പോഴത്തെ രാജാവാണ് കാപ്പിമൂപ്പൻ. പാക്കവും കുറുവാദ്വീപുമുൾപ്പെടുന്ന പ്രദേശമായിരുന്നു ഒരുകാലത്ത് ഇവരുടെ ആസ്ഥാനം.[19]

കുറുമരുടെ പതനത്തിന്റെ ചരിത്രവും സവർണ്ണതയ്ക്ക് കീഴ്പ്പെട്ടതിന്റെയും അധോഗതിയിലേക്ക് കൂപ്പുകുത്തിയതിന്റെയും ഒട്ടേറെ വസ്തുതകൾ മറനീക്കി കാണിച്ചുതരാൻ മുള്ളകുറുമരുടെ ഇടയിൽ പ്രചാരത്തിലുള്ള പല പുരാവൃത്തങ്ങൾക്കും വിശ്വാസങ്ങൾക്കും സാധിക്കും.

ഗൂഢപ്രവർത്തനങ്ങൾ

മുള്ളകുറുമരെപ്പോലെ ഒട്ടേറെ ആദിവാസി വിഭാഗങ്ങൾ ഹൈന്ദവവല്ക്കരിക്കപ്പെട്ടുകൊണ്ടിരിക്കുകയാണ്. കുറിച്യ, അടിയ വിഭാഗങ്ങൾ ഉദാഹരണമാണ്. അവരിലെ പുതുതലമുറ 'ഹൈന്ദവമതാ'വലംബികളാണെന്ന് പറഞ്ഞാൽ അധികപ്പറ്റാവില്ല. ഇത്തരമൊരു സാംസ്കാരികാധിനിവേശത്തെ ത്വരിതപ്പെടുത്തുവാനുള്ള തീവ്രശ്രമങ്ങൾ വയനാടു കേന്ദ്രീകരിച്ച് ഇപ്പോൾ നടന്നുകൊണ്ടിരിക്കുകയാണ്. ആദിവാസികളെക്കുറിച്ചുള്ള പഠനങ്ങൾ പ്രസിദ്ധീകരിക്കുവാനും അവയിലൂടെ തങ്ങളുടെ വികലകാഴ്ചപ്പാടുകൾ അവതരിപ്പിക്കുവാനും 'പീപ്' എന്ന സംഘപരിവാർ സംഘടന ശ്രമങ്ങൾ നടത്തിക്കൊണ്ടിരിക്കുന്നു. പീപ് പ്രസിദ്ധീകരിച്ച *നാങ്ക ഇപ്പമലൈന മക്ക (ഞങ്ങൾ ഇപ്പിമലയുടെ മക്കൾ)* എന്ന പണിയരെക്കുറിച്ചുള്ള പുസ്തകം ഇതിനു മികച്ച ദൃഷ്ടാന്തമാണ്. 'ഹൈന്ദവത: ഗോത്രവിഭാഗങ്ങളുടെ മുഖമുദ്ര' എന്ന ഈ പുസ്തകത്തിലെ അദ്ധ്യായത്തിൽ ഗോത്രജനത ഹൈന്ദവതയുടെ അവിഭാജ്യ ഘടകമാണെന്നും അല്ലെന്നും തെറ്റിദ്ധരിപ്പിക്കുവാൻ ശ്രമങ്ങൾ നടക്കുന്നതായും ആരോപിക്കുന്നു. ഒപ്പം ക്രൈസ്തവ മിഷണറിമാർ നടത്തുന്ന പ്രവർത്തനങ്ങൾ, ആദിവാസികളെ മതപരിവർത്തനം നടത്തുവാനുള്ളതാണെന്നും അതിനെ ചെറുക്കണമെന്നും ആഹ്വാനം ചെയ്യുന്നു.

കോഴിക്കോട് കോട്ടൂളി ആസ്ഥാനമായി പ്രവർത്തിക്കുന്ന 'കേരള വനവാസി വികാസകേന്ദ്രം' സംഘ്പരിവാറിന്റെ അധീനതയിലുള്ളതാണ്. ആദിവാസികളെ കാവി പുതപ്പിക്കുവാൻ അവർ നടത്തിക്കൊണ്ടിരിക്കുന്ന ബഹുമുഖപ്രവർത്തനങ്ങൾ ഇതിനകം ചർച്ച ചെയ്യപ്പെട്ടിട്ടുണ്ട്. ആദിവാസികളെ ആർ എസ് എസുമായി അടുപ്പിക്കുന്നതിനുവേണ്ടി ഈ സംഘം ഒട്ടേറെ പരിപാടികൾക്ക് നേതൃത്വം നല്കുന്നു. ഇക്കാര്യത്തിൽ വൻ വിജയം കൈവരിക്കുവാൻ സാധിച്ചതായി അവർ പ്രസിദ്ധീകരിച്ച *1970 കളിലെ ആദിവാസി സമരങ്ങൾ* സാക്ഷ്യപ്പെടുത്തുന്നു.

ഈ പുസ്തകത്തിൽ പി പരമേശ്വരൻ എഴുതിയ ലേഖനത്തിൽ വയനാട്ടിലെ ആദിവാസികൾക്കിടയിൽ സംഘപരിവാറിനു വേരോട്ടമുണ്ടായതിന്റെ ആദ്യനാളുകൾ ഓർത്തെടുക്കുന്നത് ഇങ്ങനെ:

> സ്നേഹോഷ്മളമായ സ്വീകരണമാണ് ഉച്ചനീചത്വമെന്യേ വയനാടൻ ജനത സംഘത്തിനു നല്കിയത്. എത്ര പെട്ടെന്നാണ് നാഗ്പൂരിൽനിന്നും വന്ന ശങ്കർശാസ്ത്രി വയനാട്ടിലെ കുറിച്യർക്കും പണിയർക്കും ഗൗഡർക്കും മേനോന്മാർക്കും എല്ലാം

പ്രിയങ്കരനായത്! പുറത്തുനിന്നുവന്നവരുടെ സംസ്കാരത്തിന്റെയും പെരുമാറ്റത്തിന്റെയും മറ്റൊരു മുഖം അവർ ദർശിക്കുകയായിരുന്നു. വയനാട്ടിലെ വനവാസികളെയും അല്ലാത്തവരെയും—എല്ലാ ഹിന്ദുവിഭാഗങ്ങളെയും—സംഘശാഖകളിൽ മാത്രമല്ല അവരുടെ കുടുംബങ്ങളിലും ഒരുമിച്ച് ചേർക്കുന്ന പുതിയ അനുഭവപാഠങ്ങൾ സർവ്വത്ര ദൃശ്യമായി. പിന്നീടാണ് ജനസംഘത്തിന്റെ പ്രവർത്തകനായി വയനാട്ടിൽ ഞാൻ പോകുന്നത്. വയനാടൻ വനവാസികളുടെ ജീവിതപ്രശ്നങ്ങൾ നേരിട്ടുകാണുന്നതപ്പോഴാണ്. ക്രമേണ അത്തരം പ്രശ്നങ്ങൾ ഏറ്റെടുത്ത് പോരുവാനുള്ള വേദിയായി ആദിവാസി സംഘം രൂപംകൊണ്ടു. അവർക്കിടയിൽ വിപ്ലവകരമായൊരു പുതിയ മാറ്റംതന്നെ അതുകൊണ്ടുണ്ടായി.[20]

എന്തൊക്കെയായിരുന്നു ആ 'വിപ്ലവ'കരമായ മാറ്റം? ഇതേ പുസ്തകത്തിൽ എം രാധാകൃഷ്ണൻ എഴുതിയ 'ആദിവാസികളുടെ സാമൂഹ്യപരിവർത്തനവും ആർ എസ് എസും' എന്ന ലേഖനത്തിൽ അതിങ്ങനെ അടയാളപ്പെടുത്തുന്നു:

> അയോദ്ധ്യയിലെ ശ്രീരാമജന്മഭൂമി മോചിപ്പിക്കാൻ നടത്തിയ ദേശീയപ്രക്ഷോഭത്തിലും വയനാട്ടിലെ വനവാസി സമൂഹത്തിന്റെ പങ്ക് എടുത്തുപറയേണ്ടുന്ന വസ്തുതയാണ്. 1990 ലെ ആദ്യത്തെ കർസേവയിൽ പങ്കെടുക്കാൻ വയനാട്ടിൽനിന്നും പുറപ്പെട്ട സന്നദ്ധസംഘത്തിലെ 85 പേരിൽ 40 പേരും വനവാസികൾ തന്നെയായിരുന്നു. ആ വർഷം വിജയദശമി നാളിൽ കൽപ്പറ്റയിൽ നടന്ന പതിനോരായിരത്തിലധികം ആളുകൾ പങ്കെടുത്ത വിജയയാത്രയിൽ പങ്കെടുക്കാനായി വയനാടിന്റെ നാനാഭാഗങ്ങളിൽനിന്നും വനവാസികൾ കൂട്ടത്തോടെ ആവേശഭരിതരായി കൽപ്പറ്റയിലേക്ക് നീങ്ങിയത് അഭൂതപൂർവ്വമായ കാഴ്ചയായിരുന്നു.
>
> വനവാസി സമൂഹത്തിനുള്ളിൽ വിധ്വംസക പ്രവർത്തനങ്ങൾ നടത്തി വിപ്ലവത്തിന്റെ പേരിൽ അവരെ ദേശവിരുദ്ധരാക്കാനുള്ള മാർക്സിസ്റ്റ്-നക്സൽ നീക്കങ്ങൾ വയനാട്ടിൽ ദയനീയമായി പരാജയപ്പെട്ടത് ഹിന്ദുദേശീയ പ്രസ്ഥാനങ്ങളുടെ സജീവമായ സാന്നിദ്ധ്യം കൊണ്ടായിരുന്നു.[21]

കേരളത്തിലെ ആഫ്രിക്കയിൽ കെ പാനൂർ, പതിറ്റാണ്ടുകൾക്കുമുമ്പേ ഇങ്ങനെ നിരീക്ഷിക്കുന്നു: "ഉത്തരേന്ത്യയിൽ നക്സലൈറ്റുകളുടെ പിടിയിൽപ്പെടുന്നവരുടെ കൊച്ചനുജൻമാർ വയനാട്ടിൽ ഇപ്പോൾ ആർ എസ് എസുകാരായാണോ വളരുന്നതെന്ന് സംശയമുണ്ട്."

നിഷ്കളങ്കരും നിരക്ഷരരുമായ ഗോത്ര ജനതയ്ക്കിടയിൽ വിദ്വേഷത്തിന്റെ വിഷവിത്തുകൾ പാകി സംഘപരിവാർ വർഗ്ഗീയകലാപങ്ങൾ

സംഘടിപ്പിക്കുന്ന ഞെട്ടിക്കുന്ന വിവരങ്ങൾ ഒട്ടേറെ പഠനസംഘങ്ങൾ ചൂണ്ടിക്കാട്ടിയിട്ടുണ്ട്. ഇത്തരത്തിൽ ആദിവാസികളെ കൊലയാളി സംഘങ്ങളാക്കി മാറ്റുന്നതിന് വിദേശ ഫണ്ടിന്റെ സഹായവും സംഘപരിവാറിനുണ്ട്. ആദിവാസികളെ ആർ എസ് എസിലൂടെ കലാപങ്ങൾക്കും മറ്റും സജ്ജമാക്കുന്ന പരിവാർ സംഘടനയാണ് വനവാസി കല്യാൺ ആശ്രം (VKA).

2002 ലെ ഗുജറാത്ത് മുസ്ലീം വംശഹത്യയിൽ പ്രധാന പങ്കുവഹിച്ചത് സംഘ്പരിവാർ പരിശീലിപ്പിച്ചെടുത്ത ഗോത്രവർഗ്ഗക്കാരായിരുന്നു. 2002 ലെ ഗുജറാത്ത് മുസ്ലീംവിരുദ്ധ കലാപത്തെക്കുറിച്ചുള്ള അന്വേഷണങ്ങൾ, സംഘ്പരിവാർ ഗോത്രവർഗ്ഗക്കാരുടെ മനസ്സിൽ വിഷംനിറച്ച് കൈയിൽ ആയുധം കൊടുത്ത് രംഗത്തിറക്കിയതിനെക്കുറിച്ച് ഞെട്ടിക്കുന്ന വിവരങ്ങൾ പുറത്തുകൊണ്ടുവന്നിട്ടുണ്ട്. വിവേകാനന്ദകേന്ദ്രയും വനവാസി കല്യാൺ ആശ്രമും നടത്തിയ പ്രവർത്തനങ്ങളാണ് ആദിവാസികളെ വർഗ്ഗീയവല്ക്കരിച്ചത്. വനവാസി സേവാസംഘും (VSS) ആദിവാസികളിൽ ന്യൂനപക്ഷ വിരുദ്ധ വികാരം കുത്തിവെക്കുന്നതിൽ പങ്കുവഹിച്ചിട്ടുണ്ട്. ഇവയെല്ലാം അമേരിക്കൻ-യൂറോപ്യൻ ഫണ്ടുകൾകൊണ്ടാണ് പ്രധാനമായും പ്രവർത്തിക്കുന്നത്.[22]

മദ്ധ്യപ്രദേശിൽ നടന്ന ക്രിസ്ത്യൻ വിരുദ്ധ കലാപങ്ങളിലും ആദിവാസികളെ സംഘ്പരിവാർ ഉപയോഗിച്ചതായി പഠനങ്ങൾ തെളിയിക്കുന്നു. ഐ ഡി ആർ എഫ് (India Development and Relief Fund) എന്ന അമേരിക്കയിലെ മേരീലാന്റ് കേന്ദ്രമായി പ്രവർത്തിക്കുന്ന ഏജൻസി വഴി വൻതോതിൽ ഇതിന് ഫണ്ട് ലഭിക്കുകയുണ്ടായി. സേവാഭാരതി, ഏകൽ വിദ്യാലയ, വനവാസി കല്യാൺ ആശ്രം എന്നീ സംഘങ്ങളായിരുന്നു ആദിവാസികളെ കലാപത്തിലേക്ക് ഫണ്ടിങ് സഹായത്തോടെ തള്ളിവിട്ടത്.

ആദിവാസികൾക്കിടയിൽ സംഘ്പരിവാർ കുത്തിവെക്കുന്ന വിഷലിപ്തമായ ആശയങ്ങൾ, വിശ്വാസങ്ങൾ അതിവേഗം വേരോട്ടം ലഭിക്കുന്നവയാണ്. നിങ്ങളുടെ ഇപ്പോഴത്തെ ദുരിതങ്ങൾക്കെല്ലാം കാരണം ക്രിസ്ത്യൻ, മുസ്ലീം വിഭാഗങ്ങളാണെന്ന് പറഞ്ഞു പഠിപ്പിക്കുന്നു.

“നിങ്ങൾ ഇന്നനുഭവിക്കുന്ന ദുരിതങ്ങൾക്കെല്ലാം കാരണം മുസ്ലിങ്ങളും ക്രിസ്ത്യാനികളുമാണ്. അതുകൊണ്ട് അവരെ നേരിട്ടാൽ മാത്രമേ നിങ്ങൾക്ക് പുരോഗതിയുണ്ടാകൂ. രാമന്റെ ശത്രുവായിരുന്നു രാവണൻ. അതുപോലെ ഹിന്ദുക്കളുടെ ശത്രുക്കളാണ് മുസ്ലിങ്ങളും ക്രിസ്ത്യാനികളും. രാമൻ രാവണനെ കൊന്നപോലെ മുസ്ലിങ്ങളേയും ക്രിസ്ത്യാനികളേയും നശിപ്പിക്കണം.”[23]

രസകരമായ ഒരു വസ്തുത, സംഘ്പരിവാർ ആദിവാസികളെ വനവാസികൾ എന്നേ വിളിക്കാറുള്ളൂ എന്നതാണ്. രാംപുനിയാനി ഇക്കാര്യം ഇങ്ങനെ വിശകലനം ചെയ്യുന്നു:

1. ആദിവാസികൾ എന്ന പേര് പറയുമ്പോൾ അവർ ഇവിടത്തെ

'ആദ്യത്തെ നിവാസി'കളാണെന്ന് അർത്ഥം വരും. അപ്പോൾ സ്വാഭാവികമായും ഉയരുന്ന ചോദ്യം ഇതാണ്: രണ്ടാമതു വന്നവർ ആരായിരുന്നു? ആദിവാസികളെ വനവാസികളാക്കിയതാര്? ഇതിന് ഉത്തരം കണ്ടെത്തിയാൽ സവർണ്ണ മേൽജാതിക്കാരുടെ ആദിവാസി വിരുദ്ധമുഖം പുറത്തുവരും. അതിന്റെ ക്ഷീണം സംഘ്പരിവാറിനാണ്.

2. ആര്യാധിനിവേശത്തെ നിരാകരിക്കാനും ആദിവാസികളെ ആട്ടിയോടിച്ചത് മുസ്ലീങ്ങളും ബ്രിട്ടീഷ് ക്രൈസ്തവ സാമ്രാജ്യത്വവുമാണ് എന്ന് വരുത്താനും കഴിയും.

3. ഹിന്ദു ബ്രാഹ്മണ്യത ആദിവാസികളോടും ദളിതരോടും കാണിച്ച ക്രൂരതകൾ മറച്ചുവെക്കാം. 'അകത്തുള്ള ശത്രുക്കളുടെ അപരാധം പുറത്തുനിന്ന് വന്നവരെന്ന് പറയുന്നവരിൽ കെട്ടിവെക്കാം.'

4. ആദിവാസികളെ സവർണ്ണ ഹിന്ദുമതത്തിന്റെ ഭാഗമാക്കി മാറ്റാം. അതുവഴി, ക്രിസ്തുമതത്തിലേക്കും ഇസ്ലാമിലേക്കും പരിവർത്തനം ചെയ്ത ആദിവാസികളെ ഹിന്ദുമതത്തിലേക്ക് പരിവർത്തിപ്പിക്കാനുള്ള സംഘ് ശ്രമങ്ങൾ മതപരിവർത്തനമല്ല, പൂർവ്വമതത്തിലേക്കുള്ള തിരിച്ചുപോക്ക് (ഘർവാപസീ - Back to Home) ആയി ചിത്രീകരിക്കാം.

5. ആദിവാസികൾക്കിടയിൽ പ്രവർത്തിക്കുന്ന ക്രിസ്ത്യാനികളെ വിദേശീയരും ശത്രുക്കളുമായി ചിത്രീകരിച്ച് ആക്രമിക്കാം, ആട്ടിയോടിക്കാം. അതോടെ മിഷണറി പ്രവർത്തകരുടെ സഹായത്തോടെ പുരോഗതി നേടുന്ന ആദിവാസികളുടെ വളർച്ച തടയാനും അവരെ എന്നെന്നും പിന്നോക്കക്കാരാക്കി നിലനിർത്തി ചൂഷണം ചെയ്യാനും സവർണ്ണർക്ക് കഴിയും. ആദിവാസി മേഖലയിൽ പ്രവർത്തിക്കുന്ന ക്രിസ്ത്യാനികൾക്കെതിരായ ആക്രമണത്തിന്റെ ഒരു കാരണം ജാതിമേധാവിത്തം തകരുമോ എന്ന ഭയമാണ്.[24]

ചുരുക്കത്തിൽ, ആര്യാധിനിവേശത്തിനുമുമ്പേ ഇന്ത്യയിൽ വാസമുറപ്പിച്ചവരാണ് ആദിവാസികൾ. ആര്യ-ബ്രാഹ്മണിക മതത്തിന്റെ ഭാഗമായി ഒരുകാലത്തും ആദിവാസികൾ നിലകൊണ്ടിട്ടില്ല. വ്യത്യസ്തമായ ആചാരങ്ങളും വിശ്വാസങ്ങളും ജീവിതരീതികളുമുള്ളവരാണവർ. രാമായണകാലം മുതല്ക്ക് അടിച്ചമർത്തപ്പെട്ടവരും അവകാശങ്ങൾ നിഷേധിക്കപ്പെട്ടവരും മാറ്റിനിർത്തപ്പെട്ടവരുമാണവർ.

ആദിവാസികളുടെ ദൈവങ്ങൾക്ക് അവതാര പരിവേഷം നല്കി, ആദിവാസികളെ വീണ്ടും പഴയ അടിമത്ത കാലത്തേക്ക് നയിക്കുകയാണ് വർഗ്ഗീയ ശക്തികൾ. അവരുടെ വിശ്വാസങ്ങളിലും പുരാവൃത്തങ്ങളിലും പുതുപാഠങ്ങൾ സൃഷ്ടിച്ച് ആദിവാസികളെ കലാപങ്ങളും വംശഹത്യകളും നടത്തുവാനുള്ള കൊലയാളി സംഘങ്ങളാക്കി മാറ്റുകയാണ് പരിവാർ സംഘടനകൾ. നിഷ്കളങ്കരും നിരക്ഷരരുമായ ഈ ജനതതിയെ ആയുധമണിയിച്ച് നാടിന്റെ സ്വാസ്ഥ്യം നശിപ്പിക്കുവാനുള്ള ശ്രമങ്ങൾ തടയേണ്ടത് ജനാധിപത്യ, മതേതര പ്രസ്ഥാനങ്ങളുടെ അടിയന്തര കടമയാണ്.

അടിക്കുറിപ്പുകൾ

1. *The Wonder That Was India (ഇന്ത്യ എന്ന വിസ്മയം)*-പുറം 298. എ എൽ ബാഷാം, വിവ. സി പി അബൂബക്കർ. കേരള ഭാഷാ ഇൻസ്റ്റിറ്റ്യൂട്ട്.
2. അതേ പുസ്തകം-പുറം 299.
3. ജേർണൽ ബീഹാർ-ഒറീസാ റിസേർച്ച് സൊസൈറ്റി. ഭാഗം 11, പുറം-41-53.
4. പുറം 207, *ദി കോല ട്രൈബ് ഓഫ് സെൻട്രൽ ഇന്ത്യ*, ഡബ്ല്യു ജി ഗ്രിഫിത്ത്.
5. പുറം 212, 213, *The Wonder That Was India മലയാള പരിഭാഷ.*
6. *An Essay submitted in the seminar on Tribes of Kerala-* 1978 by M G S Narayanan. ഉദ്ധരണം: 1970 കളിലെ ആദിവാസി സമരങ്ങൾ, കേരള വനവാസി കേന്ദ്രം, കോട്ടൂളി, കോഴിക്കോട്. പുറം 13-16, സംഗ്രഹം.
7. *Source Material on Dr. Babasaheb Ambedkar & the movements of Untouchables,* Govt of Maharashtra 1982.
8. ബാബാ സാഹെബിനെക്കുറിച്ചുള്ള എന്റെ ഓർമ്മകളും അനുഭവങ്ങളും - *ശങ്കരാനന്ദ ശാസ്ത്രം.* പുറം-63.
9. *പ്രാചീന കേരള ചരിത്ര സംഗ്രഹം,* പുറം 153-167. ജാതിവ്യവസ്ഥിതിയും കേരളചരിത്രവും - പി കെ ബാലകൃഷ്ണൻ, ദക്ഷിണഭാരത ചരിത്രം-കെ എ നീലകണ്ഠശാസ്ത്രി. വിവ. എം ദിവാകരൻ, ദക്ഷിണ ഇന്ത്യാ ചരിത്രം - എം ശ്രീധരമേനോൻ എം എ.
10. *വിശ്വവിജ്ഞാനകോശം,* വാല്യം 1, പുറം 822.
11. *കറുത്തകലകൾ,* ചുമ്മാർ ചൂണ്ടൽ. പുറം-53.
12. *കുറിച്യരുടെ ലോകം* എന്ന കൃതിയിൽ സി ചാക്കോ കണ്ണാട്ടുവോടി ഉദ്ധരിച്ചത്. (കേരള ഭാഷാ ഇൻസ്റ്റിറ്റ്യൂട്ട്-പുറം 60, തിരുവനന്തപുരം).
13. *വയനാട്ടിൽ നിലനിന്ന ആദിവാസി അടിമത്തം, വിജ്ഞാനകൈരളി,* മാർച്ച് 2011, അസീസ് തരുവണ.
14. ആദിവാസി മുന്നേറ്റ സംഘം, ഗൂഡല്ലൂർ പ്രസിദ്ധീകരിച്ച *മുള്ളക്കുറുമരുടെ കളിപ്പാട്ടുകൾ* (സമ്പാ. മനുജോസ്) എന്ന കൃതിയിൽ രാമായണ-മഹാഭാരത കഥകളെ അവലംബമാക്കിയുള്ള ഒട്ടേറെ പാട്ടുകൾ ചേർത്തിട്ടുണ്ട്. ഇവയിൽ പലതും സമീപകാലത്തായി അവരിലേക്ക് എത്തിച്ചേർന്നവയാണ്.
15. കൂടുതൽ വിവരങ്ങൾക്ക്, 'മുള്ളക്കുറുമരുടെ ഹൈന്ദവവല്ക്കരണം അഞ്ചടികളിൽ' (ബിജു കെ കെ) എന്ന പ്രബന്ധം കാണുക. സാഹിത്യലോകം-2012 ഫെബ്രുവരി.
16. ദുർമ്മന്ത്രവാദം, കാര്യങ്ങളുടെ വിജയ പരാജയം എന്നിവ പ്രശ്ന

ചിന്തയിലൂടെ പ്രവചിക്കാൻ കഴിവുള്ളവരാണ് മുള്ളക്കുറുമർ. അതിനുവേണ്ടിയുള്ള ഒരു ക്രിയയാണ് കൊടിവെക്കൽ-*ഒഴിച്ചുനിർത്തപ്പെട്ടവർ.* പുറം-45, ഡോ. എ എസ് പ്രശാന്ത് കൃഷ്ണൻ, കേരള ഭാഷാ ഇൻസ്റ്റിറ്റ്യൂട്ട്-2013.

17. *ഒഴിച്ചുനിർത്തപ്പെട്ടവർ*-224-225,229,230. ഡോ. എ എസ് പ്രശാന്ത് കൃഷ്ണൻ. കേരള ഭാഷാ ഇൻസ്റ്റിറ്റ്യൂട്ട്-2013. മുകളിൽ പറഞ്ഞ തരത്തിലുള്ള പതിനൊന്ന് പുരാവൃത്തങ്ങളെ ഈ കൃതിയിൽ പഠനവിധേയമാക്കുന്നുണ്ട്.
18. *കേരളത്തിലെ ആഫ്രിക്ക*-പുറം 134, 135. കെ പാനൂർ, എൻ ബി എസ് കോട്ടയം.
19. *കാപ്പിമൂപ്പന്റെ കാടനുഭവങ്ങൾ* (ജോസ് പാഴൂക്കാരൻ, കൈരളി ബുക്സ്) എന്ന പുസ്തകത്തിൽ ഈ രാജപരമ്പരയെക്കുറിച്ച് പറയുന്നുണ്ട്.
20. *1970-കളിലെ ആദിവാസി സമരങ്ങൾ* (എഡി. പള്ളിയറ രാമൻ) വയനാട്ടിലെ വനവാസികൾ-ഓർമ്മയുടെ കണ്ണാടിയിൽ എന്ന ലേഖനം.
21. അതേ പുസ്തകം പുറം-81.
22. Poisoned Edge: The Sangh exploit Dalit and tribal frustration to recruit soldiers for Hindutva's war, Davinder kumar, *Outlook* June 24, 2002.
23. *സംഘ്പരിവാർ വർഗ്ഗീയ ഫാസിസവും വിദേശഫണ്ടിങ്ങും.* പുറം -70, സദ്റുദ്ദീൻ വാഴക്കാട്, പ്രതീക്ഷ ബുക്സ് 2010.
24. *Adivasis: A cultural cooption,* by Ram puniyani-Counter currents org 2008 April-06. ഉദ്ധരണി: സംഘ്പരിവാർ വർഗ്ഗീയ ഫാസിസവും വിദേശ ഫണ്ടിങ്ങും, സദ്റുദ്ദീൻ വാഴക്കാട്.

ആദിവാസി സാഹിത്യത്തിന്റെ കേരളീയ വർത്തമാനം

"ദുഃഖകരമായ ഒരു ലോകത്തിന്റെ അസ്തമയ ഭംഗിയേക്കാളും ഹംസഗാനത്തേക്കാളും മനോഹരമാണ് പുതിയ ലോകം നിർമ്മിക്കുന്നതിനുള്ള പരുപരുത്തതും തേച്ചുമിനുക്കാത്തതുമായ ആദിശിലകൾ."

ആന്റോണിയോ ഗ്രാംഷി

ആദിവാസി സാഹിത്യം ഇന്നൊരു സാർവ്വദേശീയ സാഹിത്യ പ്രസ്ഥാനമാണ്. ഓരോ രാജ്യത്തെയും പ്രാചീനജനത, തങ്ങളുടെ സ്വത്വത്തെയും അസ്തിത്വത്തെയും സംബന്ധിച്ച അന്വേഷണങ്ങളിലേർപ്പെട്ടതിന്റെ ഫലമാണ് ഈ സാഹിത്യധാര. ഓരോ രാജ്യത്തെ ആദിവാസി സാഹിത്യത്തിനും തദ്ദേശീയമായ ചില ആവരണങ്ങളും സ്വഭാവങ്ങളും സവിശേഷതകളുമുണ്ടെങ്കിലും പൊതുവായ ചില തന്തുക്കൾ അവയെ ബന്ധിപ്പിക്കുന്നതായി കാണാം. എഴുത്തിന്റെ സൗന്ദര്യശാസ്ത്രം അതിൽ പ്രധാനമാണ്. കലാസ്വാദനത്തിന്റെ ദാർശനികമായ വ്യാഖ്യാനമാണല്ലോ സൗന്ദര്യശാസ്ത്രം. പാശ്ചാത്യവും പൗരസ്ത്യവുമായ സൗന്ദര്യശാസ്ത്രങ്ങൾ മുന്നോട്ടുവെക്കുന്ന ആശയ പരിസരമല്ല ആദിവാസി സൗന്ദര്യശാസ്ത്രത്തിന്റേത്. മറ്റൊരു രീതിയിൽ പറഞ്ഞാൽ, പാശ്ചാത്യ, പൗരസ്ത്യ സൗന്ദര്യശാസ്ത്ര പദ്ധതികളൊന്നുംതന്നെ ആദിവാസികളുടെ കലയെയോ കലാനുഭവങ്ങളെയോ അഭിസംബോധന ചെയ്യുന്നവയല്ല. വരേണ്യമായ മുഖ്യധാരാ സൗന്ദര്യ സങ്കല്പങ്ങൾക്ക് പുറത്തായിരുന്നു ആദിവാസികളും ആദിവാസി സർഗ്ഗാവിഷ്കാരങ്ങളും. മുഖ്യധാരാ കലാദർശന പൈതൃകവും തത്ത്വചിന്തയും, വരേണ്യവും മേല്ക്കോയ്മ വർഗ്ഗാധിഷ്ഠിതവുമായ സൗന്ദര്യ സങ്കല്പങ്ങളെയാണ് അഭിസംബോധന ചെയ്തതും സൈദ്ധാന്തികവല്ക്കരിച്ചതും.

> യൂറോ കേന്ദ്രീകൃതവും സംസ്കൃത കേന്ദ്രീകൃതവുമായ വിമർശനക്കോയ്മയാണ് ആധുനിക സാഹിത്യം. വരേണ്യപുരാണങ്ങളെയും വ്യക്തിനിർമ്മിതമായ സാഹിത്യ പാഠത്തെയും ആസ്പദമാക്കിയതാണ് ആഭിജാതസൗന്ദര്യ ദർശനങ്ങൾ. മാനവരാശിയോളം പഴക്കമുള്ള വാമൊഴി പാരമ്പര്യത്തിന്റെ പ്രാചീന സൗന്ദര്യനിയമങ്ങൾ തിരസ്കരിക്കുക വഴി ജനതയുടെ കലാചരിത്രത്തെത്തന്നെ അവഗണിക്കുകയായിരുന്നു ആ ദർശനങ്ങൾ.[1]

കേരളത്തിൽ, ആദിവാസികളുടെ കലാവിഷ്കാരങ്ങളും സൗന്ദര്യശാസ്ത്രവുമൊക്കെ ഒരു പഠന വിഷയമായത് സമീപകാലത്താണ്. ആദിവാസി സ്വത്വം പോലും നമ്മുടെ അക്കാദമിക് പഠനങ്ങളുടെ പുറത്തായിരുന്നു എന്നു പറയുന്നതാവും ശരി. അതിനാൽ ആദിവാസി സാഹിത്യത്തെ കരുതലോടെ കൈകാര്യം ചെയ്യേണ്ടതുണ്ട്. നമ്മുടെ അളവുകോലുകൾ അതിനു മുന്നിൽ അപ്രസക്തമാണ്. സൗകര്യത്തിനു വേണ്ടി ദളിത് സാഹിത്യത്തിന്റെ പരിധിയിൽ ആദിവാസി സാഹിത്യത്തെയും ഉൾപ്പെടുത്തുകയാണ് ചെയ്യാറുള്ളത്. തീർച്ചയായും ഇന്ത്യനവസ്ഥയിൽ ആദിവാസി സാഹിത്യത്തിനും ദളിത് സാഹിത്യത്തിനും ബന്ധുത്വമുണ്ട്. അതിനാൽ ഒട്ടേറെ ആദിവാസി എഴുത്തുകാരെ ദളിത് സാഹിത്യത്തിന്റെ പരിധിയിലാണ് ഉൾപ്പെടുത്താറുള്ളത്. ഉദാഹരണമായി, മറാഠി ദളിത് എഴുത്തുകാരിൽ പ്രഗത്ഭരായ ആത്മരാം റത്തോഡ് (Atmaram Rathod), ലക്ഷ്മൺ മനെ (Laxman Mane), ലക്ഷ്മൺ ഗൈക്കവാദ് (Laxman Gaikawad) തുടങ്ങിയവരെല്ലാം നാടോടി ആദിവാസി വിഭാഗ (Nomadic tribes) ങ്ങളിൽപ്പെട്ടവരാണ്. ആദിവാസി സാഹിത്യശാഖ സമീപകാലത്ത് രൂപപ്പെട്ടതാകയാലും എഴുത്തിലും വീക്ഷണത്തിലും ആദിവാസി എഴുത്തുകാർ ദളിതുകളുമായി ഐക്യപ്പെട്ടതിനാലും ആദിവാസി ദളിത് വിഭജനം അനിവാര്യമായിരുന്നില്ല എന്നു പറയുന്നതാവും ശരി. അതേസമയം, പ്രസക്തമായ ഒരു സംഗതി, ആദിവാസി സാഹിത്യം എന്നത് ആഗോളവ്യാപകമാണ്. ദളിത് സാഹിത്യമാകട്ടെ, ഇന്ത്യയിലൊതുങ്ങുന്നതും. ജാതി എന്നത് പോലും ദക്ഷിണേഷ്യൻ ഉപഭൂഖണ്ഡത്തിന്റെ മാത്രം സവിശേഷതയാണ്. ജാതീയത ഇന്ത്യയിലാണ് ഏറ്റവും വ്യാപകവും ശക്തവുമെങ്കിലും ഇന്ത്യയുടെ സമീപസ്ഥരാജ്യങ്ങളിലും പലവിധത്തിൽ നമുക്കത് കാണാനാവും. പാകിസ്ഥാനിലും നേപ്പാളിലും ബംഗ്ലാദേശിലും ശ്രീലങ്കയിലും മറ്റും ജാതി നിലനില്ക്കുന്നുണ്ടെങ്കിലും ഇന്ത്യയിലേതുപോലെ ഫുലെ-അംബേദ്കർ-പോസ്റ്റ് അംബേദ്കറിസ്റ്റ് ആശയലോകത്തുനിന്നോ തത്തുല്യമായ വിമോചന ആശയപരിസരത്തുനിന്നോ രചന നിർവ്വഹിക്കുന്ന എഴുത്തുകാർ അവിടങ്ങളിലില്ല. മുഖ്യധാരയിൽ ഇടപെടുകയും മുഖ്യധാരാ ഭാഷയിലും ശൈലിയിലും എഴുതുകയും ചെയ്യുന്നവർ അവിടങ്ങളിൽ ഇല്ലെന്നല്ല ഇതിനർത്ഥം.

എന്തുതന്നെയായാലും മൂവായിരം വർഷത്തെ ഭ്രഷ്ടിലും അടിമത്തത്തിലും നരകയാതന അനുഭവിച്ച ഇന്ത്യയിലെ ദളിത്, ആദിവാസി ജനത, അനുഭവത്തിന്റെ ഒരു വൻകരതന്നെ അവരുടെ രചനകളിലൂടെ ആവിഷ്കരിച്ചുകൊണ്ടിരിക്കുകയാണ്. തങ്ങളെ അടിമകളും കീഴാളരുമാക്കിയവർക്കെതിരെ സർഗ്ഗാത്മകമായി അവർ പകരം വീട്ടിക്കൊണ്ടിരിക്കുന്നു. നൂറ്റാണ്ടുകൾ പഴക്കമുള്ള ഭാരതീയ ഫാസിസത്തെ അവർ തീക്ഷ്ണമായ ചോദ്യശരങ്ങൾ കൊണ്ട് നേരിട്ടുകൊണ്ടിരിക്കുന്നു.

"മനുവിനെ
മുറ്റത്തെ ആര്യവേപ്പിൽ
തലകീഴായി,
നഗ്നനായി കെട്ടിത്തൂക്കി
ഞാനയാളുടെ രക്തധമനികൾ
കുത്തിക്കീറി നോക്കും;
എന്റെ പൂർവ്വികരുടെ
എത്ര രക്തമയാൾ
കുടിച്ചിട്ടുണ്ടെന്നറിയാൻ" എന്ന് ഗുജറാത്തി ദളിത് കവി ജയന്ത് പാർമർ.

"നൂറ്റാണ്ടുകളുടെ കല്ലുകൾ
തീർത്ത കണ്ണീരിന്റെ
പിരമിഡുകളിൽ
നിലവിളി കുത്തിനിറയ്ക്കപ്പെട്ട
മമ്മികളാണ് ഞങ്ങൾ.
എങ്കിലും ഞങ്ങളുടെ
ആലകളിൽ ഞങ്ങൾ
സ്വന്തം ഭാഗധേയം വാർക്കുന്നു"

എന്ന് യശ്വന്ത് വഗേല. അദ്ദേഹത്തിന്റെ 'അസ്തിത്വം' എന്ന കവിത ഇങ്ങനെ:

"ഇവിടെ
അവർക്കറിയാം ഞാനാരെന്ന്.
എന്നാലും അറിയില്ലെന്ന് നടിച്ച്
അവരെന്നോട് ചോദിക്കുന്നു:
'നീയാരാണ്?'
ഞാൻ അവരോട് പറയുന്നു:
'ഈ തല ശംബുകന്റേതാണ്.
ഈ കൈകൾ ഏകലവ്യന്റേത്.
ഈ ഹൃദയം കബീറിന്റേത്
ഞാൻ ജാബാലാ സത്യകാമനാണ്.
എങ്കിലും ഈ പാദങ്ങൾ ഇപ്പോഴും

തൊട്ടുകൂടാത്തവയാണ്
ഇന്ന്
ഞാനൊരു മനുഷ്യനാണ്
നിങ്ങൾക്കതു പോരേ?
പക്ഷേ, പറയൂ
നിങ്ങളാരാണ്?"

ആയിരത്താണ്ടുകളായി തുടരുന്ന അയിത്തമെന്ന ശാപത്തെ ഗുർദാസ് ആലം ഇങ്ങനെ ആവിഷ്കരിക്കുന്നു:

"ഡോക്ടർ, എങ്ങനെയെങ്കിലും
ഇതൊന്ന് മാറ്റിത്തരണേ!
എത്ര വർഷം ചികിത്സിച്ചിട്ടും
ഈ അയിത്തം മാറിയില്ല
ഗംഗയിൽ പലകുറി കുളിച്ചു
മുസ്ലിം, ഹിന്ദു, ക്രിസ്ത്യൻ, സിഖ്
വൈദ്യന്മാരെല്ലാം
നാഡിപിടിച്ചു പരിശോധിച്ചു
അവർ പറഞ്ഞതൊക്കെ
ചെയ്തു തളർന്നു
ഉള്ള കാശ് മുഴുവനും പോയി.
അയിത്തം ഇപ്പോഴും
നിഴലുപോലെ കൂടെത്തന്നെ
മന്ത്രച്ചരടുകൊണ്ടും ഫലമുണ്ടായില്ല.
ജ്ഞാനസ്നാനം ചെയ്തിട്ടുകൂടി
ഒരു ഗുണവും കാണുന്നില്ല
ഡോക്ടർ...."
(അയിത്തക്കാരൻ ഡോക്ടറോട്)

ദളിത് സാഹിത്യം ഇന്ന് രണ്ടാം ഘട്ടത്തിലേക്ക് പ്രവേശിച്ചിരിക്കുന്നു. ഒന്നാം തലമുറയുടേത് പരിവേദനങ്ങളുടെ രോഷപ്രകടനങ്ങളും തീപാറുന്ന ചോദ്യങ്ങളുംകൊണ്ട് മുഖരിതമായിരുന്നെങ്കിൽ, രണ്ടാം തലമുറ ദളിത് മൂല്യങ്ങളുടെ ആഘോഷമായി സാഹിത്യത്തെ മാറ്റുന്നു.

ആദിവാസികളുടെ അനുഭവലോകം ദളിതരെക്കാൾ തീക്ഷ്ണമാകയാൽ അവരുടെ ആവിഷ്കാരങ്ങൾ അത്യുഗ്രസ്ഫോടനശേഷിയുള്ളതാണ്. ഭൂതകാലത്തിലെ ചോരയൊലിക്കുന്ന അനുഭവലോകം ആവിഷ്കരിക്കുന്നതോടൊപ്പം നഷ്ടപ്പെട്ട ചരിത്രം വീണ്ടെടുക്കാനും വർത്തമാനകാലത്തെ തലകീഴായി കെട്ടിത്തൂക്കി വിചാരണ ചെയ്യുവാനും അവർ സാഹിത്യത്തെ ഉപയോഗിക്കുന്നു. ലാൽ സിങ്ദലിന്റെ 'ആദിവാസി സ്ത്രീകൾ' എന്ന കവിതയിൽ,

"ആദിവാസി സ്ത്രീകൾ വരുന്നു

ഒക്കത്ത് കുഞ്ഞുങ്ങളെയും വെച്ച്
പാതി അഴുകിയ പഴങ്ങൾ വാങ്ങിക്കുന്നു
അവർ പറയുന്നു;
ഞങ്ങൾ രാജ്ഞിമാരായിരുന്നു
കാട്ടിലേക്ക് വിവാഹം കഴിച്ചയച്ചവർ
ഈ അരിവാൾ
ഞങ്ങളുടെ പുരുഷന്മാരുടെ
കൈയിലെ വാളുകളായിരുന്നു."

ആദിവാസി സാഹിത്യം ദളിതു സാഹിത്യത്തെപ്പോലെ തന്നെ പഴയ കാവ്യമീമാംസ പടിയടച്ചു പുറത്തുനിർത്തിയ പദാവലികളെയും ഗ്രാമ്യം, ച്യുതസംസ്കാരം, അശ്ലീലം തുടങ്ങിയ പേരുകളിട്ട് മാറ്റിനിർത്തിയിരുന്ന വാക്കുകളെയും പ്രയോഗങ്ങളെയും സാഹിത്യത്തിന്റെ കേന്ദ്രസ്ഥലിയിലേക്ക് ക്ഷണിച്ചിരുത്തുന്നു. ഒരർത്ഥത്തിൽ, ദളിത് സാഹിത്യത്തിന്റെ തുടർച്ചയും സാഹോദര്യവും അവകാശപ്പെടാൻ പറ്റുന്നത് ആദിവാസി സാഹിത്യത്തിന് മാത്രമാണ്.

അംബേദ്കർ, ആദിവാസികളെ ദളിതിന്റെ പരിധിയിൽ പെടുത്തിയിരുന്നില്ല. ദളിത് സാഹിത്യത്തെ ദളിതർ എഴുതുന്നത് എന്ന് നിർവ്വചിക്കുന്നവരുണ്ട്. എന്നാൽ അർജ്ജുൻ ഡാംഗ്ലേയുടെ *പോയ്സൺഡ് ബ്രഡ് (1994)* എന്ന ഗ്രന്ഥത്തിൽ ദളിത് സാഹിത്യത്തെ മതം, ജാതി തുടങ്ങിയവയുടെ പേരിൽ സാമൂഹികമായും സാമ്പത്തികമായും സാംസ്കാരികമായും പീഡിപ്പിക്കപ്പെടുന്ന വിഭാഗത്തിന്റെ സാഹിത്യം എന്ന് വിശാലമായി നിർവ്വചിക്കുന്നു.[2]

കാഞ്ച ഐലയ്യയുടെ 'ദളിത് ബഹുജൻ' സങ്കല്പത്തിൽ, പട്ടികജാതി, പട്ടികവർഗ്ഗ, മറ്റു പിന്നാക്ക, ന്യൂനപക്ഷ, അധഃസ്ഥിത, പീഡിത മർദ്ദിത ജനത മുഴുവൻ ഉൾച്ചേരുന്നു. (ദളിതുകൾ തങ്ങൾക്കപ്പുറം ആദിവാസികൾ, മറ്റു പിന്നാക്ക ജാതികൾ (മുൻ ശൂദ്ര വിഭാഗങ്ങൾ), കർഷകർ, സ്ത്രീകൾ, മർദ്ദിത ദേശീയതകൾ എന്നിങ്ങനെ അടിച്ചമർത്തപ്പെടുകയും ചൂഷണം ചെയ്യപ്പെടുകയും പ്രാന്തവല്ക്കരിക്കുകയും ചെയ്യപ്പെട്ട എല്ലാ വിഭാഗങ്ങളുമായി ഒന്നിക്കണമെന്നത് ദളിത് രാഷ്ട്രീയത്തിന്റെ കാതലായ വാദമാണിന്ന്). ഈയൊരർത്ഥത്തിൽ ആദിവാസി സാഹിത്യത്തെക്കൂടി ഉൾക്കൊള്ളാൻ മാത്രം ദളിത് സാഹിത്യം വിശാലമാണ്. എന്നാൽ, ഇത് ദളിത് സൈദ്ധാന്തികർ മുഴുവൻ അംഗീകരിക്കുന്ന നയമല്ല താനും.

ദളിത് സാഹിത്യവും ആദിവാസി സാഹിത്യവും ഒന്നിക്കുന്ന മേഖലകൾ ഒട്ടേറെയാണ്. ഇന്ത്യയിൽ ഇരുവിഭാഗങ്ങളുടെയും പൊതുശത്രു സവർണ്ണ പ്രത്യയശാസ്ത്രമാണ്. വർണ്ണ സമ്പ്രദായത്തിനെതിരെ ചൂഷണമുക്തവും ഹിംസാരഹിതവുമായ ഒരു സമൂഹത്തിന്റെ സ്വപ്നം ഇരു സാഹിത്യപ്രസ്ഥാനങ്ങളും ഉയർത്തിപ്പിടിക്കുന്നു.

ആദിവാസി സാഹിത്യം നഷ്ടപ്പെട്ടുപോയ ചരിത്രം വീണ്ടെടുക്കുവാനുള്ള ശ്രമത്തിലാണിപ്പോൾ. ഇന്ത്യയിലെ ആദ്യത്തെ കവികളും തത്ത്വചിന്തകരും ചിത്രകാരന്മാരും വേദജ്ഞരും ശാസ്ത്രജ്ഞരും തങ്ങളാണെന്ന് അവർ തിരിച്ചറിയുന്നു. തങ്ങളുടെ പ്രപിതാക്കന്മാരെ അടിമകളാക്കിയവരാരാണെന്നും അവരുടെ കിനാവുകാണുന്ന കണ്ണുകളിൽ വജ്രസൂചികൾ കുത്തിനിറച്ചവരാരാണെന്നും അവർ ഉറക്കെ ചോദിച്ചു തുടങ്ങിയിട്ടുണ്ട്. തങ്ങൾ രാമന്റെ പിൻഗാമികളല്ലെന്നും രാക്ഷസപാരമ്പര്യമാണ് തങ്ങളുടേതെന്നും അവർ പ്രഖ്യാപിച്ചു കഴിഞ്ഞു. ആദിവാസി കവി വഹാരുസോനവാനെ അഞ്ചാമത് ആദിവാസി സാഹിത്യ സമ്മേളനത്തിൽ (മഹാരാഷ്ട്രയിലെ പൽഗാറിൽ നടന്ന) നടത്തിയ പ്രസംഗത്തിൽ ഇക്കാര്യം വ്യക്തമാക്കുകയുണ്ടായി. ഇതിഹാസകഥകളിലെ കിരാതന്മാർ, വാനരന്മാർ, രാക്ഷസന്മാർ തുടങ്ങി ക്രൂരമായി വംശഹത്യ ചെയ്യപ്പെട്ട മുഴുവൻ തദ്ദേശീയ അനാര്യ ജനവിഭാഗങ്ങളും തങ്ങളുടെ പൂർവ്വികന്മാരായിരുന്നെന്ന് ആദിവാസി എഴുത്തുകാർ തിരിച്ചറിയുന്നു.

സാഹിത്യത്തിന്റെ പതിവു മാനദണ്ഡങ്ങളെ കീഴാള അവർണ്ണ പക്ഷത്തുനിന്നുകൊണ്ട് ആദിവാസി സാഹിത്യം ചോദ്യം ചെയ്യുന്നു. അവർണ്ണ വിശ്വാസാചാരങ്ങളെ സവർണ്ണത ഹൈജാക്ക് ചെയ്യുകയും അവർണ്ണതയെ ഇല്ലായ്മ ചെയ്യുകയും ചെയ്യാനുള്ള പലവിധ പദ്ധതികൾ വളരെ ആസൂത്രിതമായി ഇന്ത്യയിൽ പലയിടത്തും നടക്കുന്നുണ്ട്. അതിനാൽ പ്രതിരോധത്തിന്റെ പോർച്ചട്ടയായി നിലകൊള്ളുന്ന ദളിത്-ആദിവാസി സാഹിത്യം സവർണ്ണ-അവർണ്ണ ഭേദം കൃത്യമായി തരംതിരിക്കുന്നു.

പുരാവൃത്തങ്ങളിലെയും അനുഷ്ഠാനങ്ങളിലെയും സവർണ്ണ-അവർണ്ണ ഭേദം ഇങ്ങനെ:

ബ്രാഹ്മണ പൂജഃ അബ്രാഹ്മണപൂജ

ദൈവങ്ങൾക്ക് അപരിചിത സ്വാധീനംഃ ദൈവങ്ങൾക്ക് പരിമിത സ്വാധീനം.

ശൈവ-വൈഷ്ണവ ഭേദം പ്രസക്തംഃ അപ്രസക്തം.

കൂടുതൽ പുരുഷ ദൈവങ്ങൾഃ കൂടുതൽ സ്ത്രീദൈവങ്ങൾ.

അനുദിനാരാധനയുണ്ട്ഃ ഇല്ല.

സ്വർഗ്ഗസ്ഥരായ ദൈവങ്ങൾഃ ഭൂമിയിൽ പാർക്കുന്ന ദൈവങ്ങൾ

ആഗമനിയമപ്രകാരമുള്ള ക്ഷേത്രംഃ നിയമപ്രകാരമല്ലാത്ത ആരാധനാസ്ഥലം.

ദൈവങ്ങൾഃ പ്രാദേശിക മൂർത്തികൾ.

ദൈവത്തോടുള്ള പരിപൂർണ്ണ അനുസരണംഃ ദൈവത്തോടുള്ള സ്നേഹകലഹ സമ്മിശ്രമായ ബന്ധം.

സംഗീതത്തിലെ സവർണ്ണ-അവർണ്ണ ഭേദമിങ്ങനെ ഇനം തിരിക്കാം:

പരിഷ്കൃതം ഃ പരുക്കൻ
ശ്രുതിപ്രധാനം ഃ താളപ്രധാനം
പഠിച്ചെടുക്കുന്നത് ഃ ആർജ്ജിക്കുന്നത്
സൗന്ദര്യാത്മകം ഃ അനുഷ്ഠാനപരം
വ്യക്തിനിഷ്ഠം ഃ കൂട്ടായ്മയിലൂന്നിയത്
ഏകകാലികം ഃ ബഹുകാലികം
വിശേഷാവസരംഃ ദൈനംദിന പരിപാടി

ഇങ്ങനെ ജീവിതത്തിന്റെ സമസ്ത മേഖലകളിലും ആദിവാസി - ദളിത് സ്വത്വങ്ങൾ സവർണ്ണതയിൽ നിന്ന് വേറിട്ട് സഞ്ചരിക്കുന്നു. ദളിത് - ആദിവാസി സാഹിത്യം ഈ ആശയലോകം രചനയുടെ ഇന്ധനമായി സ്വീകരിക്കുന്നുണ്ട്.[3]

മുഖ്യധാരാ ഭാഷകളിലും ആദിവാസി ഭാഷകളിലും രചന നിർവ്വഹിക്കുന്ന എഴുത്തുകാരന്മാർ/കാരികൾ ഇന്ന് ആദിവാസി സാഹിത്യത്തിലുണ്ട്. ഭീലി, സന്താളി, ബോഡോ, മുണ്ടാരി, ഗാരോമിസോ, ലെപ്ച്ചാ, ആവോ, അഗോമി, ആദി, ഹോഗാമിറ്റ്, കോക്ബൊറോക്ക് തുടങ്ങിയ ഭാഷകളിലും ഇംഗ്ലീഷിലുമാണ് ഇന്ന് ആദിവാസി രചനകൾ ശക്തിപ്പെട്ടിട്ടുള്ളത്. വടക്കു കിഴക്കൻ ഇന്ത്യയിലെ ആദിവാസികളേറെയും ഇംഗ്ലീഷിലാണെഴുതുന്നത്. മാമംഗ്ഭായ്, കിംഫാംനോങ്കിന്റി, റോബിൻ ഗാംഗ പോൾ ലിംഗഡോ തുടങ്ങിയവർ ഉദാഹരണം. എന്നാൽ ആദിവാസി ഭാഷകളിലെഴുതുന്ന രാംദയാൽ മുണ്ഡ, വിനായക് തുറാം, അതിൽ ബോഡോ, നിർമ്മലാ പുതുൽ തുടങ്ങിയവർ ഇപ്പോൾ ഏറെ ശ്രദ്ധേയരാണ്. മറാഠിയിലെ ഭുജംഗ്മേഷ്റാം മുതൽ മലയാളത്തിലെ നാരായൻ വരെ മുഖ്യധാരാ ഭാഷകളിലെഴുതുന്ന ആദിവാസി എഴുത്തുകാരാണ്.[4]

സ്വഗോത്ര ഭാഷയിലേക്കുള്ള തിരിച്ചുപോക്ക് ലോകത്തിൽ പലയിടത്തും സംഭവിച്ചുകൊണ്ടിരിക്കുന്ന പ്രതിഭാസമാണ്. ആഫ്രിക്കയിലെ കറുത്ത വർഗ്ഗക്കാരായ പല എഴുത്തുകാരും മാതൃഭാഷയെ തിരിച്ചുപിടിച്ചുകൊണ്ടിരിക്കുകയാണ്. കോളനിയാന്തര നീഗ്രോ സാഹിത്യകാരന്മാരിൽ പ്രമുഖനും കെനിയക്കാരനുമായ ങ്ങൂങ്ങി (Nghgi) ജയിലിനകത്ത് വെച്ച് രചിച്ച *ചെയ്താനി മുതറബ്ബൈനി (Devil on the Cross)* എന്ന നോവൽ എഴുതിയത് സ്വന്തം ഭാഷയായ ജികുയു ഭാഷയിലായിരുന്നു. അധിനിവേശത്തിന്റെ ക്രൂരമായ ഈ കാലത്ത്, ഗോത്രഭാഷകൾ അതിവേഗം അന്യമായിക്കൊണ്ടിരിക്കുമ്പോൾ ഗോത്രഭാഷയിൽ രചന നിർവ്വഹിക്കുന്നത് സാമ്രാജ്യത്വ വിരുദ്ധ സമരത്തിന്റെ കൂടി ഭാഗമാണ്.

ഭാഷ ആശയവിനിമയോപാധി എന്നതിനപ്പുറം സാംസ്കാരിക ചിഹ്നവും ആത്മബലവുമാണ്. ഈയൊരു തിരിച്ചറിവ് ആർജ്ജിച്ച ഇന്ത്യയിലെ ആദിവാസികൾ തങ്ങളുടെ ഭാഷകൾ സംരക്ഷിക്കുന്നതിന് വേണ്ടിയുള്ള ശ്രമങ്ങൾ ആരംഭിച്ചിട്ടുണ്ട്. സന്താൾ സാഹിത്യ അക്കാദമി, ബോഡോ സാഹിത്യസഭ, ഹ്മാർ ലിറ്ററേച്ചർ സൊസൈറ്റി, ആൾ ഇന്ത്യ

ആദിവാസി കൾച്ചറൽ കമ്മിറ്റി തുടങ്ങിയവ ഈ രംഗത്ത് എടുത്തുപറയേണ്ട സംരംഭങ്ങളാണ്. അതേപോലെതന്നെ ലിപിയില്ലാത്ത ചില ആദിവാസി ഭാഷകൾക്ക് ലിപിയുണ്ടാക്കുവാനുള്ള ശ്രമങ്ങളും ഇപ്പോൾ നടന്നുകൊണ്ടിരിക്കുന്നു. ഉദാഹരണമായി സന്താളി ഭാഷയ്ക്ക് അവരുടെ ആത്മീയാചാര്യനായിരുന്ന രഘുനാഥ് മർമു ഉണ്ടാക്കിയ ലിപിയും വ്യാകരണ ഗ്രന്ഥവും എടുത്തുപറയേണ്ടതാണ്. 'ഓൾചിങ്കി' എന്നാണ് ആ ലിപി അറിയപ്പെടുന്നത്. സന്താളി ഭാഷയിൽ ഇന്ന് വിപുലമായ സാഹിത്യ സമ്പത്തുണ്ട്.

ആസാമിലെ ഖാസി, ആന്ധ്രയിലെ ഗോണ്ടി, ഗുജറാത്തിലെ മെയ്തി തുടങ്ങിയ ഭാഷകളെ ഔദ്യോഗികമായി അംഗീകരിക്കുകയും യൂണിവേഴ്സിറ്റികളിൽ അദ്ധ്യയന മാദ്ധ്യമമാക്കാൻ അനുമതി ലഭിക്കുകയും ചെയ്തിട്ടുണ്ട്. ഇത്തരം ഭാഷകൾ ഉപയോഗിക്കുന്നവരിലുണ്ടായ ആത്മബോധം അവരുടെ സാഹിത്യ രചനകളിൽ പ്രകടമാണ്. ലക്ഷ്മൺ മാനേയുടെ *ഉപ്ര*, ഗൈക്കവാഡിന്റെ *ഉചല്യ* എന്നീ കൃതികളിലൂടെ കടന്നുപോയാൽ ഇക്കാര്യം വ്യക്തമാവും.

വിവർത്തനത്തിലൂടെ ഇന്ത്യയിലെ ശ്രദ്ധേയമായ പല ദളിത് ആദിവാസി രചനകളും മലയാളത്തിലെത്തിയിട്ടുണ്ട്. *തീർത്ഥാടനം* (ബാബുറാവു ബാഗുൾ), *അക്കർമാശി* (ശരൺകുമാർ ലിംബാളെ), *ഹിന്ദു* (ലിംബാളെ), *ഉചല്യ* (ലക്ഷ്മൺ ഗൈക്കവാഡ്), *കരുക്ക്, സംഗതി* (പാമ), *ഝൂട്ടൻ* (ഓംപ്രകാശ് വാല്മീകി), *ഒരു ദളിത് ഡോക്ടറുടെ ആത്മകഥ* (ടോയാർ), *ഞാൻ എന്തുകൊണ്ട് ഹിന്ദുവല്ല, എരുമദേശീയത* (കാഞ്ച ഐലയ്യ), *കീഴാള പഠനങ്ങൾ* (എ ഡി സൂസിതാരു) എന്നിവ എടുത്തു പറയേണ്ടതാണ്. കൂടാതെ ഫൂലെ, അംബേദ്കർ, പെരിയോർ, ഗോപാൽ ഗുരു തുടങ്ങി ഒട്ടേറെ ദളിത് സൈദ്ധാന്തികരുടെ രചനകളും മലയാളത്തെ സമ്പന്നമാക്കുകയും ഇവിടത്തെ ദളിത് ആദിവാസികളെ അതിവേഗം സ്വാധീനിക്കുകയും ചെയ്തുകൊണ്ടിരിക്കുന്നു. മലയാളത്തിലുണ്ടായ അന്യഭാഷാ ദളിത് - ആദിവാസി രചനകൾ ഇവിടത്തെ പുതുതലമുറക്കാരായ ദളിത് - ആദിവാസി എഴുത്തുകാരെ പലവിധത്തിൽ സ്വാധീനിച്ചുകൊണ്ടിരിക്കുകയാണ്. ആദിവാസി സാഹിത്യം കേവല സാഹിത്യമാത്രബദ്ധമല്ലെന്നും ആദിവാസി ജനതയുടെ സാമൂഹിക മാറ്റത്തിനുള്ള ചാലകശക്തി കൂടിയാണെന്നും അവർ തിരിച്ചറിയുന്നു. അതിനാൽ ആദിവാസി സാഹിത്യത്തെ പ്രതിഷേധത്തിന്റെയും പ്രത്യാക്രമണത്തിന്റെയും പ്രതിരോധത്തിന്റെയും സാഹിത്യമായി അവർ അടയാളപ്പെടുത്തുന്നു.

ആദിവാസി സാഹിത്യം മലയാളത്തിൽ

തുല്യതയില്ലാത്ത മനുഷ്യാവകാശലംഘനങ്ങൾക്ക് വിധേയമായവരാണ് കേരളത്തിലെ ആദിവാസികൾ. 'സമ്പൂർണ്ണമനുഷ്യരായി'

അവരെ മേലാള പൊതുബോധം ഒരുകാലത്തും അംഗീകരിച്ചിരുന്നില്ല. അവരെ വിശേഷിപ്പിച്ചിരുന്ന കാടൻ, കാട്ടാളൻ തുടങ്ങിയ വിളിപ്പേരുകളിലെല്ലാം മാനുഷരല്ലാത്തവർ എന്ന ധ്വനിയും ബോധവുമാണുള്ളത്. ആദിവാസികളെ മനുഷ്യലോകത്തിനു പുറത്തുനിർത്തുകയാണ് പ്രാചീന ആര്യസാഹിത്യഗ്രന്ഥങ്ങൾപോലും ചെയ്തത്. മുഖ്യധാരാനവോത്ഥാന, വിമോചന ചർച്ചകളിലൊന്നും ആദിവാസികൾക്ക് ഇടം ലഭിക്കാറില്ല. ഇരുപതാം നൂറ്റാണ്ടിന്റെ ആരംഭദശയിൽ പുലയക്കുട്ടികൾക്ക് സ്കൂൾ പ്രവേശനം അനുവദിക്കാമോ എന്ന ചർച്ച പൊടിപൊടിച്ച കാലത്തൊന്നും 'അതിനുതാഴെ'യുള്ള ജനസമൂഹങ്ങൾ കാര്യമായൊന്നും ചർച്ചയിൽ കടന്നുവന്നിരുന്നില്ല. മണ്ണിൽ കഠിനമായി ജോലിചെയ്ത് വയനാട് അടക്കമുള്ള പ്രദേശങ്ങളെ കൃഷിയോഗ്യമാക്കിയതിൽ പണിയരടക്കമുള്ള ആദിവാസിവിഭാഗങ്ങളുടെ പങ്ക് നിഷേധിക്കാവതല്ല. എന്നിട്ടും ഭൂപരിഷ്കരണാനന്തരം 'കൃഷിഭൂമി കൃഷിക്കാരനു' പതിച്ചുനല്കിയപ്പോൾ ആദിവാസികൾക്ക് ഭൂമി കിട്ടിയില്ല. 1970 കളുടെ ആരംഭംവരെ വയനാടു ജില്ലയിലെ വള്ളിയൂർക്കാവ് ക്ഷേത്രോത്സവനാളിൽ കന്നുകാലികളെ വില്ക്കുകയും വാങ്ങുകയും ചെയ്യുന്നതുപോലെ അവരെ കൈമാറ്റം ചെയ്യപ്പെട്ടു. അതിനാൽ അടിമസമുദായങ്ങളിൽ നിന്ന് വിദ്യാഭ്യാസം നേടുന്ന ഒന്നാമത്തെയോ രണ്ടാമത്തെയോ തലമുറയാണ് ഇപ്പോഴുള്ളത്. ഇത്തരമൊരവസ്ഥയിൽ സാഹിത്യരംഗത്ത് ആദിവാസികളുടെ പ്രാതിനിധ്യം കുറയുക സ്വാഭാവികം.

അതേസമയം, സമ്പന്നമായ വാമൊഴിസാഹിത്യസമ്പത്തിനുടമകളാണ് കേരളത്തിലെ ആദിവാസികൾ. ലോകത്തിലെങ്ങുമുള്ള ആദിവാസികളുടെ മുഖ്യസവിശേഷതകളിലൊന്ന്, തലമുറകളായി കൈമാറിവരുന്ന വാമൊഴി സാഹിത്യമെന്ന അക്ഷയഖനിയെ നിലനിർത്തുന്നു എന്നുള്ളതാണ്. എന്നാൽ പ്രഖ്യാതമായ സാഹിത്യചരിത്രഗ്രന്ഥങ്ങളിലൊന്നും സമീപകാലം വരെ ആദിവാസി വാമൊഴി സാഹിത്യസമ്പത്ത് പരാമർശിക്കപ്പെട്ടിരുന്നില്ല. പ്രാകൃതം, നാടൻ, ശാസ്ത്രീയം എന്നൊക്കെ സാഹിത്യത്തെ തരംതിരിക്കുമ്പോൾ പ്രാകൃതത്തിന്റെ ഗണത്തിലാണ് ആദിവാസി സാഹിത്യത്തെ ഉൾപ്പെടുത്തിയിരുന്നത്. കേരളത്തിലെ ആദിവാസികളുടെ വാമൊഴിഗാന, കഥാസാഹിത്യം ഇന്നും വേണ്ടത്ര ശേഖരിക്കപ്പെട്ടിട്ടില്ല.[5]

ഒരു ജനതയ്ക്ക് അതിജീവിക്കുവാനാവശ്യമായ സാഹിത്യസമ്പത്ത് ഓരോ ആദിവാസിജനതയ്ക്കുമുണ്ട്. നാട്ടറിവുകളുടെ കലവറയാണ് അവയിൽ പലതും. മന്ത്രവും മരുന്നും വാമൊഴി സാഹിത്യത്തിലുണ്ട്; പ്രപഞ്ചവീക്ഷണവും നാളെയെക്കുറിച്ചുള്ള സ്വപ്നങ്ങളുമുണ്ട്. ബൗറ നിരീക്ഷിച്ചതുപോലെ, പ്രാചീന ശിലായുഗത്തിന്റെ പല സ്വഭാവസവിശേഷതകളും ഇന്നും നിലനിർത്തുന്നതും പ്രാകൃതജനതയുടെ മാനസികാവസ്ഥയെ പ്രതിഫലിപ്പിക്കുന്നതും അവരുടെ സാമ്പത്തിക പരിസ്ഥിതിയിൽ

നിന്നും ഉടലെടുക്കുന്നതുമാണ് ഗോത്രജനതയുടെ വാമൊഴി സാഹിത്യ സമ്പത്ത് (ശുഭകരമായ കാര്യം, ഇന്ന് ആദിവാസി സാഹിത്യ, സാമൂഹിക സാംസ്കാരിക മേഖലയിൽ ഒട്ടേറെ ഗവേഷണങ്ങൾ നടക്കുന്നുണ്ട് എന്നുള്ളതാണ്. ഗവേഷകരിൽ കീഴാളജനതയിൽനിന്നുള്ളവരുടെ സംഖ്യ മുമ്പില്ലാത്ത വിധമാണ്. അതിനാൽ ആദിവാസി കീഴാള വാമൊഴിസാഹിത്യം ഏറക്കുറെ ശേഖരിക്കപ്പെടുമെന്ന് പ്രത്യാശിക്കാം).

മലയാള 'മുഖ്യധാരാ' സാഹിത്യത്തിൽ, ആദിവാസി ജീവിതം ഇനിയും വേണ്ടത്ര വിഷയീഭവിച്ചിട്ടില്ല. ചിത്രീകരിക്കപ്പെട്ടവയിൽ പലതും അങ്ങേയറ്റം വികൃതവും കൃത്രിമവുമാണ്. സിനിമയിലാകട്ടെ, ആദിവാസികൾ തികച്ചും പ്രാകൃതരും പുതിയലോകം അറിയാത്തവരുമാണ്. ക്ലോസറ്റിലെ വെള്ളം കുടിക്കുക, കിടക്ക എന്തിനുള്ളതാണെന്നറിയാതെ അതിൻമേൽ കയറി ചാടിക്കളിക്കുക തുടങ്ങി സ്ഥിരം ക്ലീഷേകൾ ആദിവാസികളെ ചിത്രീകരിക്കുമ്പോൾ പതിവാണ്. ആദിവാസി നൃത്തമാണെങ്കിൽ 'കാബറേ'യ്ക്ക് തുല്യവും. സാഹിത്യത്തിലെ വികൃതവല്ക്കരണത്തെപ്പറ്റി ആദിവാസി നോവലിസ്റ്റ് നാരായൻ ഇങ്ങനെ പറയുന്നു:

> ഒരു കോട്ടയം പ്രസിദ്ധീകരണത്തിൽ ഒരു നോവൽ കാണുവാൻ ഇടയായി. മലയരയ വിഭാഗത്തെ കേന്ദ്രീകരിച്ചാണ് ആ കൃതി വന്നത്. അവരുടെ ജീവിതത്തിൽനിന്ന് തികച്ചും വ്യത്യസ്തമായ രീതിയിലും സാംസ്കാരികമായി തികച്ചും വിരുദ്ധമായ രീതിയിലും എഴുതിയിരിക്കുന്നത് കണ്ടു. ഈ അവസരത്തിലാണ് ഞങ്ങളുടെ നിസ്സഹായത ബോദ്ധ്യം വന്നത്. ഒരു കേസ് കൊടുത്താൽ പോലും ഇത്തരം കടന്നുകയറ്റത്തെ ചെറുക്കുവാൻ കഴിയില്ല എന്നു ഞങ്ങൾക്കു ബോദ്ധ്യമായി. പ്രസ്തുത നോവൽ പ്രസിദ്ധീകരിച്ചുവന്നിരുന്ന സമയത്ത് ഞാനൊരു കത്ത് പ്രസാധകർക്ക് എഴുതുകയുണ്ടായി. അതിൽ ഇങ്ങനെ എഴുതിയിരുന്നു: താങ്കളുടെ പ്രസിദ്ധീകരണത്തിലെ ഇന്ന ആൾ എഴുതുന്ന ഇന്ന നോവലിൽ പരാമർശിക്കുന്ന വിഭാഗത്തിൽ പെട്ടയാളാണ് ഞാൻ. നോവലിസ്റ്റ് പറയുന്നതു പ്രകാരമുള്ള ദുരാചാരങ്ങൾ ഞങ്ങൾക്കിടയിലില്ല. അത് എവിടെയാണുള്ളത്? നോവലിസ്റ്റ് അതുപറയുകയാണെങ്കിൽ അതിന്റെ നിജസ്ഥിതി ബോദ്ധ്യമാക്കാൻ താല്പര്യമുണ്ട്. എന്നാൽ ആ കത്തിന് യാതൊരുവിധത്തിലുള്ള പരിഗണനയും പത്രാധിപർ നല്കിയില്ല.[6]

ആദിവാസികൾ തങ്ങളാൽ വിമോചിക്കപ്പെടേണ്ടവരാണ് എന്ന നവോത്ഥാന പുരോഗമനകലാസാഹിത്യ സങ്കല്പത്തോടെ രചിക്കപ്പെട്ട അപൂർവ്വം കൃതികളും മലയാളത്തിലുണ്ട്. ദത്തുപുത്രൻമാരാൽ വിമോചനം സാദ്ധ്യമാക്കുന്ന രചനകൾ.

മനുഷ്യവർഗ്ഗത്തെ മുഴുവൻ സ്വാതന്ത്ര്യത്തിലേക്കു നയിക്കേണ്ട കടമ

ഒരു പ്രത്യേക വിഭാഗത്തിൽ നിക്ഷിപ്തമാണെന്ന് ഇന്ന് ആരും വിശ്വസിക്കുന്നില്ല. അടുക്കളയിൽനിന്ന് അരങ്ങത്തേക്ക് നയിക്കപ്പെടേണ്ടവരും സാവിത്രി കൈപിടിച്ചുയർത്തിയ ചാത്തനും നവോത്ഥാനഘട്ടത്തിലെ പഴങ്കഥകളായിരിക്കുന്നു. തൊഴിലാളി വർഗ്ഗമുന്നേറ്റത്തിലൂടെ മനുഷ്യരാശിയുടെ മുഴുവൻ മോചനവും സ്വപ്നം കണ്ടിരുന്ന കാലവും കഴിഞ്ഞിരിക്കുന്നു. ഒരു ജനവിഭാഗവും ഇന്ന് തങ്ങളുടെ മോചനത്തിനായി ഒരു രക്ഷകനെ കാത്തിരിക്കുന്നില്ല. പകരം അതാത് അധികാരവ്യവസ്ഥക്കെതിരെ പോരാടാൻ സന്നദ്ധമാവുകയാണ് ചെയ്യുന്നത്. വിമോചനദൗത്യം എപ്പോഴും അയാളുടെ ആശയലോകത്തിലേക്ക് ഒരു ജനതയെ ഏകീകരിക്കുന്ന രീതിയിൽ ലളിതവല്ക്കരിക്കപ്പെടുകയാണെന്ന തിരിച്ചറിവും ഇന്നുണ്ട്.[7]

ദളിത്, ആദിവാസി സാഹിത്യത്തിന്റെ എടുത്തുപറയേണ്ട സവിശേഷത, സാഹിത്യം എന്ന പദംകൊണ്ട് പൊതുവെ വിവക്ഷിക്കുന്നതിൽ നിന്ന് വ്യത്യസ്തമായൊരു സൗന്ദര്യ ശാസ്ത്രസങ്കല്പവും ബോധവും ലോകവീക്ഷണവും പ്രത്യയശാസ്ത്രവുമാണ് അതിനുള്ളത്. ആദിവാസി സാഹിത്യം വെറുമൊരു സാഹിത്യപ്രസ്ഥാനമല്ല; സാമൂഹിക ക്രമം മാറ്റിത്തീർക്കുന്നതിനുവേണ്ടിയുള്ള ബഹുമുഖ പ്രവർത്തനങ്ങളുമായി നാഭീനാളബന്ധം പുലർത്തുന്ന ആശയലോകമാണ്. സാമൂഹിക പ്രവർത്തനവും രാഷ്ട്രീയപ്രവർത്തനവുമാണ്. സാഹിത്യ സാംസ്കാരികരാഷ്ട്രീയമേഖലയിൽ ആധിപത്യം വഹിക്കുന്ന മേല്ക്കോയ്മാ സംസ്കാരത്തിനെതിരെയുള്ള സർഗ്ഗാത്മക കലാപമാണ്. സകലവിധ അടിച്ചമർത്തലുകൾക്കുമെതിരായ സമരോത്സുകമായ ചെറുത്തുനില്പാണ്. ഈയൊരു ആശയലോകമാണ് ഇന്ത്യയിലെങ്ങുമുള്ള ആദിവാസി, ദളിത് എഴുത്തിന്റെ അന്തർദ്ധാര. മലയാളത്തിൽ ദളിത് സാഹിത്യത്തിൽ ഇതു പ്രതിഫലിച്ചുകാണാമെങ്കിലും ആദിവാസി സാഹിത്യത്തിൽ (മലയാളത്തിൽ അംഗുലീപരിമിതമാണ് ആദിവാസികളുടെ സാഹിത്യപ്രാതിനിദ്ധ്യം) ഇനിയും വേണ്ടത്രയുണ്ടായിട്ടില്ല.

മലയാളത്തിലെ ആദിവാസി സാഹിത്യത്തെ രണ്ടായി തരംതിരിക്കാവുന്നതാണ്. ഒന്ന്, ആദിവാസിജീവിതം ആദിവാസികളല്ലാത്തവർ ആവിഷ്കരിക്കുന്നത്. രണ്ട്, ആദിവാസികളിൽ നിന്നുതന്നെ സാഹിത്യത്തിന്റെ മേഖലയിലേക്ക് എത്തിപ്പെട്ടവർ നടത്തുന്ന ആവിഷ്കാരങ്ങൾ. ഇതിൽ ഒന്നാമത്തെ വിഭാഗത്തിൽ രണ്ടുതരം ആവിഷ്കാരങ്ങൾ കാണാം. ഒന്ന്, ആദിവാസിജീവിതം വിഷയമാക്കുന്നു എന്നതൊഴിച്ചാൽ മറ്റു സവിശേഷതകളൊന്നും എടുത്തുപറയാനില്ലാത്തവ. ഗോത്രസംസ്കാരവും ആദിവാസി മിത്തും ഭാഷയും ആചാരാനുഷ്ഠാനങ്ങളുംതന്നെ ഇത്തരം രചനകളിൽ കാണാനാവില്ല. ആദിവാസി കഥാപാത്രങ്ങൾ ഉണ്ടെന്നുമാത്രം. ഇത്തരം നോവലുകൾ പൊതുവെ യഥാതഥാവിഷ്കാരങ്ങളായിരിക്കും. രണ്ടാമത്തെ വിഭാഗം, ആദിവാസിജീവിതം, സ്വത്വം, ലോക

ബോധം, പൈതൃകം, ഭാഷ എന്നിവ ആവിഷ്കരിക്കുന്നതും മഹത്ത്വവല്ക്കരിക്കുന്നതുമായ രചനകളാണ്. ഒന്നാമത്തേതിൽ നിന്ന് ഭിന്നമായി സൗന്ദര്യശാസ്ത്രപരമായി മികവുറ്റതായിരിക്കും ഇത്തരം ആവിഷ്കാരങ്ങൾ. ആദിവാസികളല്ലാത്തവർ രചിച്ച മേല്പറഞ്ഞ രണ്ടുതരം കൃതികൾക്കും മലയാളത്തിൽ ഒട്ടേറെ ഉദാഹരണങ്ങൾ നിരത്തുവാനാകും.

കെ എം പണിക്കരുടെ *കേരള സിംഹ*ത്തിലാണ് (1941) ആദിവാസികൾ മലയാള നോവൽ സാഹിത്യത്തിൽ ആദ്യമായി മുഖം കാണിക്കുന്നത്. പഴശ്ശിയുടെ അപദാനങ്ങൾ പ്രമേയമാക്കുന്ന ഈ നോവലിൽ, അദ്ദേഹത്തിന്റെ പടയാളികളായിരുന്ന കുറിച്യരെ ധീരോദാത്തന്മാരായി വിലയിരുത്തുന്നു. എന്നാൽ 'കുറിച്യ'ജീവിതവും അവരുടെ മിത്തും ആചാരാനുഷ്ഠാനങ്ങളും ഭാഷയുമൊന്നും ഇതിലെ കേന്ദ്രപ്രമേയമല്ല. പഴശ്ശിയെ അവസാനം ഒറ്റുകൊടുത്തത് കുറിച്യവിഭാഗത്തിൽപ്പെട്ട ഒരാളാണെന്ന വാദത്തെ ഈ കൃതി നിഷേധിക്കുന്നു. ഇതൊരു ആദിവാസി നോവലല്ലെങ്കിലും മുഖ്യധാരാസാഹിത്യത്തിൽ ചെറു'റോളി'ൽ മുഖം കാണിച്ച് മറയുവാൻ ആദിവാസിക്കു ഇടം നല്കി എന്നത് എടുത്തുപറയേണ്ടതാണ്.

മേലാള സൗന്ദര്യസങ്കല്പങ്ങൾക്കകത്ത് നിന്നുകൊണ്ട് ആദിവാസി ജീവിതം ആവിഷ്കരിച്ച ഏതാനും നോവലുകൾ മലയാളത്തിൽ ഉണ്ടായിട്ടുണ്ട്. ഈ ഗണത്തിൽ ഉൾപ്പെടുന്ന നോവലുകളാണ് ടി സി ജോണിന്റെ *ഉറാട്ടി* (1977), *തേക്ക്* (1977), *നെല്ല്* (1985) എന്നിവ. ആദിവാസിജീവിതപരിസരമാണ് ഇവയിൽ ആവിഷ്കരിക്കുന്നത്. ആദിവാസി സംസാരഭാഷ 'ഉറാട്ടി'യിൽ ഉപയോഗപ്പെടുത്തിയിട്ടുണ്ട്. മേല്പറഞ്ഞ മൂന്ന് നോവലുകളും ആദിവാസിജീവിതത്തിന്റെ ദാരിദ്ര്യാവസ്ഥയും അറിവില്ലായ്മയും ചൂഷണവുമൊക്കെയാണ് വരച്ചിടുന്നത്.

ആദിവാസിജീവിതം ആവിഷ്കരിക്കുന്ന ശ്രദ്ധേയമായ മറ്റു ചില അനാദിവാസിരചനകൾ ഇവയാണ്: മലയാറ്റൂരിന്റെ *പൊന്നി* (1967), പി വത്സലയുടെ *നെല്ല്* (1972), *ആഗ്നേയം* (1974), *ചാവേർ* (1985), വി എ തമ്പിയുടെ *പഞ്ചമി* (1981), കെ ജെ ബേബിയുടെ *മാവേലിമന്റം* (1991), നാട്ടുഗദ്ദിക (1984), കുന്നത്തൂർ ഗോപാലകൃഷ്ണന്റെ *കുഴിയൻ* (2003), ജോസ് പാഴൂക്കാരന്റെ *അരിവാൾ ജീവിതം* (2010), *കറുത്ത പുലികൾ ജനിക്കുന്നത്* (2012).

ഇതിൽ *നെല്ലും, മാവേലിമന്റ*വും *കറുത്ത പുലികൾ ജനിക്കുന്നതും* സവിശേഷപഠനമർഹിക്കുന്ന നോവലുകളാണ്. ആദിവാസി ജീവിതം പരാമർശിക്കുന്ന ഒന്നിലേറെ നോവലുകൾ വത്സല രചിച്ചിട്ടുണ്ടെങ്കിലും *നെല്ലിൽ* മാത്രമാണ് ആദിവാസിജീവിതത്തിന്റെ സമഗ്രമായ ആവിഷ്കരണമുള്ളത്. 1970 കളിലുണ്ടായ ഏറ്റവും നല്ല സാമൂഹികകഥയാണ് ഈ നോവലിൽ വിലയിരുത്തപ്പെട്ടതെന്ന് കെ എം തരകൻ നിരീക്ഷിക്കുന്നു.[8]

ആദിവാസികൾ നേരിടുന്ന പലവിധ ചൂഷണങ്ങൾ, ക്രൂരമായ അടി

മത്തം തുടങ്ങി ഓരംതള്ളി നിർത്തപ്പെട്ടിരുന്ന വയനാട്ടിലെ തിരുനെല്ലിയിലും പരിസരത്തും ജീവിക്കുന്ന ഗോത്രജനതയുടെ ജീവിതത്തെ പച്ചയായി വരച്ചുകാട്ടുന്നുണ്ട് *നെല്ല്*. ജോർജ്ജ് ഓണക്കൂർ പറഞ്ഞതുപോലെ ഇതിവൃത്തഘടനയിലും പാത്രസൃഷ്ടിയിലും സംഭാഷണശൈലിയിലും ഭദ്രതയും ഭംഗിയും പുലർത്താൻ വത്സലയ്ക്ക് കഴിഞ്ഞിട്ടുണ്ട്. നമ്മുടെ സാഹിത്യലോകത്തിന് അപരിചിതമായ ഒരു ജീവിതമേഖലയുടെ അനാവരണം *നെല്ലിന്* അപൂർവ്വകാന്തി പകരുന്നു.[9] എന്നാൽ, മേലാള സൗന്ദര്യസങ്കല്പങ്ങൾക്കകത്തുനിന്നുകൊണ്ട് കീഴാളജീവിതം ആവിഷ്കരിക്കുമ്പോൾ നേരിടുന്ന ധാരാളം പരിമിതികൾ ഈ നോവലിനുണ്ട്. ആഭിജാതമായ സൗന്ദര്യസങ്കല്പങ്ങളുടെ നിരാകരണവും ഒരു ബദൽ സൗന്ദര്യബോധവുമാണ് ദളിത്, ആദിവാസി സാഹിത്യം ഉയർത്തിപ്പിടിക്കുന്നത്. അത്തരമൊരു തലത്തിലേക്ക് ഈ നോവലിനു എത്തിച്ചേരുവാൻ കഴിഞ്ഞിട്ടില്ല. രസസിദ്ധാന്തത്തെ മുൻനിർത്തി വേണമെങ്കിൽ കീഴാള പ്രതിഷേധത്തെയും രസസങ്കല്പത്തിലുൾപ്പെടുത്താമെന്ന വാദം ദളിത് ബുദ്ധിജീവികൾ തള്ളിക്കളയുന്നു. രസമെന്ന സങ്കല്പംതന്നെ വരേണ്യമാണെന്ന് ശരൺകുമാർ ലിംബാളെ.[10] സൂക്ഷ്മവായനയിൽ *നെല്ലിൽ* ഉപയോഗിക്കുന്ന മാനദണ്ഡങ്ങൾ, സൗന്ദര്യസങ്കല്പം, വീക്ഷണം എന്നിവയൊന്നും വിമോചനാത്മകമായ ദളിത്, ആദിവാസി സാഹിത്യത്തിന്റേതല്ല. *നെല്ലിൽ* രാഘവൻ നായർ എന്ന കഥാപാത്രം അടിയരെ 'ഉദ്ധരിക്കുവാൻ' ശ്രമിക്കുന്നുണ്ട്. ഒരർത്ഥത്തിൽ രാഘവൻ നായരുടെ ആശയലോകത്തിലേക്ക് അടിയരെ ഏകീകരിക്കുവാനാണ് അയാൾ ശ്രമിക്കുന്നത്. പുറമെനിന്നുള്ള വിമോചകരെയോ ദത്തുപുത്രന്മാരെയോ ദളിത്, ആദിവാസി വിമോചന പ്രസ്ഥാനങ്ങളും സാഹിത്യവും ഇന്ന് കാത്തിരിക്കുന്നില്ല എന്നതാണ് സത്യം.

കെ ജെ ബേബിയുടെ *മാവേലിമന്റം* മലയാളത്തിലുണ്ടായ ആദിവാസി ജീവിതം വിമോചനാത്മകമായി ആവിഷ്കരിക്കുന്ന ശക്തമായ നോവലാണ്. അധീശവർഗ്ഗപ്രത്യയശാസ്ത്രത്തോടും അതിന്റെ വൈതാളികരോടും മൽപ്പിടിത്തം നടത്തുവാൻ കരുത്തുകാണിക്കുന്ന ഒട്ടേറെ കഥാപാത്രങ്ങൾ ഈ നോവലിലുണ്ട്. നോവലിന്റെ പ്രമേയപരവും പ്രത്യയശാസ്ത്രപരവുമായ തലങ്ങളെ സച്ചിദാനന്ദൻ ആമുഖത്തിൽ ഇങ്ങനെ സംഗ്രഹിക്കുന്നു:

> വില്ക്കപ്പെടുകയും പണയം വെക്കപ്പെടുകയും ചെയ്യുന്ന മോനോക്കിമാർ തെളിച്ച വഴിയേ ഒരു തമ്പുരാമ്പാടത്തുനിന്നു മറ്റൊരു തമ്പുരാമ്പാടത്തേക്ക് ചൂരലടികൊണ്ട് വ്രണംവന്ന കാലുകളുമായി നടക്കേണ്ടിവരുന്ന, കൈപ്പാടന്മാരുടെ ദൈന്യത്തിന്റെയും അനാവിഷ്കൃതരോഷത്തിന്റെയും കഥ, പഴശ്ശിക്കും ബ്രിട്ടീഷുകാർക്കുമിടയിൽ നില്ക്കേണ്ടിവരുന്ന, ഇരുവർക്കും വേണ്ടി വഴി കാട്ടുകയും

പൊരുതിമരിക്കുകയും ചെയ്യേണ്ടി വരുന്ന ബലിമൃഗങ്ങളായ ആദിവാസികളുടെ രക്തം പുരണ്ട കഥ, അടിമത്തത്തിന്റെ നീണ്ട രാത്രിയിൽ തകർന്നുപോകുന്ന ബന്ധങ്ങളുടെയും സ്വപ്നങ്ങളുടെയും പൂക്കാലപ്പാട്ടുകളുടെയും പുത്തൻ തുടിച്ചൊല്ലുകളുടെയും കഥ; ആ കഥ പറയുക മാത്രമല്ല, ബേബി ചെയ്യുന്നത്. ഇരകളോടൊപ്പം നില്ക്കുകകൂടിയാണ്. അവരോടൊപ്പംനിന്ന് തമ്പുരാക്കന്മാരില്ലാത്ത ലോകത്തേയും മാവേലിക്കാലത്തേയുംകുറിച്ചുള്ള അവരുടെ സ്വപ്നം പങ്കിടുകയാണ്. അവരുടെ സ്വപ്നലോകത്തെപ്പോലും കീഴടക്കാനാണ് അധീശവർഗ്ഗത്തിന്റെ മിത്തുകൾ ശ്രമിക്കുന്നത്. അവർ മരിച്ചാൽ കീഴ്ലോകത്തെത്തുമെന്നും അവിടെയും കരടിത്തമ്പുരാനും ചെറ്യമ്മതമ്പുരാട്ടിയും അമ്പുതമ്പുരാനും ഉണ്ടാകുമെന്നും യജമാനന്മാർ അവരെ വിശ്വസിപ്പിക്കുന്നു. സ്വന്തം സ്വപ്നങ്ങളിൽ പോലും ചങ്ങലകൾ പേറേണ്ടിവരുന്ന ഈ അസ്സഹനീയതയെ ചെറുത്തുതോല്പിക്കുക എളുപ്പമല്ല. എന്നിട്ടും വെന്തമരങ്ങളുടെ നൊമ്പരങ്ങൾക്കിടയിലൂടെ ഒരു കൈപ്പാടനും ഒരു ഈരയും ചങ്ങല പൊട്ടിച്ച് ഒളിച്ചോടുന്നു. ജോഗിമൂപ്പനെയും മാളിയെയും വെല്ലുവിളിക്കുന്നു. ജെവരപ്പെരുമന്റെ അകത്തെ നക്ഷത്രങ്ങളിൽനിന്നും കോഴിച്ചോരയൊലിക്കുമ്പോഴും അതിലുറയ്ക്കാതെ പെരുമൻ മന്റത്തിന്റെ തുടി, ഓർമ്മയെ സ്വപ്നമാക്കുന്ന തുടി എടുക്കുന്നു. കാക്കിരിയും ചമ്പിയും ജെവനിയും കൂലിപ്പണം വലിച്ചെറിഞ്ഞ് പണിത്തോട്ടം വിട്ട് ആട്ടത്തിലേക്ക് എടുത്തുചാടുന്നു. ജോഗിമൂപ്പനെപ്പോലും ആ തുടി പിടിച്ചുലയ്ക്കുന്നു. ചമയന്റെ കുഴൽ മലമക്കളെ മുഴുവൻ ഒരൊറ്റച്ചുവടിലലിയിക്കുന്നു. ഉടമക്കൂട്ടിൽനിന്ന് സൂര്യചന്ദ്രന്മാരുടെ ആകാശത്തേക്കുയരുന്നു. ഒരു ചിരുതയി കമ്പനിക്കുതിരയെ പിടിച്ചുകെട്ടാനായി കുങ്കനെയും ചന്തുവിനെയും പെറ്റുവളർത്തുന്നു. തമ്പുരാൻ ലോകത്തിന്റെ അതിർത്തികൾ പുറത്തല്ല, അകത്താണെന്ന് ഒരു വംശം കണ്ടെത്തുന്നു. ആ ലോകത്തിന്നകത്തു തങ്ങളുടേതായ ഒരു രഹസ്യലോകം, ഒരഭയസങ്കേതം, മാവേലിമന്റത്തിന്റെ വിത്തുകൾ മുളപ്പിച്ചെടുക്കാൻ കഴിയുന്ന ഒരു നദീതീരം, മന്റക്കഥകളും 'മേലോരച്ച'ന്റെയും 'കീയോരുത്തി'യുടെയും പാട്ടുകളും പെരുകി നിറയുന്ന ഒരു ഹരിതലോകം, ജെവരപ്പെരുമന്റെ സ്വപ്നങ്ങൾ പൂവണിയുന്ന ഒരിടം, അവർ നിർമ്മിച്ചെടുക്കുന്നു. യജമാനന്റെ ഭാഷയ്ക്കകത്ത് മറ്റൊരു ഭാഷ അവർ സൃഷ്ടിച്ചെടുക്കുന്നു. യജമാനന്റെ കപടമിത്തുകളെ സ്വന്തം മിത്തുകൾകൊണ്ടു മറികടക്കുന്നു. അടിമത്തത്തിൽനിന്നു സ്വാതന്ത്ര്യത്തിലേക്കുള്ള പ്രയാണമാണ് *മാവേലിമന്റ*ത്തിന്റെ കേന്ദ്രചലനം.[11]

ആദിവാസികളുടെ സഹനനിർഭരമായ അസ്തിത്വത്തിന്റെ തീക്ഷ്ണമായ കാഴ്ചകൾ ഈ നോവലിൽ നാം അനുഭവിക്കുന്നു. സച്ചിദാനന്ദന്റെ ഭാഷയിൽ, പ്രാകൃതഭാവനയുടെ കവിത ഈ ഇരുണ്ട ലോകത്തെപ്പോലും സുഗന്ധിയാക്കുന്നു. മലയാളത്തിൽ, ആദിവാസികളുടെ ഭാഷയും മിത്തുകളും പാട്ടുകളും കഥകളും ഇത്ര മനോഹരമായി കോർത്തിണക്കി അവരുടെ വിമോചനസ്വപ്നങ്ങൾക്ക് ചിറകേകിയ മറ്റൊരു നോവൽ ഇല്ലെന്നു പറയാം. *മാവേലിമന്റ*ത്തിനെതിരെ ഉന്നയിക്കപ്പെടാറുള്ള ഒരാരോപണംകൂടി വിശകലനം അർഹിക്കുന്നതാണ്. അതിതാണ്: നോവലിൽ, ആദിവാസികളുടെ സംവാദത്തിൽ ആധുനികമനസ്സിന്റെ സങ്കല്പങ്ങളും ഭാഷയും കടന്നുകൂടുന്നതും നോവലിസ്റ്റിന്റെ ഭാഷയും കഥാപാത്രങ്ങളുടെ ഭാഷയും വേറിട്ടുനില്ക്കേണ്ടതിനുപകരം ഇടകലർന്നുപോകുന്നു എന്നുള്ളതാണ്. എന്നാൽ നോവലിൽ പറയുന്ന പണിയ, അടിയ വിഭാഗങ്ങൾ തങ്ങളുടെ യജമാനന്മാരുടെ ഭാഷ സംസാരിക്കാറുണ്ടെന്നുള്ളതാണ് വാസ്തവം. ഇനി ഈ ഭാഷാപ്രശ്നം ഒരു സ്ഖലിതമായി എടുത്താൽപ്പോലും *മാവേലിമന്റ*ത്തിന്റെ പ്രമേയം അവയെ നിസ്സംശയം മറികടക്കുന്നുണ്ട്. ഒരനാദിവാസി എഴുതിയ 'ആദിവാസിസാഹിത്യനോവലാ'ണ് *മാവേലിമന്റ*മെന്നു പറയാം.

അഭിജാതലാവണ്യബോധത്തെ ആന്തരവല്ക്കരിക്കുമ്പോഴും ആദിവാസി വർത്തമാനാവസ്ഥയെ അനുഭാവപൂർവ്വം നിരീക്ഷിക്കുകയും സ്വന്തം ഭൂമിക്കും ജീവിതത്തിനും അസ്തിത്വത്തിനും വേണ്ടി പോരടിക്കുന്ന ഇന്ത്യയിലെ ഒട്ടേറെ ആദിവാസി വിഭാഗങ്ങളുടെ തീക്ഷ്ണമായ ജീവിതാവസ്ഥയെ ചിത്രീകരിക്കുകയും ചെയ്യുന്ന നോവലാണ് ജോസ് പാഴൂക്കാരന്റെ *കറുത്തപുലികൾ ജനിക്കുന്നത്*. നോവലിന്റെ രചനയ്ക്കു പിന്നിലെ കഥ ജോസ് ഇങ്ങനെ പങ്കുവയ്ക്കുന്നു:

> വയനാട്ടിലെ ആദിവാസി വിഭാഗമായ പണിയരുടെ ജീവിതചരിത്രത്തിലൂടെ ഇന്ത്യയിലെ ആദിവാസികളടക്കമുള്ള പാവപ്പെട്ട ജനത അനുഭവിക്കുന്ന മണ്ണ്, ജലം, ഭക്ഷണം, വസ്ത്രം, വിദ്യാഭ്യാസം...... എന്നീ അടിസ്ഥാന പ്രശ്നങ്ങളിലേക്കുള്ള എത്തിനോട്ടമായിരുന്നു എന്റേത്. നൂറ്റാണ്ടുകളായി ഈ മണ്ണിൽ ജനിച്ചവർക്ക് സർവ്വവും നഷ്ടപ്പെടുമ്പോൾ ചെറുത്തുനില്പ് അനിവാര്യമായിത്തീരുന്ന അവസ്ഥ. സ്വാതന്ത്ര്യം നേടി 65 വർഷങ്ങൾ പിന്നിട്ടിട്ടും ആദിവാസികളുടെ അടിസ്ഥാനപ്രശ്നങ്ങൾ പോലും പരിഹരിക്കാൻ ജനാധിപത്യത്തിനായിട്ടില്ല. ഇതിന് ഇന്ത്യയിൽ സമഗ്രമായ ഭൂപരിഷ്കരണം ആവശ്യമാണ്. വ്യക്തിക്ക് കൈവശം വെക്കാവുന്ന മണ്ണിന്റെ അളവ് പുനർനിർണ്ണയിക്കണം. എങ്കിലേ ആദിവാസി പ്രശ്നങ്ങൾ പരിഹരിക്കപ്പെടുകയുള്ളൂ. നോവലിന് ആവശ്യമായ ഇത്തരം കണ്ടെത്തലുകൾക്കുവേണ്ടി വിവിധ സംസ്ഥാ

> നങ്ങളിലൂടെ യാത്ര ചെയ്ത് ആദിവാസികളുമായി സംസാരിക്കുകയുണ്ടായി. എല്ലായിടത്തും മണ്ണിനുവേണ്ടി അവരുടെ ചെറുത്തുനില്പാണ് കണ്ടത്. ഇഞ്ചോടിഞ്ച് ജനം പെരുകുമ്പോൾ മണ്ണും ജലവും സ്വന്തമായി വെച്ചിരിക്കുന്ന ഉപരിവർഗ്ഗത്തിന്റെ ആർത്തിയെ നിയമംമൂലം ഇല്ലായ്മ ചെയ്യാൻ ജനാധിപത്യത്തിന് കഴിയുന്നില്ല. ഇതിനു പല രാഷ്ട്രീയകാരണങ്ങളുണ്ടാകാം. പക്ഷേ, ഇതാണ് ഏറ്റവും വലിയ പ്രകൃതിചൂഷണം.[12]

ഭൂമിക്കുവേണ്ടി സമരംചെയ്യുന്ന ഇന്ത്യയിലെ ആദിവാസി ജനതയ്ക്കാണ് ഈ നോവൽ സമർപ്പിച്ചിരിക്കുന്നത്. ആദിവാസി ഭൂസമരങ്ങൾ ശക്തമായിക്കൊണ്ടിരിക്കുന്ന വർത്തമാനാവസ്ഥയിൽ ഈ നോവലിനു ഏറെ പ്രസക്തിയുണ്ട്. നോവലിനു മുൻകുറിപ്പെഴുതിയ സി കെ ജാനു ഇങ്ങനെ പറയുന്നു: "ഈ നോവലിലെ അമ്മിണി എന്ന കഥാപാത്രം ഞാൻ തന്നെയോ എന്ന് തോന്നിപ്പോയി. ഇതിലെ ഹാരിബഞ്ചമിനും കൊച്ചെറുക്കനും വെള്ളിമൂപ്പനും, വെളുത്തയും തിണ്ടകനുമെല്ലാം എനിക്കേറെ പരിചയമുള്ള കഥാപാത്രങ്ങളാണ്. നോവൽ വായിച്ച് മുത്തങ്ങാ സമരത്തിന്റെ ഓർമ്മകളിലൂടെ ഞാൻ വീണ്ടും കടന്നുപോയി..."

കറുത്ത പുലികൾ ജനിക്കുന്നത് ആദിവാസികളുടെ ജീവിതവും അവരനുഭവിക്കുന്ന ചൂഷണങ്ങളും അതിനെതിരെ ഉണർന്നെഴുന്നേല്ക്കുന്ന പുതുതലമുറയും പ്രമേയമാകുന്ന നോവലാണ്. ഇതിന്റെ ലാവണ്യപരമായ വശത്തേക്കാൾ പ്രമേയമാണ് കൂടുതൽ പ്രസക്തം. ആദിവാസികൾ അനുഭവിക്കുന്ന അടിസ്ഥാന പ്രശ്നങ്ങൾ പ്രമേയമാക്കുന്ന ഒരു സോദ്ദേശ്യ നോവൽ എന്ന അർത്ഥത്തിൽ വരുംനാളിൽ ചർച്ച ചെയ്യപ്പെടാൻ സാദ്ധ്യതയുള്ള രചനയാണിത്.

ആദിവാസിയായി ജനിച്ചയാൾ എഴുതുന്ന സാഹിത്യം മാത്രമാണ് ആദിവാസി സാഹിത്യം എന്നു നിർവ്വചിക്കാറുണ്ട്. ഈയൊരു മാനദണ്ഡമനുസരിച്ച് 'മുഖ്യധാര'യിൽ ചർച്ച ചെയ്യപ്പെട്ട ആദ്യത്തെ കേരളീയ ആദിവാസി എഴുത്തുകാരനാണ് നാരായൻ. *കൊച്ചരേത്തി* - ഈയൊരർത്ഥത്തിൽ മലയാളത്തിലെ പ്രഥമ ആദിവാസി നോവലാണ്. മലയരയ വിഭാഗത്തിൽപ്പെട്ട നാരായൻ, സ്വസമുദായത്തിന്റെ കഥയാണ് പറയുന്നത്. ആദിവാസി ജീവിതത്തിന്റെ പച്ചയായ അവസ്ഥകളെ ചിത്രീകരിക്കുമ്പോൾ നാരായൻ കോറിയിടുന്ന മനുഷ്യ, പ്രകൃതി, ചിത്രങ്ങൾ ഗോത്രജനതയുടെ യഥാർത്ഥ ജീവിതാവസ്ഥയോടും ഭാഷയടക്കമുള്ള വ്യവഹാരങ്ങളോടും ഗാഢമായി ഉൾച്ചേർന്നു നില്ക്കുന്നു; ആദിവാസികൾ ആധുനിക സമൂഹത്തിൽ നേരിടുന്ന പലതരം സ്വത്വ, അസ്തിത്വ പ്രശ്നങ്ങൾ ഒരാദിവാസി എന്ന നിലയിൽ നാരായനോളം അനുഭവിച്ച് എഴുതിയവർ ഇല്ലതന്നെ. *കൊച്ചരേത്തി*യുടെ പ്രമേയതലം ഇങ്ങനെ ചുരുക്കാം: സമ്പന്നമായ ഒരു ഭൂതകാലം ആദിവാസികൾക്കുണ്ടായിരുന്നു.

പ്രകൃതിയുമായി ഇടകലർന്ന് ജീവിച്ചകാലം. പ്രകൃതിയും ആവാസവ്യവസ്ഥയും അവനു ജീവിതത്തിൽ നിന്ന് വേറിട്ട ഒന്നായിരുന്നില്ല. അതിന്റെ അതിജീവന തന്ത്രങ്ങൾ അവനറിയാമായിരുന്നു. ഇന്ന് പ്രകൃതിതന്നെ അവനു മുന്നിൽ ഒരാപത് സൂചനയായി മാറുന്നു. ഈ യാഥാർത്ഥ്യം പുതിയൊരു ജീവിതാവസ്ഥയിലേക്ക് തിരിയാൻ അവരെ പ്രേരിപ്പിക്കുന്നു. ഈ മാറ്റം അവനു ചില പ്രത്യാശകൾ നല്കുന്നു. എന്നാൽ സ്വന്തം ഗോത്ര പാരമ്പര്യവും സംസ്കാരവും നഷ്ടമായതിന്റെ പ്രതിസന്ധിയുടെ ആഴം ആധുനികതയുടെ സർവ്വസ്പർശിയായ ആശ്ലേഷത്തിലും അവൻ അനുഭവിച്ചറിയുന്നു.

*കൊച്ചരേത്തി*യിലെ പ്രമേയതലം ഏതെങ്കിലും ഒരാദിവാസി വിഭാഗത്തിന്റെ മാത്രം അവസ്ഥയല്ല; മറിച്ച് ആധുനികതയുടെ പ്രവാഹത്തിൽ സകലതും കുത്തിയൊഴുകി കാണാതായിപ്പോകുന്ന മുഴുവൻ ആദിവാസി വിഭാഗങ്ങളുടേയും പച്ചയായ അവസ്ഥയാണ്. നാരായൻ ഇന്നു ലോകതലത്തിൽ അറിയപ്പെടുന്ന ആദിവാസി എഴുത്തുകാരനാണ്. അംബേദ്കർ, പോസ്റ്റ് അംബേദ്കറിസ്റ്റ് ആശയ തലങ്ങളെ എഴുത്തിന്റെ ഗതികോർജ്ജമായി സ്വീകരിക്കുന്നു എന്നവകാശപ്പെടുന്ന എഴുത്തുകാരനല്ല അദ്ദേഹം. മറ്റു ഭാഷകളിലെ ആദിവാസി എഴുത്തുകാരിൽ ആരെയെങ്കിലും മാതൃകയാക്കി എഴുതുന്ന ആളുമല്ല; തന്റേതായ ഒരാശയ ലോകത്തുനിന്നുകൊണ്ട് താനനുഭവിച്ചതും അറിഞ്ഞതുമായ കാര്യങ്ങൾ ആവിഷ്കരിക്കുന്ന സാഹിത്യകാരനാണ്. ജൈവികമായി അതിലുൾച്ചേർന്ന വിമോചന തലവും പ്രതിരോധ, പ്രതിഷേധ സ്വരവും നാരായനുൾപ്പെടുന്ന സമൂഹത്തിന്റെ സമൂഹബോധമാണ്.

സാഹിത്യത്തിന്റെ മറ്റു രൂപങ്ങളിലും ആദിവാസിപ്രാതിനിദ്ധ്യം മലയാളത്തിൽ ഇനിയുമുണ്ടായിട്ടില്ല. മുഖ്യധാരയിൽ അറിയപ്പെടുന്ന ആദിവാസി കവികൾ ആരും തന്നെയില്ല.

അതേസമയം, ആദിവാസികൾക്കിടയിൽ പാരമ്പര്യമായി 'അനുഷ്ഠിച്ചു' കൊണ്ടിരിക്കുന്ന നാടകങ്ങൾ ഏറെയാണ്. ഇവയിൽ പലതിലും പ്രതിഷേധത്തിന്റേയും പ്രതിരോധത്തിന്റേയും അംശങ്ങൾ കാണാം; വിമോചനത്തെപ്പറ്റിയുള്ള സ്വപ്നങ്ങൾ ഉൾച്ചേർന്നതായി ദർശിക്കാം. പല വിഭാഗങ്ങൾക്കിടയിലും ഒരേ പേരിലുള്ള നാടകങ്ങൾ ഉണ്ടെങ്കിലും ആശയതലത്തിലും നിർവ്വഹണ ശൈലിയിലും വ്യത്യാസങ്ങളുണ്ട്.

പണിയർ, കാട്ടുനായ്ക്കർ, തച്ചനാടൻ മൂപ്പർ, ഊരാളി തുടങ്ങിയ വിഭാഗങ്ങൾക്കിടയിൽ പ്രചാരമുള്ള *കൊറത്തിനാടകം*, തച്ചനാടൻ മൂപ്പരുടെ *ആയിരമ്മാല നാടകം*, കാണിക്കാരുടെ *വള്ളിനാടകം*, കാണിക്കാരുടേയും കുറുമ്പരുടേയും *ഹരിശ്ചന്ദ്ര നാടകം*, ഇരുളരുടെ *ചീരാമലവ കുശ നാടകം*, കൊങ്ങംമലയരുടെ *തേനെടുനാടകം* എന്നിവ പാരമ്പര്യ നാടകങ്ങളിൽ എടുത്തുപറയേണ്ടവയാണ്.

ആദിവാസി നാടകങ്ങൾ, 'മുഖ്യധാരാ'നാടകങ്ങളുടെ ചിട്ടവട്ടങ്ങളിൽ

നിന്ന് ഏറെ വ്യത്യസ്തവും അനന്യവുമാണ്. കേരളത്തിലെ ഗ്രാമീണ നാടോടി നാടകങ്ങളുമായിട്ടാണ് അവയ്ക്ക് സാമ്യം. കഥാപാത്രങ്ങളും കാഴ്ചക്കാരും തമ്മിലുള്ള ലയിച്ചുചേരലും ആശയവിനിമയവും ആദിവാസി നാടകങ്ങളുടെ എടുത്തുപറയേണ്ട സവിശേഷതയാണ്. ആദിവാസികളുടെ പല പാരമ്പര്യ വംശീയ നൃത്തരൂപങ്ങളിലും അടിയരുടെ, 'ഗദ്ദിക' അടക്കമുള്ള അനുഷ്ഠാന കലകളിലും നാടകീയാംശങ്ങൾ ഏറെയാണ്. അടിയരുടെ പൂജഗദ്ദികയെ നാടകത്തിനുള്ള ഇന്ധനമായി സ്വീകരിച്ച്, വയനാട്ടിലെ ആദിവാസികളുടെ പട്ടിണിയടക്കമുള്ള വർത്തമാനകാല ജീവിത സമസ്യകളെ ശക്തമായി ആവിഷ്കരിച്ച കെ ജെ ബേബിയുടെ *നാട്ടുഗദ്ദിക* വളരെ വിജയകരമായി അരങ്ങിൽ അവതരിപ്പിച്ച തെരുവുനാടകമാണ്. ഈ നാടകത്തിലെ നടീനടന്മാരിൽ ഭൂരിപക്ഷവും ആദിവാസികൾ തന്നെയായിരുന്നു. കേരളത്തിലെ തെരുവോരങ്ങളെ പ്രകമ്പനം കൊള്ളിച്ച ഈ നാടകം സർക്കാർ നിരോധിക്കുകയും നടീനടന്മാരെ അറസ്റ്റ് ചെയ്യുകയുമുണ്ടായി.

മുഖ്യധാരയിൽ ഇടം കിട്ടാതെ പോയ ആദിവാസി നാടകകൃത്താണ് പണിയ സമുദായത്തിൽപ്പെട്ട കെ കെ വിജയൻ. വയനാട്ടിലെ തരിയോട് കാപ്പുവയൽ കല്ലാട്ട്കുന്ന് പണിയ കോളനിയിലെ വിജയൻ, നാടകമെന്ന കലാരൂപത്തെ സ്വസമുദായത്തേയും ഒരു പ്രദേശത്തെയും വെളിച്ചത്തിലേക്കു നയിക്കാൻ ഉപയോഗപ്പെടുത്തിയ ആക്ടിവിസ്റ്റാണ്. ഒമ്പതോളം നാടകങ്ങൾ എഴുതി സംവിധാനം ചെയ്ത് നിറഞ്ഞ സദസ്സുകളിൽ അവതരിപ്പിച്ച വിജയനെ പക്ഷേ, നമ്മുടെ നാടക ചരിത്രത്തിലൊന്നും കാണുന്നില്ല. അദ്ദേഹത്തിന്റെ നാടകങ്ങളെല്ലാം സോദ്ദേശ്യപരമാണ്. സമുദായത്തിന് പൊതുസമൂഹത്തിലെത്തിച്ചേരാനും ഇടപെടാനുമുള്ള ഒരു പൊതുയിടം ഉണ്ടാക്കിക്കൊടുക്കുക, അതിനു തടസ്സം നില്ക്കുന്ന അധികാര വ്യവസ്ഥയെ ചോദ്യം ചെയ്യുക, വ്യവസ്ഥയുടെ ധാർഷ്ട്യത്തിനെതിരെ ബോധമുണർത്തുക, സമുദായത്തിലെ അനാചാരങ്ങളേയും അന്ധവിശ്വാസങ്ങളേയും ഇല്ലാതാക്കുക തുടങ്ങിയവയാണ് വിജയൻ നാടക പ്രവർത്തനങ്ങളിലൂടെ ലക്ഷ്യം വെച്ചത്. *ഇത്തിൾക്കണ്ണികളാണ്* വിജയന്റെ നാടകങ്ങളിൽ ഏറ്റവും ശ്രദ്ധേയം. അടിമപ്പണി ചെയ്ത് ജീവിതം കീറിപ്പറിഞ്ഞു പോകുന്ന ആദിവാസികളുടെ കഥയാണ് *ഇത്തിൾക്കണ്ണികൾ.*

"വല്ലിനെല്ല് കൂലി കൊടുത്തിട്ട്
അടിമപ്പണി ചെയ്യിച്ചവരെ
ഇക്കാണും ഉലകം നിങ്ങളെ
കുത്തകയല്ലെന്നോർത്തോളൂ" -

എന്ന് തുടങ്ങുന്ന അവതരണ ഗാനത്തോടെയാണ് ആ നാടകത്തിന്റെ തിരശ്ശീല ഉയർന്നത്. അദ്ധ്വാനിക്കുന്ന വർഗ്ഗത്തിന്റെ ശരീരത്തിലെ ഇത്തിൾക്കണ്ണികളാണ് മേലാളവർഗ്ഗം എന്ന് ഈ നാടകം പ്രഖ്യാ

പിക്കുന്നു. കേരള സാഹിത്യ അക്കാദമി *ഇത്തിൾക്കണ്ണികൾ* പ്രസിദ്ധീകരിക്കുവാൻ തീരുമാനിക്കുകയും 5000 രൂപ വിജയന് മുൻകൂറായി നല്കുകയും ചെയ്തിരുന്നു. പക്ഷേ, പിന്നീടെന്തോ ആ സംരംഭം മുടങ്ങി. *ഇല്ലം പിഴച്ചവൻ* ആണ് വിജയന്റെ മറ്റൊരു നാടകം. സ്വന്തം സമുദായത്തിൽ നിന്ന് മാറി വിവാഹം കഴിക്കേണ്ടതിന്റെ സാമൂഹിക പ്രസക്തി ചൂണ്ടിക്കാട്ടുന്ന നാടകമാണത്. സ്വസമുദായത്തിൽ നിന്നുതന്നെ വിവാഹം കഴിച്ചാൽ ഗതിപിടിക്കില്ലെന്നും മിശ്രവിവാഹത്തിനേ ജാതിമതബോധത്തെ തകിടം മറിക്കാൻ കഴിയൂ എന്നുമുള്ള വിജയന്റെ അഭിപ്രായമാണ് ഈ നാടകത്തിന്റെ കേന്ദ്രബിന്ദു. *ഈയാം പാറ്റകൾ, നിമിഷങ്ങൾക്കകം, മോചനം അകലെ* തുടങ്ങിയവയാണ് മറ്റ് നാടകങ്ങൾ. എന്തൊക്കെ പ്രവർത്തിച്ചിട്ടും എത്ര ബോധവല്ക്കരണം നടത്തിയിട്ടും ആദിവാസികൾ പലരുടേയും ആജ്ഞാനുവർത്തികളും അടിമകളുമായി പിന്നെയും മാറിത്തീരുന്ന സങ്കടത്തിൽ നിന്നാണ് *മോചനം അകലെ* എന്ന നാടകമുണ്ടാവുന്നത്. അതായിരുന്നു അവസാന നാടകം. അതിനുശേഷം തന്റെ സാംസ്കാരിക പ്രവർത്തനത്തിന് എവിടെയോ ലക്ഷ്യം പിഴച്ചു എന്നും വിചാരിച്ച പോലെയല്ല കാര്യങ്ങൾ നീങ്ങുന്നത് എന്നും കണ്ടപ്പോൾ അതുവരെ എഴുതിയ നാടകങ്ങളുടെ സ്ക്രിപ്റ്റ് മുഴുവനും അതിന്റെ നോട്ടീസും ഫോട്ടോകളും എല്ലാം ഭ്രാന്തമായ ഒരു നിമിഷത്തിൽ തീയിലിട്ട് ചുട്ടുകരിച്ചു. ആദിവാസി ജീവിതത്തിന്റെ സവിശേഷമായ ഒരു കാലഘട്ടത്തെ അടയാളപ്പെടുത്താൻ പര്യാപ്തമായിരുന്ന വലിയ സാംസ്കാരിക ഉപലബ്ധികളാണ് അതോടെ നഷ്ടമായത്. സാംസ്കാരിക പ്രവർത്തനവും സാമുദായിക പ്രവർത്തനവും നിർജ്ജീവമായ പില്ക്കാലത്ത് വിജയൻ വിശ്വാസത്തിലേക്കു തിരിഞ്ഞു.[13]

ദളിത്, ആദിവാസി സാഹിത്യത്തിൽ ഏറ്റവും ശ്രദ്ധേയമായ ശാഖകളിലൊന്ന് ആത്മകഥയാണ്. ഇതുവരെ 'മുഖ്യധാരാ' സാഹിത്യത്തിന് അപരിചിതമായിരുന്ന അനുഭവ പരിസരമാണ് ദളിത്, ആദിവാസി ആത്മകഥകളിലൂടെ അനാവരണം ചെയ്യപ്പെട്ടുകൊണ്ടിരിക്കുന്നത്. മലയാളത്തിൽ എടുത്തുപറയേണ്ട രണ്ട് ആദിവാസി ആത്മകഥകൾ പ്രസിദ്ധീകരിക്കപ്പെട്ടിട്ടുണ്ട്. ഈ ആത്മകഥകൾ സമരനായികമാരായ രണ്ടു സ്ത്രീകളുടേതാണ് എന്നതാണ് എടുത്തുപറയേണ്ട സവിശേഷത. പ്ലാച്ചിമട സമരത്തിലൂടെ ശ്രദ്ധേയയായ മയിലമ്മയുടെ (മരണം 2007 ജനുവരി 6) ജീവിതവും മുത്തങ്ങാ സമരത്തിലൂടെ ലോകപ്രസിദ്ധയായി മാറിയ സി കെ ജാനുവിന്റെ ആത്മകഥയുമാണവ. ഈ രണ്ടു ആത്മകഥകളും കേട്ടെഴുത്ത് ആത്മകഥകളാണ്. ഇന്ത്യയിലെ ഇതര ഭാഷകളിലുണ്ടായ ഒട്ടേറെ ആദിവാസി ദളിത് ആത്മകഥകൾ മലയാളത്തിലേക്ക് വിവർത്തനം ചെയ്യപ്പെട്ടിട്ടുണ്ട്. ഗദ്ദിക കലാകാരനും രാഷ്ട്രീയ, സാംസ്കാരിക പ്രവർത്തകനും ഫോക്‌ലോർ അക്കാദമി ചെയർമാനുമായിരുന്ന പി കെ കാളന്റെ ജീവിതം ആവിഷ്കരിക്കുന്ന ജീവചരിത്രം

പ്രസിദ്ധീകരിച്ചിട്ടുണ്ട്. *പി കെ കാളൻ ആദിവാസി ജീവിതത്തിന്റെ സമരമുഖം* (എഡിറ്റർ: ഡോ. അസീസ് തരുവണ, ചിന്ത പബ്ലിഷേഴ്സ്). പി കെ കാളന്റെ ജീവിതത്തിന്റെ വിവിധ വശങ്ങൾ, സംഭാവനകൾ ഈ കൃതി വരച്ചുകാട്ടുന്നു.

മറ്റു ഭാഷകളിൽ വിരചിതമായ ആദിവാസി സാഹിത്യ കൃതികളിലെ പൊള്ളുന്ന ജീവിത പരിസരം നമ്മുടെ കൺമുമ്പിലും ജീവിച്ചു തീർക്കുന്നവർ ഉണ്ടെന്ന യാഥാർത്ഥ്യം മലയാളത്തിലെ വിരലിലെണ്ണാവുന്ന ആദിവാസി സാഹിത്യ രചനകൾ നമ്മോട് വിളിച്ചോതുന്നു.

അടിക്കുറിപ്പുകൾ

1. സി ആർ രാജഗോപാൽ, *കാവേറ്റം നാടൻ കലാപഠനങ്ങൾ*, പുറം 65, നാട്ടറിവുപഠനകേന്ദ്രം, തൃശ്ശൂർ'
2. Arjun Dangle, *Poisoned Breas*, P. 264, Orient longman, Bombay, 1994.
3. സി ആർ രാജഗോപാൽ, *നാട്ടുസംഗീതം,* പുറം 24, ഡി സി ബുക്സ്, 2004.
4. കെ സച്ചിദാനന്ദൻ, *ഇന്ത്യൻ സാഹിത്യത്തിന്റെ വർത്തമാനം, സംസ്കാരത്തിന്റെ രാഷ്ട്രീയം,* പുറം 231, ലീഡ് ബുക്സ് 2013
5. എം ആർ പങ്കജാക്ഷൻ, ഡോ. കുമാരൻ വയലേരി, സീലിയാ തോമസ്, തുടങ്ങി അംഗുലീ പരിമിതരായ ഗവേഷകരുടെ പ്രവർത്തനങ്ങളെ വിസ്മരിക്കുന്നില്ല.
6. ഡോ. എം ബി മനോജ്, *ദേശം, ദേശി മാർഗ്ഗ സാഹിത്യമെന്ന ഉപാദാന സാമഗ്രി, എഴുത്തിൽ ആദിവാസികൾ പ്രവേശിക്കുമ്പോൾ* (നാരായനുമായുള്ള എം ബി മനോജിന്റെ അഭിമുഖം) പുറം-180. പാപ്പിറസ് ബുക്സ് - 2001.
7. ഡോ. ഷംഷാദ് ഹുസൈൻ. *ആഭ്യന്തര ബഹളങ്ങൾ, അന്തർപാഠങ്ങൾ* (നെല്ലിന്റെ ആമുഖ പഠനം) പുറം. 7, ഡി സി ബുക്സ്, കോട്ടയം.
8. കെ എം തരകൻ. *മലയാള നോവൽ സാഹിത്യ ചരിത്രം*, കേരള സാഹിത്യ അക്കാദമി, തൃശൂർ. 1990.
9. ജോർജ് ഓണക്കൂർ, *ആധുനിക സാഹിത്യചരിത്രം പ്രസ്ഥാനങ്ങളിലൂടെ* (എഡി: കെ എം ജോർജ്) ഡി സി ബുക്സ്, കോട്ടയം. 1998.
10. Sharan Kumar Limbale, *Towards an Aesthetic of Dalit Literature*, Orient Longman Pvt Hd, New Delhi. 2004.
11. കെ സച്ചിദാനന്ദൻ, *ഒരോർമ്മക്കുറിപ്പ്, ഒരു താക്കീത്.* (*മാവേലി മന്റത്തിന്റെ* അവതാരിക) ഗദ്ദിക പബ്ലിക്കേഷൻസ്, നടവയൽ, വയ

നാട് - 1991.

12. ജോസ് പാഴൂക്കാരൻ, *കറുത്ത പുലികൾ ജനിക്കുന്നത്.* ആമുഖം. ഡി സി ബുക്സ് - 2012.

13. ഡോ. സോമൻ കടലൂർ *ആദിവാസി ഭാഷ, ദേശം സംസ്കാരം* (കാടകത്ത് ഒരു നാടകകൃത്ത് എന്ന ലേഖനം) പിയാനോ ബുക്സ്, കോഴിക്കോട് - 2011 കെ കെ വിജയന്റെ മറ്റു പ്രവർത്തന മേഖലകളെപ്പറ്റിയും ഈ ലേഖനം സവിസ്തരം പ്രതിപാദിക്കുന്നു.

ആദിവാസിഭൂമി പ്രശ്നം

ചരിത്രത്തിന്റെ വ്യത്യസ്ത ദശാസന്ധികളിൽ തങ്ങളുടെ ആവാസ വ്യവസ്ഥകളിൽനിന്ന് ആട്ടിയോടിക്കപ്പെട്ടവരാണ് ഇന്ത്യയിലെ ആദിവാസികൾ. ഇന്ത്യയുടെ ലിഖിത ചരിത്രത്തിലുടനീളവും രാമായണ, മഹാഭാരതാദികളിലും മറ്റും ഈ അധിനിവേശത്തിന്റെ ക്രൂരചിത്രം കാണാവുന്നതാണ്. രാക്ഷസന്മാർ, അസുരന്മാർ, വാനരന്മാർ, ദസ്യുക്കൾ, കിരാതന്മാർ, കാട്ടാളന്മാർ എന്നൊക്കെ വിളിക്കപ്പെട്ട തദ്ദേശീയ ജനവിഭാഗങ്ങളെ കൂട്ടക്കൊലകൾക്കും നഗ്നമായ മനുഷ്യാവകാശ ലംഘനങ്ങൾക്കും വിധേയമാക്കിയ 'കഥകൾ' ഭാരതീയ ഇതിഹാസ കാവ്യങ്ങളിലങ്ങോളമിങ്ങോളം കാണാം. ഇന്ന് ആദിവാസികൾ എന്നു വിളിക്കപ്പെടുന്ന വിഭാഗങ്ങളുടെ പൂർവ്വികരായിരുന്നു മേല്പറഞ്ഞ പല വിഭാഗങ്ങളും.

പൗരാണിക കാലത്ത് രാജാക്കന്മാർ രാജ്യത്തിന്റെ അഭിവൃദ്ധിക്ക് വേണ്ടി-കൃഷിയുടെ വളർച്ചയ്ക്കുവേണ്ടി-വൻതോതിൽ വനപ്രദേശങ്ങൾ ദഹിപ്പിച്ചതും അത്തരം 'യജ്ഞ'ങ്ങൾ മുടക്കുന്നതിനുവേണ്ടി കാടുമായി ബന്ധപ്പെട്ട ആവാസ വ്യവസ്ഥയിൽ വസിച്ചിരുന്ന തദ്ദേശീയരായ രാക്ഷസ, അസുര ഗോത്രജനത ചെറുത്തുനില്പുകൾ നടത്തുകയും ചെയ്ത കാര്യം ഇതിഹാസങ്ങളിൽ വിവരിക്കുന്നുണ്ട്. 'യജ്ഞ'ങ്ങൾ മുടക്കുന്നവരെ നിഗ്രഹിക്കുന്നതിനുവേണ്ടി രാജാക്കന്മാർ ക്ഷത്രിയ സൈന്യത്തെ നിയോഗിക്കുകയും വൻതോതിൽ കൂട്ടക്കൊലകളും 'പുരങ്ങൾ' നശിപ്പിക്കലും നടന്നതായി ആർഷപ്രോക്ത പ്രാചീന കൃതികൾ സാക്ഷ്യപ്പെടുത്തുന്നു.

ആര്യാധിനിവേശത്തോടെ ആവാസ വ്യവസ്ഥയും ഭരണാധികാരവും നഷ്ടപ്പെട്ട ജനവിഭാഗങ്ങൾ നിരവധിയാണ്. ഉത്തരേന്ത്യയിൽനിന്നും ദക്ഷിണേന്ത്യയിലേക്ക് പലായനം ചെയ്യുകയും ദക്ഷിണേന്ത്യയിൽ ചെറു

ഭരണകൂടങ്ങൾ സ്ഥാപിക്കുകയും ചെയ്ത വിഭാഗങ്ങളുമുണ്ട്.

പൗരാണിക കേരളത്തിലാവട്ടെ, ഇന്നത്തെ പല 'പിന്നാക്ക' വിഭാഗങ്ങളും സമൂഹത്തിൽ പലവിധ അധികാരാവകാശങ്ങൾ അനുഭവിച്ചവരും മേല്ക്കോയ്മ ഉള്ളവരുമായിരുന്നുവെന്ന് ചരിത്രം. നാടോടികളായ ആദിവാസി ജനത സ്വകാര്യ സ്വത്ത് എന്ന സങ്കല്പം പോലും അന്ന് വെച്ചു പുലർത്തിയിരുന്നില്ല. ഒരുതരം പ്രാകൃത കമ്യൂണിസ്റ്റ് (primitive communism) അവസ്ഥയിലൂടെയാണ് അവർ കടന്നുപോയത്. കാട് അവരുടേതായിരുന്നു; പുഴകളും കാട്ടാറുകളും അവരുടേതായിരുന്നു. എന്റേതെന്നും അപരന്റേതെന്നും വേലികെട്ടി ഭൂമി അളന്നെടുത്ത് അതിരു തിരിക്കുന്ന സമ്പ്രദായം അവർക്കന്യമായിരുന്നു. സമീപകാലംവരെ ഇതുതന്നെയായിരുന്നു അവസ്ഥ. അതിനാൽ ആവാസ വ്യവസ്ഥകൾക്കുമേലുള്ള അധിനിവേശം മറ്റു ജനതകളെ അപേക്ഷിച്ച് ആദിവാസികൾക്കുമേൽ വർദ്ധിച്ച തോതിലായിരുന്നു.

പാശ്ചാത്യ അധിനിവേശ ശക്തികളുടെ വരവോടെ അതിക്രമങ്ങളുടേയും കൈയേറ്റങ്ങളുടേയും സ്വഭാവത്തിൽ പ്രകടമായ മാറ്റമുണ്ടായി. തങ്ങളുടെ വ്യാവസായികാവശ്യങ്ങൾക്ക് വേണ്ടി വനവിഭവങ്ങളും ഖനിജങ്ങളും വനഭൂമിയും വൻതോതിൽ അപഹരിക്കുന്നതായിരുന്നു ബ്രിട്ടീഷുകാരുടെ രീതി. സ്വാഭാവികമായും ആദിവാസി ജീവിതത്തെയാണ് ഇതേറ്റവും കൂടുതൽ ദോഷകരമായി ബാധിച്ചത്. ആദിവാസികളുടെ ആവാസകേന്ദ്രങ്ങൾക്ക് നേരെ ബ്രിട്ടീഷുകാർ നടത്തിയ കൈയേറ്റങ്ങൾക്കെതിരെ അസംഖ്യം ആദിവാസി കലാപങ്ങൾ നടക്കുകയുണ്ടായി. അവയെയെല്ലാം തങ്ങളുടെ നവീനായുധങ്ങൾ ഉപയോഗിച്ചുകൊണ്ട് അടിച്ചമർത്തുവാൻ കൊളോണിയൽ ശക്തികൾക്ക് സാധിച്ചു. ഇത്തരം അടിച്ചമർത്തലുകളോടൊപ്പം കൂടുതൽ കർക്കശമായ വനനിയമങ്ങൾ നടപ്പിൽ വരുത്തിക്കൊണ്ട് വനാധികാരം തങ്ങളുടെ കൈപ്പിടിയിലൊതുക്കുകയാണ് ബ്രിട്ടീഷുകാർ ചെയ്തത്.

ബ്രിട്ടീഷുകാർ വരുന്നതിനുമുമ്പ് വനമേഖലകളെല്ലാം ആദിവാസികളുടെ ആവാസ മേഖലകളായിരുന്നു. ആദിവാസികളുടെ നിത്യജീവിതത്തിന്റെ സകല മേഖലകളുമായി ബന്ധപ്പെട്ടുകിടക്കുന്ന വനമേഖലയിൽനിന്ന് വനവിഭവങ്ങൾ കവർന്നെടുക്കുക അത്രമേൽ എളുപ്പമായിരുന്നില്ല. അതിനാൽ ആദിവാസികളെ കുടിയിറക്കിയും വനത്തിനുമേൽ ആധിപത്യമുറപ്പിക്കുവാനുതകുന്ന കർക്കശ നിയമങ്ങൾ പാസാക്കിയുമാണ് ബ്രിട്ടീഷുകാർ അതു സാദ്ധ്യമാക്കിയത്.

1855 ൽ ഡൽഹൗസി പ്രഭു പ്രഖ്യാപിച്ച വനനയങ്ങൾ ഈ ദിശയിലുള്ള ഏറ്റവും ശക്തമായ നീക്കമായിരുന്നു. വനഭൂമിയുടേയും വനവിഭവങ്ങളുടേയും നിയന്ത്രണം ഈ നിയമത്തിലൂടെ ബ്രിട്ടീഷുകാരുടെ കൈകളിലായി. അതു നടപ്പിലാക്കുന്നതിനുവേണ്ടി ഇംപീരിയൽ ഫോറസ്റ്റ് വകുപ്പ് സ്ഥാപിച്ചു. 1864 ലെ വനനിയമമനുസരിച്ച് വൃക്ഷങ്ങളും സസ്യജാലങ്ങളുമുള്ള ഏതു ഭൂമിയും സർക്കാർ വക വനമായി മാറി.

1878 ലെ വന നിയമമനുസരിച്ച് വനങ്ങളെ റിസർവ്വ് വനം, പ്രൊട്ടക്റ്റഡ് വനം, ഗ്രാമവനം എന്നിങ്ങനെ തരംതിരിച്ച് വനഭൂമിയിലുള്ള ബ്രിട്ടീഷുകാരുടെ ആധിപത്യം അരക്കിട്ടുറപ്പിച്ചു. 1878 ലെ വന നിയമത്തോടെ ആദിവാസികളുടെ വനഭൂമിയിലെ എല്ലാ ഉടമസ്ഥാവകാശങ്ങളും നഷ്ടമായി.

1893 ൽ ദേശീയ വനനിയമത്തിന് ബ്രിട്ടീഷുകാർ രൂപംനല്കി. വനമേഖലയെ യൂറോപ്യൻ പ്ലാന്റർമാരുടെ തോട്ടങ്ങളാക്കി മാറ്റുകയെന്ന ലക്ഷ്യത്തോടെയുള്ളതായിരുന്നു ഈ നിയമം. വാസ്തവത്തിൽ ബ്രിട്ടീഷുകാർ നടപ്പിലാക്കിയ എല്ലാ വനനിയമങ്ങളും, നൂറ്റാണ്ടുകളായി ആദിവാസികളുടെ വാസസ്ഥലങ്ങളായിരുന്ന വനമേഖലയെ യൂറോപ്യരുടെ കൈപ്പിടിയിലൊതുക്കുന്നതും ആദിവാസികൾക്ക് തങ്ങളുടെ ആവാസവ്യവസ്ഥ എന്നെന്നേക്കുമായി നഷ്ടപ്പെടുത്തുന്നതുമായിരുന്നു.

ഇത്തരം 'കാട്ടു'നിയമങ്ങൾക്കെതിരെ ഇന്ത്യയിൽ പലേടത്തും ആദിവാസികൾ ചെറുത്തുനില്പുകൾ സംഘടിപ്പിച്ചു. 1772 നുശേഷം നൂറുകണക്കിന് കലാപങ്ങൾ ആദിവാസികൾ നടത്തുകയുണ്ടായി. 1887 ൽ ബോംബെ ഫോറസ്റ്റ് കമ്മീഷൻ ആദിവാസി ചെറുത്തുനില്പുകളെപ്പറ്റി അന്വേഷിച്ചു. റിപ്പോർട്ട് സർക്കാരിനെ വിമർശിക്കുന്നതായിരുന്നു.

തുടർന്ന് ആദിവാസികൾക്ക് അൽപ്പം അനുകൂലമായും കൂടുതൽ പ്രതികൂലമായും ഒട്ടേറെ നിയമങ്ങൾ ബ്രിട്ടീഷ് സർക്കാർ പാസാക്കുകയുണ്ടായി. അതിൽ പ്രധാനപ്പെട്ടത് വനം കൃഷിയോട് ബന്ധപ്പെട്ടിരിക്കുന്നുവെന്നും വനത്തിൽ ജീവിക്കുന്നവർക്ക് വനം ഒഴിച്ചുകൂടാത്തതാണെന്നും അംഗീകരിക്കുന്ന നിയമമായിരുന്നു. 1890 ൽ വിറക് വില്ക്കുന്നതിനുള്ള ആദിവാസികൾക്കുള്ള അവകാശം പിൻവലിച്ചു. 1927 ൽ ബ്രിട്ടീഷ് സർക്കാർ വീണ്ടുമൊരു വന നിയമം പാസാക്കി. അത് അങ്ങേയറ്റം ആദിവാസി വിരുദ്ധമായിരുന്നു. ഈ നിയമങ്ങളെയെല്ലാം ദേശീയ പ്രസ്ഥാനങ്ങൾ എതിർത്തു. ആദിവാസികളുടെ അവകാശങ്ങളെപ്പറ്റിയും വനത്തിൻമേലുള്ള അധികാരങ്ങളെക്കുറിച്ചും ദേശീയ സ്വാതന്ത്ര്യസമര നേതാക്കന്മാർക്ക് കൃത്യമായ കാഴ്ചപ്പാടുകൾ ഉണ്ടായിരുന്നു. നിർഭാഗ്യവശാൽ, ബ്രിട്ടീഷുകാർ നടപ്പിലാക്കിയ വനനിയമങ്ങൾ അതേപടി പിന്തുടരുകയാണ് സ്വാതന്ത്ര്യാനന്തരം ഇന്ത്യൻ സർക്കാരുകൾ ചെയ്തത്.

സ്വാതന്ത്ര്യാനന്തരം സംഭവിച്ചത്

സ്വാതന്ത്ര്യാനന്തരം നടപ്പിലാക്കിയ വനനിയമങ്ങളും 'വികസന' പദ്ധതികളും ആദിവാസികളുടെ ആവാസവ്യവസ്ഥകളേയും വനാവകാശങ്ങളേയും അങ്ങേയറ്റം ദോഷകരമായി ബാധിക്കുന്നതായിരുന്നു. ബ്രിട്ടീഷുകാർ മുമ്പേതന്നെ കൈയടക്കിവെച്ചിരുന്ന ആദിവാസി പ്രദേശങ്ങളിൽ വ്യവസായങ്ങളും പടുകൂറ്റൻ അണക്കെട്ടുകളും പടുത്തുയർത്തി അവരെ കൂടുതൽ കൂടുതൽ പ്രാന്തവല്ക്കരിച്ചു. ഇന്ത്യയിൽ കെട്ടിപ്പടുത്ത മൂവായിരത്തോളം അണക്കെട്ടുകൾ വനപ്രദേശത്താണ്. ഝാർഖണ്ഡിലെ ആദി

വാസി അധിവാസകേന്ദ്രത്തിലാണ് ഇന്ത്യയിലെ കല്ക്കരി ഖനികളിൽ സിംഹഭാഗവും. ഏറ്റവും ഒടുവിൽ ടൂറിസം പദ്ധതികൾ നടപ്പിലാക്കപ്പെട്ടതും ആദിവാസി മേഖലകളിലാണ്. 1972 ലെ വന്യജീവി സംരക്ഷണനിയമം ഏറ്റവും പ്രതികൂലമായി ബാധിച്ചത് ആദിവാസികളെ തന്നെ.

ഇന്ത്യയിലെ 421 ഓളം സാങ്ചറികളിലും 72 നാഷണൽ പാർക്കുകളിലുമായി 1951 നും 1990 നുമിടയ്ക്ക് കുടിയിറക്കപ്പെട്ട ആറു ലക്ഷത്തോളം പ്രദേശവാസികളിൽ അഞ്ചു ലക്ഷവും ആദിവാസികളായിരുന്നു.

വനനിയമങ്ങൾ, വന്യജീവി സംരക്ഷണ നിയമങ്ങൾ തുടങ്ങി ഒട്ടേറെ നിയമങ്ങൾകൊണ്ട് ആവാസവ്യവസ്ഥയും ജീവിതായോധന മാർഗ്ഗങ്ങളും പ്രതിസന്ധിയിലായ ആദിവാസികൾക്കുമേൽ കൈയേറ്റത്തിന്റേയും കുടിയേറ്റത്തിന്റേയും രൂപത്തിൽ പുത്തൻ ആക്രമണങ്ങൾ ഏറ്റവും സംഘടിതമായി അരങ്ങേറിയത് സ്വാതന്ത്ര്യത്തിനു തൊട്ടുമുമ്പും ശേഷവുമാണ്.

ബ്രിട്ടീഷുകാർ ആരംഭിച്ച പ്ലാന്റേഷനുകളുടെ മറവിലായിരുന്നു ഈ കൈയേറ്റത്തിന്റെ തുടക്കം. വയനാട് ജില്ലയിലാരംഭിച്ച പ്ലാന്റേഷനുകൾ ഏറെയും ആദിവാസി ഭൂമി കൈയേറിക്കൊണ്ടുള്ളതായിരുന്നു. വയനാട്ടിൽ പ്ലാന്റേഷൻ ഉടമകൾ ആരംഭഘട്ടത്തിൽ നേരിട്ട ഒരു പ്രധാന പ്രശ്നം തൊഴിലാളികളുടെ അലഭ്യതയായിരുന്നു. അതിനാൽ വൻതോതിൽ മറ്റു പ്രദേശങ്ങളിൽനിന്ന് തോട്ടം തൊഴിലാളികളെ ബ്രിട്ടീഷുകാർ കൊണ്ടുവന്നു. ഇങ്ങനെ എത്തിച്ചേർന്നവർ വൻതോതിൽ വനഭൂമി കൈയേറി, കാടുവെട്ടി തോട്ടങ്ങളുണ്ടാക്കി. വനഭൂമിയോട് ചേർന്നുള്ള ആദിവാസി ഭൂമി പലവിധ കള്ളങ്ങൾ പ്രയോഗിച്ചും ബലമായും അപഹരിച്ചു. കള്ളവും ചതിയും പരിചയമില്ലാത്ത നിഷ്കളങ്കരായ ആദിവാസികളെ തെറ്റിദ്ധരിപ്പിച്ചും വ്യാജം കാണിച്ചും ഭൂമി കൈക്കലാക്കുക അത്ര ദുഷ്കരമായിരുന്നില്ല.

രണ്ടാംലോക മഹായുദ്ധാനന്തരം നടപ്പിലാക്കിയ വയനാട് കോളനൈസേഷൻ സ്കീമിന്റെ മറവിലും വൻതോതിൽ ആദിവാസി ഭൂമി അപഹരിക്കപ്പെട്ടു. രണ്ടാംലോക മഹായുദ്ധ ഭടന്മാരെ പുനരധിവസിപ്പിക്കാനുള്ള പദ്ധതിയായിരുന്നു ഇത്. 33803 ഏക്കർ ആദിവാസി ഭൂമിയാണ് ബത്തേരി, അമ്പലവയൽ, നെന്മേനി എന്നീ വില്ലേജുകളിലായി അന്ന് കൈയേറിയത്.

സ്വാതന്ത്ര്യലബ്ധിക്ക് തൊട്ടുമുമ്പും ശേഷവും മദ്ധ്യതെക്കൻ കേരളത്തിൽനിന്ന് വയനാട്ടിലേക്കുണ്ടായ വൻതോതിലുള്ള കുടിയേറ്റമാണ് ആദിവാസി ഭൂമി വർദ്ധിച്ച തോതിൽ കൈയേറ്റത്തിനു വിധേയമാക്കിയ മറ്റൊരു ഘടകം.

സ്റ്റാറ്റിസ്റ്റിക്സ് വകുപ്പിന്റെ 1976-78 ലെ സാമൂഹിക സാമ്പത്തിക സർവേയിൽ ഈ കൈയേറ്റത്തിന്റെ ഞെട്ടിക്കുന്ന കണക്കുകൾ രേഖപ്പെടുത്തിയിട്ടുണ്ട്. 1967-76 കാലത്തെ കാര്യങ്ങളാണ് ഈ സർവേയിൽ

പരിശോധിക്കപ്പെട്ടത്. അതുപ്രകാരം 3546 കുടുംബങ്ങൾക്കാണ് ഭൂമി നഷ്ടപ്പെട്ടത്. 9859 ഏക്കർ ആദിവാസി ഭൂമിയാണ് കൈമാറ്റം ചെയ്യപ്പെട്ടത്. ഒരു ചെറിയ കാലയളവിലെ കണക്കാണിത്. 1940 ൽ ആരംഭിച്ചതും 1970 കൾക്ക് ശേഷവും

പട്ടിക 1

	ഭൂമി നഷ്ടപ്പെട്ടതിന്റെ കാരണങ്ങൾ	നഷ്ടപ്പെട്ട ഭൂമിയുടെ അളവ്
1.	വിവാഹം	229.60
2.	ചികിത്സ	882.78
3.	കടം തിരിച്ചടയ്ക്കൽ	2077.92
4.	ശവസംസ്കാരച്ചടങ്ങിന്	21.21
5.	വീട് നന്നാക്കൽ	11.72
6.	ഭൂമി വാങ്ങുന്നതിന്	142.43
7.	വീട്ടാവശ്യങ്ങൾക്ക്	4858.49
8.	ബലപ്രയോഗത്തിലൂടെ തട്ടിയെടുക്കപ്പെട്ടത്	143.95
9.	തർക്കങ്ങൾ	174.39
10.	വിദ്യാഭ്യാസാവശ്യങ്ങൾക്ക്	21.60
11.	കൃഷിയിൽ താല്പര്യമില്ലാതെ	12.25
12.	സർക്കാരിൽനിന്ന് വേറെ ഭൂമി ലഭിച്ചു	9.00
13.	സർക്കാർ ഏറ്റെടുത്തു	3.00
14.	മൃഗങ്ങളുടെ ശല്യം	10.55
15.	കൃഷിക്ക് പണം കണ്ടെത്താൻ	173.92
16.	ജോലി ലഭിക്കുന്നതിന്	1.30
17.	മദ്യത്തിന്	4.00
18.	കുടിക്കിടപ്പ് കൊടുത്തത്	0.10
19.	ബിസിനസ് ആവശ്യത്തിന്	1.00
20.	വീട്ടിൽനിന്ന് ദൂരെയായതിനാൽ	7.90
21.	കൃഷി	112.94
22.	കേസ് നടത്തിപ്പിന്	720.24
23	കൈയേറ്റം	375.64
24.	കന്നുകാലികളെ വാങ്ങാൻ	3.00
25.	കൂടുതൽ സൗകര്യപ്രദമായ പങ്കുവെക്കൽ	27.05
26.	പണയപ്പെടുത്തിയത്	2.00
28.	നികുതിയടയ്ക്കുന്നതിന്	1.92

29.	തദ്ദേശവാസികളുടെ ശല്യം	7.96
30.	പാട്ടം, വാടക	21.25
31.	ലോൺ തിരിച്ചടയ്ക്കൽ	85.35
32.	ലക്ഷംവീട് പദ്ധതിയിൽ നഷ്ടപ്പെട്ടത്	6.11
33.	പാട്ടഭൂമി തർക്കം വന്നത്	96.00
34.	ഒറ്റി	0.20
35.	സർക്കാർ വായ്പയുടെ ഗഡു തിരിച്ചടയ്ക്കൽ	0.10
36.	മറ്റുള്ളവ	69.35
	ആകെ	**9858.98**

അവലംബം: Report on Socio-Economics Survey on Tribals of Kerala 1976-78. Department of Statistics, Government of Kerala.

തുടർന്നതുമായ കൈയേറ്റത്തിന്റെ കണക്കുകൾ-ജനാധിപത്യ സമൂഹത്തെ ലജ്ജിപ്പിക്കുന്നതാണ്. 1976 ന് ശേഷം 1985 വരെയും വൻതോതിൽ ആദിവാസി ഭൂമി കൈയേറ്റം ചെയ്യപ്പെട്ടിട്ടുണ്ടെന്നാണ് കണക്കുകൾ സാക്ഷ്യപ്പെടുത്തുന്നത്. കൈയേറ്റത്തിന്റെ രീതി പലതരത്തിലായിരുന്നു. റിപ്പോർട്ട് ഓൺ സോഷ്യോ-ഇക്കണോമിക് സർവേ ഓൺ ട്രൈബൽസ് ഓഫ് കേരള 1976-78 (സ്റ്റാറ്റിസ്റ്റിക്സ് വകുപ്പ്, കേരള സർക്കാർ) പ്രകാരം മുപ്പത്തിയാറ് വിധത്തിലാണ് ആദിവാസികൾക്ക് ഭൂമി നഷ്ടപ്പെട്ടത്. ഇതിൽ ഏതാനും ചിലത് മാറ്റിനിർത്തിയാൽ ബാക്കിയെല്ലാം നഗ്നമായ കബളിപ്പിക്കലായിരുന്നു. ദരിദ്രരും നിസ്സഹായരും പ്രാന്തവൽകൃതരുമായ ഒരു സമൂഹത്തിനുമേൽ പ്രബുദ്ധരെന്നും സാക്ഷരരെന്നും അഭിമാനിക്കുന്ന സമൂഹം നടത്തിയ ചതിയുടേയും വഞ്ചനയുടേയും ചരിത്രമാണത്. ആദിവാസികൾക്ക് ഭൂമി നഷ്ടമായ 36 വിധം ഇങ്ങനെയാണ് (പട്ടിക 1 കാണുക)

ഇക്കണോമിക്സ് ആന്റ് സ്റ്റാറ്റിസ്റ്റിക്സ് വകുപ്പിന്റെ ബഞ്ചുമാർക്ക് സർവേ പ്രകാരം സംയോജിത പട്ടികവർഗ്ഗ വികസന പ്രോജക്റ്റ് (ITDP) നടപ്പിലാക്കിയ പ്രദേശങ്ങളിൽ 1982 വരെ 1700 ഹെക്ടർ ഭൂമിയാണ് കൈയേറ്റത്തിന് വിധേയമായിട്ടുള്ളത്. ആദിവാസി മേഖലകളിൽ നടക്കുന്ന വികസന പ്രവർത്തനങ്ങൾ അവിടേക്ക് പുറത്തുനിന്നുള്ളവരെ ആകർഷിക്കുകയും അത് ഭൂമി കൈയേറ്റത്തിന് നിമിത്തമാവുകയും ചെയ്തുവെന്നതാണ് ഇത് വ്യക്തമാക്കുന്നത്.

ആദിവാസികൾ തിങ്ങിത്താമസിക്കുന്ന പ്രദേശങ്ങളിലെല്ലാം കൈയേറ്റങ്ങൾ നടന്നതായി രേഖകൾ സാക്ഷ്യപ്പെടുത്തുന്നു. അട്ടപ്പാടി ഇതിനു മികച്ച തെളിവാണ്. 1930 കളിൽത്തന്നെ അട്ടപ്പാടിയിലേക്കുള്ള കുടിയേറ്റം ആരംഭിച്ചിരുന്നു. 1940 കളോടെ കുടിയേറ്റം ശക്തിപ്പെട്ടു. ആദിവാസികളുടെ ഈ ആവാസകേന്ദ്രം ഇന്ന് കുടിയേറ്റക്കാരുടെ ഭൂരിപക്ഷ പ്രദേശമാണ്.

1940 കളിൽ അട്ടപ്പാടി സമ്പൂർണ്ണമായും ഒരാദിവാസി അധിവാസ മേഖലയായിരുന്നു. 1947 ൽ സ്വാതന്ത്ര്യം കിട്ടുമ്പോൾ അട്ടപ്പാടിയിലെ ആദിവാസി ജനസംഖ്യ 10,000 ആയിരുന്നുവെന്ന് മദ്രാസ് റവന്യൂ ബോർഡ് നടത്തിയ സർവേയിൽ കാണാം. അനാദിവാസികൾ 200 ൽ ചുവടെയും. എന്നാൽ 1991 ലെ കണക്കെടുപ്പ് പ്രകാരം ആദിവാസികളുടെ ജനസംഖ്യ 24228 ഉം ആദിവാസികളല്ലാത്തവരുടെ സംഖ്യ 37805 മാണ്. (പട്ടിക 2 കാണുക)

അട്ടപ്പാടിയിലെ ആദിവാസി ഭൂമി നഷ്ടപ്പെടലിന്റെ ചരിത്രം പരിശോധിച്ചാൽ കുടിയേറ്റത്തിന്റേയും കൈയേറ്റത്തിന്റേയും ഞെട്ടിക്കുന്ന വിവരങ്ങളോടൊപ്പം കൊളോണിയൽ, ഫ്യൂഡൽ അധികാരികളുടേയും സ്വാതന്ത്ര്യാനന്തര ഗവൺമെന്റുകളുടേയും മനുഷ്യത്വവിരുദ്ധമായ സമീപനങ്ങളുടെ നേർരേഖകൾകൂടി വെളിപ്പെടും.

സാമൂതിരി രാജാക്കന്മാരുടെ കീഴിലായിരുന്നു ആദ്യകാലങ്ങളിൽ അട്ടപ്പാടി മേഖല. ആദിവാസികൾ മാത്രം അധിവസിച്ചിരുന്ന ഈ മേഖലയിൽ വനവിഭവങ്ങൾക്കപ്പുറം കാര്യമായ താല്പര്യങ്ങളൊന്നും സാമൂതിരിമാർക്കുണ്ടായിരുന്നില്ല. ബ്രിട്ടീഷ് ഭരണകാലത്ത് അട്ടപ്പാടിയിൽ ജന്മം അവകാശങ്ങൾക്ക് രൂപംനല്കി. മൂന്ന് നായർ മേധാവികൾക്കായിരുന്നു അട്ടപ്പാടിയുടെ ജന്മം അവകാശങ്ങൾ. ഈ നായർ പ്രമാണിമാർ ആദിവാസികളുടെ അനുവാദമില്ലാതെ തന്നെ അവരുടെ അധിവാസ ഭൂമി പലർക്കും പാട്ടത്തിനു കൊടുത്തു. മണ്ണാർക്കാട് മൂപ്പിൽ നായരായിരുന്നു അട്ടപ്പാടിയിലെ 70 ശതമാനം ഭൂമിയും കൈകാര്യം ചെയ്തിരുന്നത്. 19-ാം നൂറ്റാണ്ടിന്റെ അവസാന കാലത്ത് മൂപ്പിൽ നായരുമായി ധാരണയുണ്ടാക്കി ബ്രിട്ടീഷുകാർ ഇവിടെ പ്ലാന്റേഷനുകൾ ആരംഭിച്ചു. ആദിവാസി ഭൂമി ആദിവാസികളുടെ അനുമതിയില്ലാതെ അങ്ങനെ ബ്രിട്ടീഷുകാർ കൈവശപ്പെടുത്തി. അട്ടപ്പാടിയിലെ ആദിവാസി ഭൂമി അന്യാധീനപ്പെടലിന്റെ തുടക്കം ഇങ്ങനെയായിരുന്നു.

വയനാട് കഴിഞ്ഞാൽ ഏറ്റവും കൂടുതൽ ആദിവാസികൾ അധിവസിക്കുന്ന ഇടുക്കി ജില്ലയിലെ ആദിവാസി ഭൂമി അന്യാധീനപ്പെടലിന്റെ ചരിത്രം അട്ടപ്പാടിയിൽ നിന്ന് ഒട്ടും ഭിന്നമല്ല. ബ്രിട്ടീഷുകാരും കുടിയേറ്റക്കാരും സർക്കാരും തന്നെയാണ് ഇവിടെയും പ്രതികൾ. ആദിവാസി ഭൂമി മാത്രമല്ല, വനപ്രദേശങ്ങളുടെ വ്യാപകമായ നശീകരണത്തിനും കൈയേറ്റത്തിനു പിന്നിലും ഇതേ ശക്തികൾ തന്നെയാണ്.

ചുരുക്കത്തിൽ, കേരളത്തിലെ എല്ലാ ജില്ലകളിലേയും ആദിവാസികൾ ഭൂമിപ്രശ്നം നേരിടുന്നവരാണ്. തലചായ്ക്കാൻ ഒരുതുണ്ട് ഭൂമിയില്ലാത്ത ജനതയെ സംബന്ധിച്ചിടത്തോളം നിലനില്ക്കാനുള്ള സ്വന്തം ഭൂമി തന്നെയാണ് ഏറ്റവും അടിസ്ഥാനപ്രശ്നം.

പട്ടിക 2

അട്ടപ്പാടിയിൽ ജനസംഖ്യയിൽ വന്ന മാറ്റങ്ങൾ

വർഷം	ആദിവാസി ജനസംഖ്യ	ആകെ ജനസംഖ്യയുടെ ശതമാനം	ആദിവാസികളല്ലാത്തവരുടെ ശതമാനം	ആകെ ജനസംഖ്യയുടെ ശതമാനം	ആകെ ജന സംഖ്യ
1951	10200	90.32	1100	9.68	11300
1961	12972	60.45	8489	39.55	21461
1971	16536	42.21	22647	57.59	39183
1981	20659	33.00	41587	67.00	61246
1991	24228	39.06	37805	60.94	62033

അവലംബം : സെൻസസ് റിപ്പോർട്ട്

ഭൂപരിഷ്കരണവും ആദിവാസികളും

കൃഷിഭൂമി കൃഷിക്കാരന്, 'നമ്മള് കൊയ്യും വയലെല്ലാം നമ്മുടേതാകും പൈങ്കിളിയേ' തുടങ്ങിയ വിപ്ലവാത്മകമായ മുദ്രാവാക്യങ്ങൾ/സ്വപ്നങ്ങൾ തൊഴിലാളി വർഗ്ഗത്തിനു മുമ്പിൽ അവതരിപ്പിച്ചുകൊണ്ടാണ് 1957 ലെ ആദ്യ കമ്മ്യൂണിസ്റ്റ് മന്ത്രിസഭ അധികാരത്തിലേറിയത്. പുന്നപ്ര, വയലാർ, കയ്യൂർ തുടങ്ങി ഒട്ടേറെ പ്രദേശങ്ങളിൽ രക്തരൂഷിതമായ സമരങ്ങളിലൂടെ ജന്മിത്വത്തിനോടും പ്രഭുത്വത്തിനോടും മൽപ്പിടുത്തം നടത്തിക്കൊണ്ടാണ് കമ്യൂണിസ്റ്റ് പ്രസ്ഥാനം ജനകീയാടിത്തറ വികസിപ്പിച്ചത്. മേൽസമരങ്ങളിലെല്ലാം ജീവൻ നഷ്ടപ്പെട്ടവർ അയിത്തജാതിക്കാരും പിന്നാക്ക സമുദായാംഗങ്ങളുമായിരുന്നു.

കേരളത്തിലെ തൊഴിലാളി വർഗ്ഗം, പ്രത്യേകിച്ച് കീഴാളവർഗ്ഗ തൊഴിലാളികൾ അടിമത്തപൂർണ്ണമായ ജീവിതാവസ്ഥയിലൂടെയാണ് കടന്നുപോയ്ക്കൊണ്ടിരുന്നത്. ചെറുകാടിന്റെ *മണ്ണിന്റെ മാറിൽ* അന്നത്തെ തൊഴിലാളി വർഗ്ഗത്തിന്റെ പ്രത്യേകിച്ച് പാട്ടത്തിന് ഭൂമിയെടുത്ത് കൃഷി ചെയ്തിരുന്ന തീയരുടെ ദയനീയാവസ്ഥ ചിത്രീകരിക്കുന്നുണ്ട്. സത്യത്തിൽ, തീയരേക്കാൾ ദയനീയമായിരുന്നു പുലയരുടെ അവസ്ഥ. ആദിവാസികൾ പുലയരേക്കാൾ ദാരുണമായ അവസ്ഥയിലായിരുന്നു. കൃഷിപ്പണി ചെയ്തിരുന്ന യഥാർത്ഥ തൊഴിലാളികളായിരുന്നു ആദിവാസികൾ. വാസ്തവത്തിൽ കൃഷിഭൂമി കൃഷിക്കാരന് എന്നുപറയുമ്പോൾ കൃഷിഭൂമി കിട്ടേണ്ടിയിരുന്ന ഏറ്റവും പ്രധാനപ്പെട്ട വിഭാഗങ്ങൾ ആദിവാസികളായിരുന്നു.

1957 ൽ അധികാരത്തിൽ വന്ന അവിഭക്ത കമ്യൂണിസ്റ്റ് പാർട്ടി രണ്ടാമത് ഭരണമേറ്റപ്പോൾ കൊണ്ടുവന്ന നിയമമാണ് 'കേരള ഭൂപരിഷ്കരണ നിയമം' (Kerala Land Reforms Act) അഥവാ കെ എൽ ആർ ആക്ട്.

1960 ൽ കമ്യൂണിസ്റ്റ് പാർട്ടി ഉണ്ടാക്കിയ കേരള കാർഷിക പരിഷ്കരണ നിയമത്തിന്റെ പുതുരൂപമായിരുന്നു ഇത്. 1964 മുതൽ പൂർവ്വ പ്രാബല്യം കൊടുത്ത് പ്രസ്തുത നിയമം 1970 ജനുവരി ഒന്നിന് പാസാക്കിയപ്പോൾ തൊഴിലാളി വർഗ്ഗ, കീഴാള ജനത ഏറെ പ്രതീക്ഷകളോടെയാണ് അതിനെ കണ്ടത്. 132 വകുപ്പുകളും അതിലേറെ ഉപവകുപ്പുകളുമുള്ള കെ എൽ ആർ ആക്ട് ചുരുക്കിപ്പറഞ്ഞാൽ ഇങ്ങനെയാണ്: "കേരളത്തിലെ ആകെ ഭൂമിയെ, കേരള ഭൂപരിഷ്കരണ നിയമത്തിലെ 81 ഉം 82 ഉം വകുപ്പ് പ്രകാരം കൃഷിഭൂമിയെന്നും തോട്ടം ഭൂമിയെന്നും തരംതിരിച്ചിരിക്കുന്നു. അഞ്ച് അംഗങ്ങളുള്ള ഒരു കുടുംബത്തിന് പതിനഞ്ച് ഏക്ര കൃഷിഭൂമി കൈവശം വെക്കാം. അംഗങ്ങൾ കൂടുമ്പോൾ ഏക്രകൾ കൂടും. എന്നാൽ തോട്ട ഭൂമിക്കും സ്വകാര്യ വനഭൂമിക്കും 81-ാം വകുപ്പ് പ്രകാരം പരിധിയില്ല. ഉദാഹരണത്തിന് ഒരാളുടെ കൈവശം നൂറ് ഏക്ര ഭൂമി കൂടി ഉണ്ടെന്നിരിക്കട്ടെ. അദ്ദേഹത്തിന് 82-ാം വകുപ്പ് പ്രകാരം 15 ഏക്ര കൃഷിഭൂമി കൈവശം വെക്കാം. ബാക്കി ഏക്ര സർക്കാരിന് മിച്ചഭൂമിയായി വിട്ടുകൊടുക്കണം. പക്ഷേ, തോട്ടം ഭൂമിക്കും സ്വകാര്യ വനഭൂമിക്കും പരിധി നിർണ്ണയിച്ചിട്ടില്ലാത്തതിനാൽ ബാക്കി 85 ഏക്രയും തോട്ടം ഭൂമിയെന്ന കണക്കിലോ സ്വകാര്യ വനം എന്ന കണക്കിലോ കൈവശം വെക്കാം. സത്യത്തിൽ തന്ത്രശാലിയായ ഒരു ജന്മിക്ക് ഒരിഞ്ച് ഭൂമിപോലും നഷ്ടപ്പെടുത്താതെ നിലനിർത്തുവാൻ ഉതകുന്ന നിയമത്തിന്റെ പഴുതുകൾ ഭൂപരിഷ്കരണ നിയമത്തിൽ തന്നെയുണ്ട്.

ഭൂപരിഷ്കരണ പ്രകാരം തോട്ടം ഭൂമി, വനഭൂമി എന്നിങ്ങനെ വ്യവച്ഛേദിക്കുന്നത് എന്താണെന്ന് നോക്കാം. കുരുമുളക്, ഇഞ്ചി, ഏലം, കശുവണ്ടി, റബ്ബർ, അടയ്ക്ക, തേങ്ങ എന്നിവ കൃഷിചെയ്യുന്ന സ്ഥലങ്ങൾ, ലക്ഷങ്ങൾ വിലവരുന്ന വൻമരങ്ങൾ വളരുന്ന സ്ഥലങ്ങൾ എന്നിവയാണ് തോട്ടം ഭൂമി, വനഭൂമി എന്നിവകൊണ്ട് അർത്ഥമാക്കുന്നത്. ഇനി ഇത്തരം വിളകൾ ഇല്ലാത്ത സ്ഥലമാണെങ്കിൽപ്പോലും ഒരു ജന്മിക്ക് പെട്ടെന്നു തന്നെ അവ വെച്ചുപിടിപ്പിച്ച് തോട്ടം ഭൂമിയെന്നോ വനഭൂമിയെന്നോ രേഖപ്പെടുത്താൻ കഴിയും.

ഭൂപരിഷ്കരണ നിയമം ആദിവാസികൾക്ക് കിട്ടേണ്ട ഭൂമിയെക്കുറിച്ച് എന്തുപറയുന്നു എന്ന് നോക്കാം. മിച്ചഭൂമിയെപ്പറ്റി പറയുന്നിടത്താണ് അക്കാര്യം സൂചിപ്പിക്കുന്നത്. 85, 86, 87 എന്നീ വകുപ്പുകൾ ഭൂമി വല്ലവിധവും സർക്കാരിലേക്ക് കിട്ടിയാൽ അത് ആർക്കൊക്കെ കൊടുക്കണമെന്ന് ഈ നിയമത്തിലെ 96-ാം വകുപ്പിൽ വ്യവസ്ഥ ചെയ്യുന്നു പിടിച്ചെടുത്ത മിച്ചഭൂമിയുടെ 50 ശതമാനം 96-ാം വകുപ്പ് 11-ാം ഉപവകുപ്പ് എ പ്രകാരം ഭൂരഹിത കർഷക തൊഴിലാളികൾക്ക് പതിച്ചുകൊടുക്കണം. അതിൽ 25 ശതമാനം ആ വില്ലേജിലോ സമീപ വില്ലേജുകളിലോ താമസിക്കുന്ന പട്ടികജാതി/പട്ടികവർഗ്ഗക്കാരോ ആയ ഭൂരഹിത കർഷക തൊഴിലാളികൾക്ക് നല്കേണ്ടതാണെന്നും വ്യവസ്ഥയുണ്ട്. ബാക്കി 50 ശതമാനം, 96-ാം വകുപ്പ് II ൽ ബി ഉപവകുപ്പ് പ്രകാരം 25 ശതമാനം

കൂടി ചെറുകിട കൈവശക്കാർക്കും മറ്റ് ജന്മികൾക്കും പതിച്ചുകൊടുക്കണം. ബാക്കി 25 ശതമാനം 96 ൽ II സി പ്രകാരം, അഞ്ച് ഏക്ര ഭൂമിയിലധികം ഇല്ലാത്ത കർഷകർക്ക് പതിച്ചുനല്കാം.

1966-67 ൽ നടത്തിയ സർവേ പ്രകാരം കേരളത്തിൽ പത്തു ലക്ഷത്തോളം ഏക്ര മിച്ചഭൂമിയുണ്ടെന്ന് കണ്ടെത്തി. എന്നാൽ 1978 ൽ മിച്ചഭൂമിയായി പ്രഖ്യാപിച്ചത് വെറും ഒന്നര ലക്ഷം ഏക്ര മാത്രമായിരുന്നു. 1978 ൽ സർക്കാർ കണ്ടുകെട്ടാൻ ഉത്തരവിട്ടത് 126100 ഏക്രയും. അതായത്, 873900 ഏക്രഭൂമി മിച്ചഭൂമി ആയില്ല. അത് 81-ാം വകുപ്പിലെ മൂന്നാം ഉപവകുപ്പ് പ്രകാരം തോട്ടം ഭൂമിയുടേയും വനഭൂമിയുടേയും കണക്കിൽപ്പെടുത്തി ഭൂവുടമകൾ രക്ഷപ്പെട്ടു.

ഇനി പട്ടികവർഗ്ഗ, പട്ടികജാതിക്കാർക്ക് എന്തുകിട്ടി എന്നു നോക്കാം. 1987 ലെ കണക്കനുസരിച്ച് ഇങ്ങനെ: അന്ന് സർക്കാർ കണ്ടുകെട്ടാൻ ഉത്തരവിട്ടത് 1,26,100 ഏക്ര ഭൂമി. എന്നാൽ സർക്കാർ ഏറ്റെടുത്തത് 89,587 ഏക്ര മാത്രം. അതായത് 71 ശതമാനം. ഇതിൽ വിതരണം ചെയ്തത് 59,651 ഏക്ര (47.3%) അതിൽ പട്ടികജാതിക്കാർക്ക് 23,236 ഏക്രയും (18.4%) പട്ടികവർഗ്ഗക്കാർക്ക് 4,938 ഏക്രയും (3.9%).

1970 ൽ നടപ്പാക്കിയ കേരള ഭൂപരിഷ്കരണ നിയമത്തിന്റെ മുന്നോടിയായി, അറുപതുകളിൽ ഭൂമി കൈവശം വെച്ചനുഭവിച്ചിരുന്നവരുടെ ഒരു രേഖ (Record of Rights) ഉണ്ടാക്കാൻ കേരള ഗവൺമെന്റ് നടപടി സ്വീകരിച്ചിരുന്നു. ഒരു രേഖയും കൈയിലില്ലാത്ത 'കൈവശക്കാർക്ക്' പില്ക്കാലത്ത് അവകാശം നഷ്ടപ്പെടാതെ സൂക്ഷിക്കുകയായിരുന്നു ലക്ഷ്യമെന്ന് കെ പാനൂർ *സഹ്യന്റെ മക്കളിൽ* വ്യക്തമാക്കുന്നു. ഇക്കാരണത്താൽ വയനാട്ടിലെ ജന്മിമാർ ആദിവാസികളെ ബലമായി ഒഴിപ്പിക്കുകയും അങ്ങനെ ധാരാളം സ്ഥലം കൈക്കലാക്കുകയും ചെയ്തെന്നും, ആദിവാസികൾ വഴിവാസികളായെന്നും അദ്ദേഹം തുടർന്ന് പറയുന്നു.

ഭൂപരിഷ്കരണത്തെക്കുറിച്ച് ചർച്ചകൾ നടന്നുകൊണ്ടിരിക്കുമ്പോഴും ആദിവാസി ഭൂമി അന്യാധീനപ്പെട്ടുകൊണ്ടിരിക്കുകയായിരുന്നു. അട്ടപ്പാടിയാണ് ഇതിന് മികച്ച തെളിവ്. ഭൂപരിഷ്കരണം യാഥാർത്ഥ്യമാകുമെന്ന് ഭയന്ന അട്ടപ്പാടിയിലെ ജന്മിമാർ വൻതോതിൽ ഭൂമിവില്പന നടത്തി. ആദിവാസികളുടെ ഭൂമിയും ജന്മിയുടെ കാര്യസ്ഥർ വില്പന നടത്തി. ആദിവാസികളുടേതാണെന്നതിന് രേഖകളോ തെളിവുകളോ ഇല്ലാത്തതിനാൽ പ്രതിഫലം നല്കാതെ ആദിവാസികളെ അവർ നൂറ്റാണ്ടുകളായി അധിവസിച്ചിരുന്ന ഭൂമിയിൽനിന്ന് നിഷ്കാസനം ചെയ്തു.

ആദിവാസി ഭൂസംരക്ഷണ നിയമങ്ങൾ

കൊടും ചതിയിലൂടെയും കടുത്ത വഞ്ചനയിലൂടെയും ആദിവാസി ഭൂമി വൻതോതിൽ അപഹരിക്കപ്പെട്ട കാലത്തും അതിനെതിരായ ശക്തമായ നിയമങ്ങൾ ഇന്ത്യയിലുണ്ടായിരുന്നു. നിഷ്കളങ്കരായ ആദിവാസികൾക്ക് നീതിപീഠങ്ങളുടെ മുമ്പിൽ ഇന്നെന്ന പോലെ അന്നും പൊരുതു

വാനുള്ള ശേഷിയുണ്ടായിരുന്നില്ല. അതിനാൽ അപഹർത്താക്കൾക്ക് ചൂഷണം നിർഭയം നടത്തുവാനുള്ള സാഹചര്യമാണ് കേരളത്തിൽ എക്കാലത്തുമുണ്ടായിരുന്നത്.

ഭൂസംരക്ഷണവുമായി ബന്ധപ്പെട്ട നിയമങ്ങളിലൂടെ കടന്നുപോയാൽ, ഭരണകൂടങ്ങൾ നിയമങ്ങൾ ഉണ്ടായിട്ടും കീഴാള ജനതയെ വഞ്ചിച്ചുകൊണ്ടിരിക്കുന്നതിന്റെ ഭീകരചിത്രങ്ങൾ ലഭ്യമാകും.

1960 ൽ കേന്ദ്രസർക്കാർ ആദിവാസി പ്രശ്നങ്ങളെക്കുറിച്ച് പഠിച്ച് റിപ്പോർട്ട് സമർപ്പിക്കുവാൻ ധേബർ കമ്മീഷനെ നിയോഗിച്ചു. 1950 മുതൽ ആദിവാസികൾക്ക് നഷ്ടപ്പെട്ട തുണ്ടുഭൂമികൾ തിരിച്ചുപിടിക്കാൻ ധേബർ കമ്മീഷൻ നിർദ്ദേശിച്ചു. ഈ റിപ്പോർട്ടിന്റെ ഒരപൂർണ്ണത ആദിവാസി ഭൂമി തിരിച്ചുപിടിക്കേണ്ടതിന്റെ കാലയളവാണ്.

ആദിവാസികളുടെ ഭൂമി അന്യാധീനപ്പെട്ടത് പത്തു വർഷത്തിനിടയിലായിരുന്നില്ല; ബ്രിട്ടീഷുകാരുടെ കാലം മുതല്ക്കേ അതാരംഭിച്ചിരുന്നു.

ധേബർ കമ്മീഷന്റെ നിർദ്ദേശങ്ങളിൽ ഏറ്റവും പ്രസക്തം, ആദിവാസികൾക്കുവേണ്ടി പ്രത്യേകം നിയമനിർമ്മാണം നടത്തണമെന്നതാണ്. അതിന്റെ അടിസ്ഥാനത്തിൽ 1975 ൽ ഡൽഹിയിൽ ചേർന്ന സംസ്ഥാന പട്ടികജാതി ക്ഷേമമന്ത്രിമാരുടെ യോഗം ധേബർ കമ്മീഷൻ റിപ്പോർട്ട് നടപ്പാക്കുവാൻ തീരുമാനിച്ചു. അങ്ങനെ 1975 ഏപ്രിൽ ഒന്നിന് കേരള മന്ത്രിസഭ കേരള പട്ടികവർഗ്ഗ (ഭൂമി കൈമാറ്റ നിയന്ത്രണവും അന്യാധീനപ്പെട്ട ഭൂമി തിരിച്ചെടുക്കലും) നിയമം പാസാക്കി. ഈ നിയമം കോടതിയിൽ ചോദ്യം ചെയ്യാൻ കഴിയാത്തവിധം ഒമ്പതാം ഷെഡ്യൂളിൽ 150-ാം ഇനമായി ഉൾപ്പെടുത്തുകയും ചെയ്തു. ഒപ്പം, കേരള സംസ്ഥാന ട്രൈബൽ അഡ്വൈസറി കമ്മിറ്റിക്ക് കേരള സർക്കാർ രൂപംനല്കി. അന്നത്തെ റവന്യൂ മന്ത്രിയായിരുന്ന ബേബി ജോൺ നിയമസഭയിൽ അന്ന് ശ്രദ്ധേയമായ രണ്ട് കാര്യങ്ങൾ പറഞ്ഞു. അതിലൊന്ന്, നഷ്ടപ്പെട്ട ആദിവാസി ഭൂമി അപഹരിക്കപ്പെട്ട മുതലാണ് (stolen property).

രണ്ട്, പുകയിലയും ചാരായവും നല്കി ആദിവാസി ഭൂമി തീറെഴുതി വാങ്ങുന്ന പതിവ് ഇതോടെ അവസാനിപ്പിക്കും- ബേബി ജോണിന്റെ വാക്കുകൾ ഇന്നും വെറും വാക്കായി തുടരുന്നു. കൈയേറ്റം അതിനുശേഷവും തുടർന്നു.

എന്തുതന്നെയായാലും '75 ലെ പട്ടികവർഗ്ഗക്കാർ (ഭൂമി കൈമാറ്റൽ നിയന്ത്രണവും അന്യാധീനപ്പെട്ട ഭൂമി തിരിച്ചെടുക്കലും) ആക്ട്, ആദിവാസി ഭൂസംരക്ഷണ നിയമത്തിൽ സുപ്രധാനമാണ്. കേരള സംസ്ഥാനത്തിലെ പട്ടികവർഗ്ഗക്കാരാൽ ഭൂമി കൈമാറ്റം ചെയ്യപ്പെടുന്നത് നിയന്ത്രിക്കുന്നതിനും അവരാൽ അന്യാധീനപ്പെട്ട ഭൂമിയുടെ കൈവശം തിരിച്ചുകൊടുക്കുന്നതിനും വ്യവസ്ഥ ചെയ്യുന്ന ഒരു ആക്ട് എന്ന ആമുഖവാചകത്തോടെയാണ് ഇന്ത്യൻ റിപ്പബ്ലിക്കിന്റെ 26-ാം വാർഷികദിനത്തിൽ ഈ നിയമമുണ്ടായത്.

ഈ നിയമത്തിലെ ചില സുപ്രധാന വകുപ്പുകൾ ഇവയാണ്:

വകുപ്പ് 4 ൽ കൈമാറ്റങ്ങളിന്മേലുള്ള നിയന്ത്രണം, ഇങ്ങനെ പറയുന്നു: മറ്റേതെങ്കിലും നിയമത്തിലോ ഏതെങ്കിലും കരാറിലോ നാട്ടുനടപ്പിലോ മാമൂലിലോ ഏതെങ്കിലും കോടതിയുടെ വിധിന്യായത്തിലോ, വിധിയിലോ ഉത്തരവിനോ വിരുദ്ധമായി എന്തുതന്നെ അടങ്ങിയിരുന്നാലും, പട്ടികവർഗ്ഗത്തിലെ ഒരംഗം തന്റെ കൈവശത്തിലുള്ളതോ, താൻ അനുഭവിച്ചുവന്നതോ, തന്റെ ഉടമസ്ഥതയിലുള്ളതോ ആയ ഏതെങ്കിലും സ്ഥാവരവസ്തു ഈ ആക്ട് നടപ്പായി വരുന്ന സമയത്തോ അതിനുശേഷമോ പട്ടികവർഗ്ഗത്തിലെ അംഗമല്ലാത്ത ഏതെങ്കിലും ആളിന് തക്ക ഉദ്യോഗസ്ഥന്റെ മുൻകൂട്ടിയുള്ള രേഖാമൂലമായ സമ്മതം കൂടാതെ നടത്തുന്ന ഏതൊരു കൈമാറ്റവും അസാധുവായിരിക്കുന്നതാണ്.

വകുപ്പ് 5- ഇങ്ങനെ പ്രസ്താവിക്കുന്നു. തല്ക്കാലം നിലവിലുള്ള മറ്റേതെങ്കിലും നിയമത്തിലോ, ഏതെങ്കിലും കരാറിലോ, നാട്ടുനടപ്പിലോ മാമൂലിലോ അഥവാ ഏതെങ്കിലും കോടതിയുടെ ഏതെങ്കിലും വിധിന്യായത്തിലോ വിധിയിലെ ഉത്തരവിലോ വിരുദ്ധമായി എന്തുതന്നെ അടങ്ങിയിരുന്നാലും പട്ടികവർഗ്ഗത്തിലെ ഒരംഗം തന്റെ കൈവശത്തിലുള്ളതോ താൻ അനുഭവിച്ചുവന്നതോ, തന്റെ ഉടമസ്ഥതയിലുള്ളതോ ആയ ഏതെങ്കിലും സ്ഥാവരവസ്തു, 1960 ജനുവരി 1-ാം തീയതിയിലോ അതിനുശേഷമോ അപ്പോഴും ഈ ആക്ട് പ്രാബല്യത്തിൽ വരുന്നതിനുമുമ്പും പട്ടികവർഗ്ഗത്തിലെ അംഗമല്ലാത്ത ഏതെങ്കിലും ആളിന് നടത്തുന്ന ഏതൊരു കൈമാറ്റവും അസാധുവായി കരുതപ്പെടുന്നതാണ്.

വകുപ്പ് 6ൽ കൈമാറ്റം ചെയ്യപ്പെട്ട വസ്തു തിരിച്ചു കൈമാറ്റം ചെയ്യൽ വ്യവസ്ഥ ചെയ്യുന്നു. 4-ാം വകുപ്പ് പ്രകാരമോ 5-ാം വകുപ്പ് പ്രകാരമോ അസാധുവായ ഒരു സ്ഥാവരവസ്തുവിന്റെ കൈമാറ്റം നിമിത്തം പട്ടികവർഗ്ഗത്തിലെ ഒരംഗത്തിന് പ്രസ്തുത വസ്തുവിന്റെ കൈവശമോ അനുഭവമോ നഷ്ടപ്പെട്ടിരിക്കുകയോ, നഷ്ടപ്പെടുകയോ ചെയ്യുന്നപക്ഷം അയാൾക്ക്, അതതു സംഗതിപോലെ, അങ്ങനെയുള്ള വസ്തുവിന്റെ കൈവശമോ അനുഭവമോ തിരിച്ചുകിട്ടാൻ അവകാശമുണ്ടായിരിക്കുന്നതാണ്.

1989 ൽ പാർലമെന്റ് പാസാക്കിയ പട്ടികജാതിയും പട്ടിക ഗോത്രങ്ങളും (അതിക്രമങ്ങൾ തടയൽ) ആക്ടിന് (1989 ലെ 33-ാം നമ്പർ ആക്ട്) 89 സെപ്തംബർ 11 ന് ഇന്ത്യൻ പ്രസിഡന്റിന്റെ അംഗീകാരം ലഭിക്കുകയുണ്ടായി. പട്ടികജാതി പട്ടികവർഗ്ഗ വിഭാഗങ്ങൾക്കെതിരെ നടന്നുകൊണ്ടിരിക്കുന്ന അതിക്രമങ്ങൾ തടയുക, ഇത്തരം കുറ്റകൃത്യങ്ങൾ വിചാരണ ചെയ്യുന്നതിനായി പ്രത്യേക കോടതികൾ സ്ഥാപിക്കുക, പീഡിതരായ പട്ടികജാതി-വർഗ്ഗത്തിൽപ്പെട്ടവരെ പുനരധിവസിപ്പിക്കുക തുടങ്ങിയവയാണ് ഈ നിയമനിർമ്മാണത്തിന്റെ ലക്ഷ്യം. ഈ നിയമത്തിലും 2-ാമത്തെ അദ്ധ്യായത്തിൽ, 3-ാം വകുപ്പിൽ, അതിക്രമ കുറ്റങ്ങൾക്കുള്ള ശിക്ഷകളിൽ (4) പട്ടികജാതിയിലെയോ, പട്ടിക ഗോത്രവർഗ്ഗത്തിലെയോ ഒരംഗത്തിന് ഉടമസ്ഥാവകാശം ഉള്ളതോ കൈമാറി കിട്ടിയതോ അല്ലെ

ങ്കിൽ അർഹതയുള്ള അധികാരസ്ഥനാൽ കൈമാറി നല്കുന്നതിന് വിജ്ഞാപനം ചെയ്തിട്ടുള്ളതോ ആയ ഭൂമി അന്യായമായി കൈവശപ്പെടുത്തുകയോ കൃഷി ചെയ്യുകയോ കൈമാറ്റം ചെയ്തുകിട്ടിയ ഭൂമി കൈമാറ്റം ചെയ്തു കൊടുക്കുകയോ ചെയ്യുന്നത് കുറ്റകൃത്യമായി ചൂണ്ടിക്കാട്ടുന്നു.

ഏറ്റവും ഖേദകരമായ കാര്യം, 1975 ലെ നിയമം നടപ്പിലാക്കുവാൻ മാറിമാറിവന്ന സർക്കാരുകളൊന്നും ശ്രമിച്ചില്ല എന്നതാണ്. ഈ നിയമത്തിന് റൂളുണ്ടായത് 1986 ലാണ്. പത്തുവർഷം കഴിഞ്ഞ്. അങ്ങനെ 1960 മുതൽ 1982 വരെ നടന്ന എല്ലാ ആദിവാസി ഭൂമി കൈമാറ്റവും അസാധുവായി. ഇതിനെത്തുടർന്ന് ഏതാനും ഭൂരഹിതരായ, ഭൂമി അന്യാധീനപ്പെട്ട ആദിവാസികൾക്ക് ഭൂമി ലഭിച്ചു. ഈ ഘട്ടത്തിൽ കേരള ഹൈക്കോടതി വീണ്ടുമൊരു ഇടപെടൽ നടത്തി. 1975 ലെ നിയമപ്രകാരം, അന്യാധീനപ്പെട്ട ആദിവാസി ഭൂമി തിരിച്ചുകൊടുക്കുവാൻ ഒരു അന്തിമ തീയതി അറിയിച്ചു. 1996 സെപ്തംബർ 30-ാം തീയതിക്കകം അന്യാധീനപ്പെട്ട ആദിവാസി ഭൂമി തിരിച്ചുകൊടുക്കുവാൻ നടപടികൾ എടുക്കണമെന്നായിരുന്നു ഹൈക്കോടതി വിധി. ഇതേത്തുടർന്ന് ദി കേരള ഷെഡ്യൂൾഡ് ട്രൈബ്സ് റെസ്ട്രിക്ഷൻ ആന്റ് ട്രാൻസ്ഫർ ഓഫ് ലാന്റ്സ് ആന്റ് റെസ്റ്റോറേഷൻ ഓഫ് അലൈനേറ്റഡ് ലാന്റ് അമൻമെന്റ് ആക്ട് 1996 സെപ്തംബർ 23 ന് പാസാക്കിയെങ്കിലും ഈ നിയമം ഇന്ത്യൻ പ്രസിഡന്റ് കെ ആർ നാരായണൻ തിരിച്ചയച്ചു.

1999 ലെ നിയമത്തിനെതിരെ തുടക്കത്തിൽ ചില ആദിവാസി ദളിത് സംഘടനകൾ രംഗത്തുവന്നെങ്കിലും പിന്നീട് പല പ്രബല സംഘടനകളും പകരം ഭൂമി എന്ന നിലപാടെടുത്തു.

ഭൂമിക്കും സ്വത്വ അസ്തിത്വ സംരക്ഷണത്തിനുമായി സ്വാതന്ത്ര്യത്തിന് മുമ്പും ശേഷവും ആദിവാസികൾ ചെറുതും വലുതുമായ നിരവധി പ്രക്ഷോഭങ്ങൾ നടത്തിയിട്ടുണ്ട്. ആദിവാസികൾക്കെതിരെ ഭരണകൂടം എന്തൊക്കെ തെറ്റായ നയങ്ങൾ സ്വീകരിച്ചുവോ അപ്പോഴെല്ലാം ആദിവാസികൾ കലാപങ്ങൾ നടത്തിയിട്ടുണ്ട്. ബ്രിട്ടീഷുകാർക്കെതിരെ വയനാട്ടിലെ കുറിച്യരും കുറുമരും നടത്തിയ ഐതിഹാസികമായ കലാപങ്ങൾ മുതൽ മുത്തങ്ങാ സമരംവരെ അതിനു തെളിവാണ്. അതിൽ സ്വാതന്ത്ര്യാനന്തരം നടന്ന രണ്ടു മൂന്നു സമരങ്ങൾ പ്രത്യേകം പരാമർശമർഹിക്കുന്നതാണ്.

ഒന്ന്, സഖാവ് എ വർഗ്ഗീസിന്റെ നേതൃത്വത്തിൽ, 1970 കളുടെ ആരംഭത്തിൽ വയനാട്ടിലെ തിരുനെല്ലി, തൃശ്ശിലേരി പ്രദേശങ്ങളിൽ നടന്ന ജന്മിമാരുടെ ചൂഷണത്തിനെതിരെയുള്ള സമരമാണ്. (വില്ക്കുവാനും വാങ്ങുവാനും പണയം വെക്കുവാനും പറ്റുന്ന വസ്തുവായിരുന്നു ഒരു കാലത്ത് വയനാട്ടിലെ അടിയാനും പണിയനും. കൈപ്പാടൻ എന്ന പണിയ അടിമയെ സുബ്ബരായ പട്ടർ എട്ടണയ്ക്ക് പണയം വെച്ചതിന്റെ രേഖകൾ തുക്കിടി മുൻസിഫ് രേഖകളിൽ ലഭ്യമാണ്. മാനന്തവാടിയിലെ

ഒരു പ്രമുഖ ജന്മി കുടിയേറ്റക്കാരനായ ഒരു വ്യക്തിക്ക് സ്ഥലം വില്പന നടത്തിയപ്പോൾ ആധാര വ്യവസ്ഥയിൽ '400 ഏക്കർ സ്ഥലവും 60 ആദിവാസി കുടുംബവും' എന്നെഴുതിയതായി കെ ജെ ബേബി രേഖപ്പെടുത്തിയിട്ടുണ്ട്. 1911 ൽ റാവു ബഹദൂർ സി. ഗോപാലൻ നായർ രചിച്ച *വയനാട് ജനങ്ങളും പാരമ്പര്യവും* (*Wayanad–its peoples and traditions*) എന്ന പ്രഥമ വയനാട് ചരിത്രഗ്രന്ഥത്തിൽ അടിയാന്മാരെയും പണിയരേയും അടിമകൾ (Predical Slaves) എന്ന തലവാചകത്തിലാണ് പരിചയപ്പെടുത്തുന്നത്. വള്ളിയൂർക്കാവിലെ അടിമക്കച്ചവടത്തെപ്പറ്റി ആദിവാസി ഗവേഷകനായ കെ പാനൂർ ഇങ്ങനെ എഴുതി: 'വള്ളിയൂർകാവിലെ അടിമക്കച്ചവടം നൂറ്റാണ്ടുകളായി തുടർന്നുവന്ന ഒരേർപ്പാടായിരുന്നു എന്നതാണ് സത്യം. മാനന്തവാടിക്കടുത്തുള്ള വള്ളിയൂർക്കാവിൽ മീനം 1-ാം തീയതി ഉത്സവം തുടങ്ങുന്നു. 14 ദിവസം നീണ്ടു നില്ക്കുന്ന ഉത്സവകാലത്ത് വയനാട്ടിലെ അടിയരും പണിയരും വള്ളൂർ അമ്മയുടെ മുമ്പാകെ എത്തിച്ചേരുന്നു. വയനാട്ടിലെ ജന്മിമാരും അന്ന് അവിടെ എത്തും. ഓരോ ജന്മിയും ഒരു കൊല്ലക്കാലം അതായത് വള്ളിയൂർക്കാവിലെ അടുത്ത കൊല്ലത്തെ ഉത്സവം തുടങ്ങുന്നതുവരെ തന്റെ വയലിൽ അടിമജോലി ചെയ്തു കൊള്ളാമെന്ന കരാറിന്മേൽ കാലിച്ചന്തയിൽ നിന്ന് കന്നുകാലികളെ തെരഞ്ഞെടുക്കുന്ന മട്ടിൽ, ഒരു കൂട്ടം അടിയരെയും പണിയരെയും അന്നിവിടെ വെച്ച് വള്ളൂയൂർക്കാവിലെ ഭദ്രകാളിയുടെ മുമ്പാകെ അടിമപ്പണം കൊടുത്ത് വിലയ്ക്കെടുക്കുന്നു. വിവാഹം കഴിഞ്ഞവരാണെങ്കിൽ ആണിന് 10 ക തോതിലും പെണ്ണിന് 5ക തോതിലും അടിമപ്പണം കൊടുക്കും. വിവാഹം കഴിഞ്ഞിട്ടില്ലാത്തവർക്ക് രണ്ടര ക തോതിൽ മാത്രമേ വിലയുള്ളൂ ജന്മിമാർ ഈ ചടങ്ങ് കാവിൽ വെച്ച് നടത്തുന്നതിന്റെ കാരണം ഊഹിക്കാവുന്നതേയുള്ളൂ. വള്ളൂരമ്മ ആദിവാസികൾ വളരെയേറെ ഭയപ്പെടുന്ന ദേവതയാണ്. അവർക്ക് ദീനം ഉണ്ടാക്കുന്നതും സുഖപ്പെടുത്തുന്നതും ഈ ദേവതയാണ്. അതുകൊണ്ട് വള്ളൂരമ്മ സാക്ഷിയായി നടക്കുന്ന കരാർ പാലിക്കേണ്ടത് തങ്ങളുടെ കടമയായി അവർ കരുതുന്നു. പ്രവൃത്തിയിൽ ഉപേക്ഷ കാണിക്കുകയോ ഒളിച്ചോടി പോവുകയോ ചെയ്താൽ ഭദ്രകാളി കോപിക്കുകയും കഠിന രോഗം വരുത്തി ശിക്ഷിക്കുകയും ചെയ്യുമെന്നാണ് അവരുടെ വിശ്വാസം. ദേവന്മാരും ജന്മിമാരും തമ്മിൽ അങ്ങനെയൊരു ധാരണയുണ്ടായിരുന്നു! കഴിഞ്ഞ കാലങ്ങളിൽ അങ്ങനെ ഒളിച്ചോടിയവരെ പിടിച്ച് തിരിച്ചേല്പിക്കാൻ പൊലീസുകൂടി സഹായിച്ചിരുന്നുപോൽ. ഒരടിമയായാൽ ജന്മിയുടെ വയൽക്കരയിൽത്തന്നെ കുടുമ്പുകെട്ടി താമസിക്കാനുള്ള സൗകര്യം അനുവദിച്ചു കിട്ടും. അങ്ങനെ വള്ളൂരമ്മയുടെ പ്രീതിക്കുവേണ്ടി എന്നതിലേറെ ജന്മി നല്കുന്ന താമസസൗകര്യത്തിനും, കാടിക്കഞ്ഞിക്കുള്ള വകയ്ക്കും വേണ്ടി അവർ അടിമകളായി ജീവിക്കുകയായിരുന്നു', (*കേരളത്തിലെ ആഫ്രിക്ക*, പുറം.34).

പകലന്തിയോളം എല്ലുമുറിയെ പണിയെടുത്താൽ നെല്ലായിരുന്നു

കൂലിയായി അന്ന് നല്കിയിരുന്നത്. സ്ത്രീകൾക്ക് ഒരു സേറും പുരുഷന്മാർക്ക് രണ്ടു സേറും. ഈ അളവുപാത്രത്തിലും തമ്പുരാക്കന്മാർ ചതികാട്ടിയിരുന്നു. ഇതിനെതിരെയായിരുന്നു വർഗ്ഗീസിന്റെ നേതൃത്വത്തിൽ ആദ്യ സമരം. തുടർന്ന് നെല്ലിന്റെ അളവ് കൂട്ടിക്കിട്ടുന്നതിനു വേണ്ടിയായി സമരം. വല്ലി സമരം എന്നാണ് ഈ പ്രക്ഷോഭം അറിയപ്പെടുന്നത്. പ്രക്ഷോഭത്തിൽ ആദിവാസികൾ വിജയിച്ചെങ്കിലും വർഗ്ഗീസ് അതിക്രൂരമായി കൊല്ലപ്പെട്ടു. ആദിവാസി സമരചരിത്രത്തിൽ സവിശേഷ സ്ഥാനമർഹിക്കുന്നതാണ് വർഗ്ഗീസ് നടത്തിയ പോരാട്ടങ്ങൾ. ആദിവാസികളിൽ സംഘബോധവും സ്വത്വബോധവുമുണർത്താൻ വർഗ്ഗീസ് നടത്തിയ സമരങ്ങളിലൂടെ സാദ്ധ്യമായി.

ആദിവാസി പ്രശ്നങ്ങൾ, പ്രത്യേകിച്ച് ഭൂമിപ്രശ്നം ഉയർത്തി തൊണ്ണൂറുകൾക്കുശേഷം സി കെ ജാനുവിന്റെ (ആദിവാസി ദളിത് സമരസമിതി) നേതൃത്വത്തിലും ആദിവാസി ക്ഷേമ സമിതി (എ കെ എസ്)യുടെ നേതൃത്വത്തിലും നടന്ന പ്രക്ഷോഭങ്ങളാണ് രണ്ടാമത്തേത്.

ആദിവാസി ചരിത്രത്തിൽ ഇത്രയേറെ ശ്രദ്ധിക്കപ്പെട്ട സമരങ്ങൾ അതിനുമുമ്പ് കേരളത്തിലുണ്ടായിട്ടില്ല. ആദിവാസി ദളിത് സമരസമിതിയുടെ നേതൃത്വത്തിൽ സി കെ ജാനു നയിച്ച സെക്രട്ടറിയേറ്റിനു മുന്നിലും മുഖ്യമന്ത്രിയുടെ വസതിക്കു മുന്നിലും ആദിവാസി അഭയാർത്ഥി ക്യാമ്പ് തുറന്നുകൊണ്ടുള്ള സമരമാണ് അതിലൊന്ന്. കേരളത്തിലെ ഏതാണ്ട് മുപ്പത്തിയഞ്ചോളം ആദിവാസി വിഭാഗങ്ങൾ ഈ സമരത്തിൽ പങ്കെടുക്കുകയുണ്ടായി. അതിനുമുമ്പ് ഇത്തരത്തിലുള്ള ഒരു ഏകീകരണമുണ്ടായിട്ടില്ല. ആദിവാസികൾക്കിടയിൽ നിലനില്ക്കുന്ന ജാതീയമായ ഉച്ചനീചത്വങ്ങൾ മറന്നുള്ള ഈ ഐക്യപ്പെടൽ ആദിവാസി ചരിത്രത്തിൽ ഒരു പുത്തൻ അദ്ധ്യായം തുന്നിച്ചേർക്കലായി. ഈ സമരത്തിന് സാംസ്കാരിക കേരളത്തിന്റെ പിന്തുണകൂടി ഉണ്ടായതോടെ ഭരണകൂടത്തിന് സമരത്തോട് പിന്തിരിഞ്ഞുനില്ക്കാൻ പറ്റാത്ത അവസ്ഥയായി.

ആദിവാസി അഭയാർത്ഥി ക്യാമ്പിന്റെ ഭാഗമായി അന്നത്തെ മുഖ്യമന്ത്രി എ കെ ആന്റണിക്ക് ആദിവാസി, ദളിത് സമരസമിതി അദ്ധ്യക്ഷ സി കെ ജാനു, 2001 ഒക്ടോബർ 13 ന് നല്കിയ കത്തിൽ ആവശ്യപ്പെട്ട കാര്യങ്ങൾ ഇവയാണ്:

1. ഭൂരഹിതരായ ആദിവാസികളെ പുനരധിവസിപ്പിക്കാനായി 42,000 ഏക്കർ ഭൂമി സർക്കാർ കണ്ടെത്തിയിട്ടുണ്ടെന്ന് പത്രമാധ്യമങ്ങളിലൂടെ ഞങ്ങളുടെ ശ്രദ്ധയിൽപ്പെട്ടു. ഭൂരഹിതരായ മുഴുവൻ ആദിവാസി കുടുംബത്തിനും (45,000 കുടുംബങ്ങൾ) ഏറ്റവും കുറഞ്ഞത് അഞ്ചേക്കർ ഭൂമി നല്കുകയും ഇത് പൂർത്തീകരിക്കുകയും ചെയ്യണമെന്നാണ് ഞങ്ങളുടെ സുനിശ്ചിതമായ അഭിപ്രായം.
2. ഭരണഘടനാ വ്യവസ്ഥകൾക്കനുസൃതമായ ആനുകൂല്യങ്ങൾ ആദിവാസികൾക്ക് ലഭിക്കുമെന്നുറപ്പാക്കാനായി മുഴുവൻ ആദിവാസി അധിവാസ മേഖലകളും ആർട്ടിക്കിൾ 244(1) പട്ടികയിലുൾപ്പെടുത്തി

പട്ടിക മേഖലയായി (ഷെഡ്യൂൾഡ് ഏരിയ) പ്രഖ്യാപിക്കണമെന്നാണ് ഞങ്ങളുടെ അഭിപ്രായം. എല്ലാ ആദിവാസി ഊരുകളും അധിവാസ മേഖലകളും ഷെഡ്യൂൾഡ് ഏരിയയായി പ്രഖ്യാപിക്കാൻ ക്യാബിനറ്റ് തീരുമാനമുണ്ടാകണം. ഇതിന്റെ വിശദാംശങ്ങൾ തയ്യാറാക്കുന്നതിന് സർക്കാർ ഒരു കമ്മിറ്റിക്ക് രൂപം നല്കാൻ പദ്ധതിയുണ്ടെങ്കിൽ ആ കമ്മിറ്റിയിലെ വിദഗ്ദ്ധരായ ആളുകളിൽ പകുതിപ്പേർ സമരസമിതി നിർദ്ദേശിക്കുന്നവരായിരിക്കണം. താങ്കളുടെ പരിഗണനയ്ക്ക് വേണ്ടി ഭൂമിയിലുള്ള ആദിവാസികളുടെ അവകാശങ്ങളും ഭരണഘടനയുടെ അഞ്ചാം പട്ടികയും എന്ന കുറിപ്പ് ഇതോടൊപ്പം സമർപ്പിക്കുന്നു (സമർപ്പിച്ചു).

3. ജനാധിപത്യപരമായ സമരം ചെയ്യുന്ന ആദിവാസികളെ തടയാൻ പത്തനംതിട്ടയിൽ, പൊലീസിന്റെ ഭാഗത്തുനിന്നുണ്ടായ നടപടിയും ഞങ്ങളുടെ 22 പ്രവർത്തകരെ തൊടുപുഴയിൽ അറസ്റ്റ് ചെയ്ത നടപടിയും അപലപനീയമാണ്. സമരത്തിൽ ഉന്നയിച്ച പ്രശ്നങ്ങൾ രമ്യമായി പരിഹരിക്കുന്നതിന് ഇത് വിഘാതമാകും. ഞങ്ങളുടെ ആശങ്കകൾ താങ്കൾ മനസ്സിലാക്കി ധൃതിപിടിച്ച നടപടികളിലേക്ക് നീങ്ങുന്നതിൽ നിന്ന് പൊലീസ് ഉദ്യോഗസ്ഥരെ വിലക്കുവാനുള്ള യുക്തമായ നിർദ്ദേശം നല്കുമെന്ന് ഞങ്ങൾക്കുറപ്പുണ്ട്.

ദിവസങ്ങൾ നീണ്ടുനിന്ന സമരത്തിനൊടുവിൽ സർക്കാർ കണ്ണുതുറന്നു. ആദിവാസികളുടെ ആവശ്യങ്ങൾ ഗവൺമെന്റ് അംഗീകരിച്ചു. ഭൂരഹിതരായ മുഴുവൻ ആദിവാസി കുടുംബങ്ങൾക്കും ഭൂമിയുടെ ലഭ്യതയനുസരിച്ച് അഞ്ചേക്കർ വരെ ഭൂമി നല്കാമെന്ന് സർക്കാർ ഉറപ്പ് നല്കി.

ആദിവാസി അഭയാർത്ഥി ക്യാമ്പ് അവസാനിപ്പിക്കുന്നതിന് മുമ്പ് ആദിവാസി ദളിത് സമരസമിതി നേതാക്കളായ സി കെ ജാനു, എം ഗീതാനന്ദൻ, സണ്ണി എം കപിക്കാട്, ആർ പ്രസാദ്, സി ആർ ബിജോയി, എം കെ നാരായണൻ പുച്ചപ്ര എന്നിവരുമായി മുഖ്യമന്ത്രി എ കെ ആന്റണി, റവന്യൂമന്ത്രി കെ എം മാണി, ധനമന്ത്രി കെ ശങ്കരനാരായണൻ, കൃഷിമന്ത്രി കെ ആർ ഗൗരിയമ്മ, വ്യവസായമന്ത്രി പി കെ കുഞ്ഞാലിക്കുട്ടി, പട്ടികജാതി-വർഗ്ഗമന്ത്രി കുട്ടപ്പൻ, ഗ്രാമവികസനമന്ത്രി സി എഫ് തോമസ്, ഒപ്പം ഓരോ വകുപ്പിലേയും മറ്റും ഉന്നത ഉദ്യോഗസ്ഥർ എന്നിവർ ചേർന്ന് ഒപ്പുവെച്ച ഒത്തുതീർപ്പു വ്യവസ്ഥയിൽ പറഞ്ഞ കാര്യങ്ങൾ ഇവയായിരുന്നു:

1. ആദിവാസി നേതാക്കൾ മുന്നോട്ടുവെച്ച ഓരോ കുടുംബത്തിനും അഞ്ചേക്കറിൽ കുറയാത്ത ഭൂമി ലഭ്യമാക്കണമെന്ന ആവശ്യം പരിഗണിച്ച് ഇത് സാദ്ധ്യമാക്കുന്ന സുഗന്ധഗിരി, പൂക്കോട് തുടങ്ങിയ പ്രോജക്ട് പ്രദേശങ്ങളിൽ അധിവസിക്കുന്ന പട്ടികവർഗ്ഗ കുടുംബങ്ങൾക്ക് അഞ്ചേക്കർ ഭൂമി വീതം നല്കാൻ തീരുമാനിച്ചു. മറ്റു സ്ഥലങ്ങളിൽ ഭൂരഹിതരോ ഒരേക്കറിൽ കുറയാത്ത ഭൂമിയോ ഉള്ള ആദി

വാസി കുടുംബങ്ങൾക്ക് ഒരേക്കറിൽ കുറയാതെയും കൂടുതൽ കൃഷിഭൂമി ലഭ്യമായ സ്ഥലങ്ങളിൽ അഞ്ചേക്കർ വരെയും വിതരണം ചെയ്യുന്നതാണ്. ഭൂമി വിതരണം 2002 ജനുവരി ഒന്നിന് ആരംഭിക്കും.

2. ഇപ്രകാരം നല്കുന്ന ഭൂമിയിൽ നിന്ന് ജീവിക്കാനാവശ്യമായ വരുമാനമുണ്ടാക്കാൻ കാലതാമസമുണ്ടാകും എന്നതുകൊണ്ട് ആദിവാസി കുടുംബാംഗങ്ങൾക്ക് സ്ഥിരമായ വരുമാനമുണ്ടാക്കുന്നതിന് സഹായകരമായ തൊഴിൽ സൗകര്യങ്ങളും മറ്റു സംരംഭങ്ങളും അഞ്ചു വർഷത്തേക്ക് ഏർപ്പെടുത്തുന്നതാണ്.

3. 1999 ലെ കേരള സംസ്ഥാന പട്ടികവർഗ്ഗ ഭൂമി കൈമാറ്റ നിയന്ത്രണം-അന്യാധീനപ്പെട്ട ഭൂമി വീണ്ടെടുക്കൽ നിയമം നടപ്പാക്കുന്നത് നിലവിലെ കേസുകളിൽ സുപ്രീംകോടതിയുടെ അന്തിമവിധി അനുസരിച്ചായിരിക്കും.

4. ആദിവാസികളുടെ കൈവശം ഇപ്പോഴുള്ള ഭൂപ്രദേശങ്ങളും പുതുതായി പതിച്ചുകൊടുക്കുന്നവയും ഷെഡ്യൂൾഡ് ഏരിയയായി പ്രഖ്യാപിക്കണമെന്ന് സംസ്ഥാന സർക്കാർ കേന്ദ്ര സർക്കാരിനോട് ആവശ്യപ്പെടുന്നതാണ്. ഈ പ്രദേശങ്ങളിൽ അധിവസിക്കുന്ന ആദിവാസികളുടെ ഭൂമിയും സംസ്കാരവും സംരക്ഷിക്കുന്നതിന് സംസ്ഥാന സർക്കാർ നിയമനിർമ്മാണം നടത്തും.

5. ആദിവാസികളുടെ സർവ്വതോമ്മുഖമായ വികാസത്തിനായി സംസ്ഥാന ആസൂത്രണബോർഡ് ഒരു മാസ്റ്റർ പ്ലാൻ തയ്യാറാക്കുന്നതും ഒരു മിഷൻ മാതൃകയിൽ സമയബന്ധിതമായി പത്താം പഞ്ചവത്സര പദ്ധതിയുടെ തുടക്കം മുതൽ നടപ്പാക്കുന്നതുമാണ്.

ആദിവാസികളുമായി ബന്ധപ്പെട്ട പദ്ധതികൾ ആവിഷ്കരിക്കുന്നതിലും നടപ്പാക്കുന്നതിലും അവരുടെ പങ്കാളിത്തം ഉറപ്പാക്കുന്നതാണ്.

7. വയനാട് ജില്ലയിൽ ഭൂരഹിതരായ ആദിവാസി കുടുംബാംഗങ്ങളുടെ ആധിക്യം പരിഗണിച്ച് അവർക്ക് നല്കുന്നതിനാവശ്യമായ ഭൂമി പ്രത്യേകിച്ച് നിക്ഷിപ്ത വനഭൂമി പരമാവധി കേന്ദ്ര സർക്കാരിന്റെ അനുമതിയോടെ കണ്ടുപിടിച്ച് സമയബന്ധിതമായി വിതരണം ചെയ്ത് അധിവസിപ്പിക്കുന്നതിനും നടപടി സ്വീകരിക്കുന്നതാണ്.

8. ഈ തീരുമാനങ്ങളുടെ അടിസ്ഥാനത്തിൽ ആദിവാസി സമരം ഉടൻ പിൻവലിക്കുന്നതാണ്.

മേൽ കരാർ അനുസരിച്ച് ചില പ്രവർത്തനങ്ങൾക്ക് അന്നത്തെ സർക്കാർ ആരംഭം കുറിച്ചു. 2002 ജനുവരി ഒന്നിന് ഇടുക്കി ജില്ലയിലെ മറയൂരിൽ ആദിവാസി പുനരധിവാസ വികസന പദ്ധതി ഉദ്ഘാടനം ചെയ്തു. എന്നാൽ ഈ പദ്ധതിയിലൂടെ ഭൂമി നല്കുമ്പോൾ മുന്നോട്ടു വെച്ച നിർദ്ദേശങ്ങൾ ഒട്ടേറെ ദുരൂഹതകൾ നിറഞ്ഞതായിരുന്നു. 388 കുടുംബങ്ങൾക്ക് (മറയൂർ, കുണ്ടള ഭാഗത്ത്) 1078 ഏക്കർ ഭൂമിയാണ് അന്ന് പതിച്ചു നല്കിയത്. സർക്കാർ നല്കിയ ഭൂമി ഉഴുതുമറിക്കരുത് എന്ന

തായിരുന്നു അതിലെ ഒരു പ്രധാന വ്യവസ്ഥ. ഉഴുതുമറിക്കൽ അടക്കമുള്ള ചില കാര്യങ്ങൾ ചെയ്താൽ പട്ടയം നഷ്ടപ്പെടും എന്നൊരു വിചിത്ര മുന്നറിയിപ്പും ആദിവാസികൾക്ക് നല്കിയിരുന്നു.

സൂക്ഷ്മമായി പരിശോധിച്ചാൽ, ആത്മാർത്ഥതയില്ലാത്ത ഒരു പരിപാടിയായിരുന്നു ഇതെന്ന് കാണാം. പട്ടയം നല്കുമ്പോൾ മുന്നോട്ടുവെച്ച വ്യവസ്ഥകളിൽ പലതും കൃഷിയിറക്കുന്നത് തടയുവാനും പട്ടയം റദ്ദാക്കുന്നതിനും വേണ്ടിയുള്ളതായിരുന്നു. ആദിവാസികൾക്ക് നല്കിയ മറയൂരിലേയും കുണ്ടളയിലേയും ഭൂമി കിഴ്ക്കാംതൂക്കായി കിടക്കുന്നതാണ്. കൃഷിചെയ്യാൻ പറ്റാത്ത ഭൂമി.

റവന്യൂ, വനംവകുപ്പുകളുടെ എതിർപ്പും തൃപ്തിയില്ലായ്മയും തുടക്കം മുതല്ക്കേ, ഭൂമി പതിച്ചുനല്കുമ്പോൾ നിലനിന്നിരുന്നു. നല്കപ്പെട്ട ഭൂമിയിൽനിന്ന് ആദിവാസികളെ പുറത്താക്കുവാനും ഭൂമി തിരിച്ചെടുക്കുവാനും ഉതകുന്ന വ്യവസ്ഥകൾ പട്ടയം നല്കുമ്പോൾ തന്നെ നല്കിയിരുന്നു. പിന്നീട്, ഏറെ കഴിയുംമുമ്പ്, നല്കപ്പെട്ട ഭൂമിയിൽ പലതും അന്യാധീനപ്പെട്ടതായി വാർത്തകൾ വന്നു. പയ്യെ പയ്യെ ആദിവാസി നേതാക്കളുമായുള്ള കരാർ വ്യവസ്ഥകൾ നടപ്പാക്കാതെ മരവിപ്പിച്ചു.

ആദിവാസി മിഷൻ പ്രവർത്തനം നിലച്ചു. പുനരധിവാസത്തിന് അനുവദിച്ച ഫണ്ട് സർക്കാർ തിരിച്ചുപിടിച്ചു. അങ്ങനെ പാവപ്പെട്ടവരിൽ പാവപ്പെട്ടവരും സമൂഹത്തിലെ ഏറ്റവും പിന്നാക്കംനില്ക്കുന്നവരുമായ ജനതയെ ഭരണകൂടം ഒരിക്കൽക്കൂടി വഞ്ചിച്ചു.

മുത്തങ്ങാ സമരം

കേരളത്തിലെ ആദിവാസി ഭൂസമര ചരിത്രത്തിലെ ഉജ്ജ്വല അദ്ധ്യായമാണ് മുത്തങ്ങാ സമരം. ഇന്ത്യക്ക് വെളിയിൽ പോലും ചർച്ച ചെയ്യപ്പെട്ട പ്രക്ഷോഭമാണിത്. ഭൂമിക്കുവേണ്ടി സമരം ചെയ്ത ആദിവാസികളെ എ കെ ആന്റണി സർക്കാർ വെടിവെച്ചുകൊന്നു എന്നതായിരുന്നു സമരത്തെ ശ്രദ്ധേയമാക്കിയത്.

സെക്രട്ടറിയേറ്റിനു മുമ്പിൽ കുടിൽകെട്ടി സമരംചെയ്ത ആദിവാസി സംഘടനാ നേതാക്കളുമായി 2001 ഒക്ടോബറിൽ സർക്കാർ ഒപ്പുവെച്ച കരാർ വ്യവസ്ഥകൾ നടപ്പിലാക്കാതെ, വഞ്ചിച്ചതിനെതിരെയുള്ള ആദിവാസികളുടെ രോഷമാർന്ന പ്രതിഷേധത്തിന്റെ ഭാഗമായിട്ടാണ് 2003 ജനുവരി മൂന്നാം തീയതി മുത്തങ്ങയിൽ കുടിൽകെട്ടി സമരം നടത്തിയത്. ഒരർത്ഥത്തിൽ, കരാർ വ്യവസ്ഥയുടെ പ്രതീകാത്മകമായ നടപ്പിൽ വരുത്തലായിരുന്നു അത്. ഒരു സ്വയംഭരണ പ്രദേശത്തിന്റെ ചെറുരൂപം അവിടെ സൃഷ്ടിക്കുവാനും ആദിവാസികൾ അന്നവിടെ തയ്യാറായി. നീലഗിരി ബയോസ്ഫിയർ റിസർവിന്റെ ഭാഗമായ മുത്തങ്ങ വന്യജീവി സങ്കേതത്തിന്റെ, വനനശീകരണം നടന്നതും മുമ്പ് ആദിവാസികളുടെ വാസസ്ഥലമായിരുന്നതുമായ പ്രദേശത്താണ് ആദിവാസികൾ കുടിലുകൾ

കെട്ടിയത്.

നൂറുകണക്കിന് ആദിവാസികളാണ് മുത്തങ്ങ വനഭൂമിയിൽ കുടിൽകെട്ടി സമരത്തിൽ പങ്കാളികളായത്. സ്വന്തമായി ഒരു തുണ്ടു ഭൂമിയില്ലാത്തവരായിരുന്നു അവർ. ഏറെ പ്രതീക്ഷയോടെയാണ് ആദിവാസികൾ കുടുംബസമേതം കുടിൽകെട്ടി താമസമാരംഭിച്ചത്. ഭരണഘടനയും നിലവിലുള്ള നിയമ വ്യവസ്ഥകളും അനുവദിക്കുന്ന ആദിവാസി ഗ്രാമസഭയും മുത്തങ്ങയിൽ ആരംഭിച്ചിരുന്നു. ആദിവാസി സ്വയംഭരണം എന്ന നിയമമനുവദിക്കുന്ന ഭരണവ്യവസ്ഥയും മുത്തങ്ങയിൽ അവർ സ്വപ്നം കണ്ടിരുന്നു.

എന്നാൽ, ആദിവാസികൾ വനം കൈയേറി എന്നായിരുന്നു അധികൃതരുടെ വാദം. സത്യത്തിൽ, 1980 ൽ മാവൂർ ഗ്രാസിം ഫാക്ടറിക്കുള്ള അസംസ്കൃത വനവിഭവങ്ങൾക്ക് വേണ്ടി യൂക്കാലിപ്റ്റസ് പ്ലാന്റേഷൻ സ്ഥാപിച്ച സ്ഥലത്തായിരുന്നു ആദിവാസികൾ കുടിൽകെട്ടി താമസമാരംഭിച്ചത്.

സ്വാതന്ത്ര്യാനന്തരം ആദിവാസികൾക്കെതിരെ ഭരണകൂടം നടത്തിയ ഏറ്റവും ക്രൂരമായ കുടിയൊഴിപ്പിക്കൽ രീതിയാണ് മുത്തങ്ങയിൽ അവലംബിച്ചത്. പീഡിതരിൽ പീഡിതരും പാവങ്ങളിൽ പാവങ്ങളുമായ ഒരു ജനതയ്ക്ക് നേരെ, എല്ലാ നിയമ വ്യവസ്ഥകളേയും കാറ്റിൽപ്പറത്തി പൊലീസ് നിർദ്ദയം വെടിവെക്കുകയാണുണ്ടായത്.

വെടിവെപ്പിൽ ഒരാദിവാസി (ജോഗി) മരണപ്പെട്ടു. ഒരു പൊലീസുകാരൻ മരണമടഞ്ഞു. നിരവധി പേർ വേട്ടയാടപ്പെട്ടു. 1000 ത്തോളം ആദിവാസികളെ ജയിലിലടച്ചു. സമരനേതാക്കളായ സി കെ ജാനുവിനെയും ഗീതാനന്ദനെയും പൊലീസ് ക്രൂരമായി മർദ്ദിച്ചു. സ്ത്രീകളേയും കുട്ടികളെയുംപോലും പൊലീസ് വെറുതെ വിട്ടില്ല.

വെടിവെപ്പിന്റെ തൊട്ടുമുമ്പ് പൊലീസ് മാധ്യമ പ്രവർത്തകരെ സംഭവസ്ഥലത്തുനിന്നും ആട്ടിയോടിച്ചു. കൊടും കുറ്റവാളികളെ നേരിടുന്ന രീതിയിലായിരുന്നു പിന്നീട് പൊലീസിന്റെ നരനായാട്ട്.

മുത്തങ്ങയിൽ പൊലീസ് നിയമ ലംഘനം നടത്തിയതായും ആദിവാസികൾക്കെതിരെ അതിക്രമം കാട്ടിയതായും മുത്തങ്ങയിൽ വസ്തുതാന്വേഷണം നടത്തിയ ദേശീയ പട്ടികജാതി പട്ടികവർഗ്ഗ കമ്മീഷൻ ചൂണ്ടിക്കാട്ടുകയുണ്ടായി. മുത്തങ്ങ സംഭവത്തിന്റെ പശ്ചാത്തലത്തിൽ ഡോ. ബി ഡി ശർമ (ദേശീയ പട്ടികജാതി പട്ടികവർഗ്ഗ കമ്മീഷണർ) തയ്യാറാക്കിയ റിപ്പോർട്ടിൽ ഇങ്ങനെ പറയുന്നു:

“അതിജീവനത്തിനു വേണ്ടിയുള്ള സാദ്ധ്യതകൾ നഷ്ടപ്പെട്ട ഒരു ജനത നടത്തുന്ന സമരത്തെ സായുധ കലാപത്തിനുവേണ്ടിയുള്ള തയ്യാറെടുപ്പായിരുന്നു എന്ന് മുദ്രകുത്തുന്നത് ശരിയല്ല. മറിച്ച് ഭരണഘടനയിൽ വിഭാവനം ചെയ്തിരിക്കുന്ന സ്വയംഭരണ വ്യവസ്ഥകളുടെ സ്പിരിറ്റിന് പൂർണ്ണമായും അനുരോധമായ ഒരു ജനതയുടെ നടപടി മാത്രമാണത്....”

മുത്തങ്ങ സമരത്തിന്റെ സ്പിരിറ്റ് ഭരണാധികാരികൾ അംഗീകരിക്കേണ്ട സമയം വൈകിയിരിക്കുന്നു.

സ്വകാര്യ വ്യക്തികൾക്ക് പതിച്ചുനല്കിയ വിപുലമായ ഭൂപ്രദേശങ്ങൾ ആദിവാസികൾക്കുവേണ്ടി വിതരണം ചെയ്യുന്നതിനായി ലഭ്യമാക്കണം. 1996 ലെ പഞ്ചായത്ത് രാജ് വ്യവസ്ഥകൾ (പട്ടികവർഗ്ഗ മേഖലയിലേക്ക് വ്യാപിപ്പിക്കൽ) നിയമമനുസരിച്ച് പ്രകൃതി വിഭവങ്ങളിൻമേലുള്ള ഭരണഘടനാപരമായ അവകാശമാണ് ആദിവാസികൾ ചോദിക്കുന്നത്. 1960 ൽ തന്നെ ഔപചാരികമായി കേരള സർക്കാർ തീരുമാനമെടുത്ത ഒരു കാര്യമാണെന്നിരിക്കെ, ആദിവാസി മേഖലകൾ പട്ടികവർഗ്ഗ പ്രദേശമായിട്ടില്ല എന്ന വാദം ഉന്നയിക്കുന്നത് തികച്ചും സാങ്കേതികത്വം കുത്തിപ്പൊക്കലാണ്. കേരളത്തിലെ ആദിവാസികളുടെ രണ്ട് തലമുറയെ ഏറ്റവും മോശപ്പെട്ട നിലയിൽ ആക്കിത്തീർത്ത ഗുരുതരമായ വീഴ്ച ഇപ്പോഴെങ്കിലും തിരുത്തുക. വനഭൂമിയെ സംബന്ധിച്ച് 1990 ലെ നയരൂപീകരണത്തിൽ ഊന്നിക്കൊണ്ടും പഞ്ചായത്ത് രാജ് വ്യവസ്ഥകൾ (പട്ടികവർഗ്ഗ മേഖലയിലേക്ക് വ്യാപിപ്പിക്കൽ) നിയമം പൊതുവായി കണക്കിലെടുത്തും ആദിവാസികളുമായി ഗവൺമെന്റ് ചർച്ച പുനരാരംഭിക്കട്ടെ. സാമാന്യവല്ക്കരിക്കപ്പെട്ട പരിഹാരം ഉണ്ടാകുമെന്ന് തോന്നുന്നില്ല. എന്നിരുന്നാലും താഴെ പറയുന്ന വിഷയങ്ങൾ ഇതിൽ ഉൾപ്പെടുത്തിയിരിക്കണം.

1. അന്യാധീനപ്പെട്ട ഭൂമിയുടെ തിരിച്ചെടുക്കൽ.
2. ഈ ആവശ്യത്തിനുവേണ്ടി ഗവൺമെന്റ് ഭൂമി വിലയ്ക്ക് വാങ്ങുകയും പതിച്ചുകൊടുക്കുകയും ചെയ്യുക.
3. ഇതിനകം കണ്ടെത്തിയ ഭൂമി പതിച്ചുകൊടുക്കുക.
4. പ്രാദേശികമായ പ്രത്യേകതകൾ കണക്കിലെടുത്തുകൊണ്ട് 1990 ലെ സ്കീമനുസരിച്ച് റിസർവ് ഫോറസ്റ്റിലുൾപ്പെടെ ഭൂമി നല്കുക.

മുകളിൽ സൂചിപ്പിച്ച തരത്തിലുള്ള നടപടികൾ പ്രാദേശികതലത്തിൽ നടപ്പാക്കുന്നതോടൊപ്പം, ഇതേവരെ മറന്നുകിടന്ന അജണ്ടയായ പട്ടികവർഗ്ഗ പ്രദേശമാക്കുക എന്ന ദേശീയതലത്തിലുള്ള പ്രതിജ്ഞാബദ്ധത നിറവേറ്റുക എന്ന കടമ വീണ്ടെടുക്കുക എന്നതാണ് സംസ്ഥാന തലത്തിൽ ചെയ്യേണ്ടതെന്നാണ് ഇത് സമാഹരിച്ചുകൊണ്ട് വ്യക്തമാക്കാനുള്ളത്. പഞ്ചായത്ത് രാജ് വ്യവസ്ഥകൾ (പട്ടികവർഗ്ഗ മേഖലയിലേക്ക് വ്യാപിപ്പിക്കൽ) നിയമത്തിൽ വിഭാവനം ചെയ്ത തരത്തിൽ വിഭവങ്ങളിന്മേലുള്ള സ്വയംഭരണ തത്ത്വങ്ങൾ അംഗീകരിക്കുകയും ഗ്രാമതലത്തിലുള്ള ഭരണസമ്പ്രദായത്തിൽ സമൂലമായ മാറ്റം ഉടനടിയുണ്ടാകുകയും വേണം. വില്ലേജ് റിപ്പബ്ലിക്കുകൾ എന്ന അത്യുന്നതമായ ആശയത്തെ ത്വരിപ്പിക്കാൻ കഴിയുംവിധം മുഴുവൻ കേരളീയരിലും ഇതിന്റെ സന്ദേശം യഥാർത്ഥത്തിൽ എത്തിക്കാൻ കഴിയണം (പീപ്പിൾസ് റിപ്പോർട്ട്, 2005 സെപ്തംബർ, പുസ്തകം 1, ലക്കം).

വിചിത്രമായ കാര്യം, മുത്തങ്ങാസമരം അടിച്ചൊതുക്കിയതിനെ

തുടർന്നുള്ള ദിവസങ്ങളിൽ ഭരണകൂടവും ചില മാധ്യമങ്ങളും മനുഷ്യ പറ്റില്ലാത്ത ചില പരിസ്ഥിതി സംഘടനകളും പ്രചരിപ്പിച്ച കള്ളക്കഥക ളാണ്. ഭൂമിക്ക് വേണ്ടി സമരം ചെയ്ത, നില്ക്കാനൊരിടമില്ലാത്ത ആദി വാസികൾ ക്രിമിനലുകളായി മുദ്രകുത്തപ്പെട്ടു. സാംസ്കാരിക പ്രവർത്ത കനായ കെ കെ സുരേന്ദ്രൻ ചൂണ്ടിക്കാട്ടിയതുപോലെ, (*മാധ്യമം* ആഴ്ച പ്പതിപ്പ്, 2004 നവംബർ 5) സമരങ്ങളും പോരാട്ടങ്ങളും കൊണ്ട് നിത്യ സംഭവമായ കേരളം പോലൊരിടത്ത് ഒരാദിവാസി സമരത്തെ മാത്രം ഇത്രയും 'ക്രിമിനലൈസ്' ചെയ്തതിന്റെ താല്പര്യമെന്തായിരിക്കാം? എം ഗീതാനന്ദനെ വെറുമൊരു കൊലപാതകിയും സി കെ ജാനുവിനെ കാട്ടിൽ അതിക്രമിച്ചുകയറി മാൻവേട്ട നടത്തിയവളും ഫോറസ്റ്റ് ഉദ്യോ ഗസ്ഥന്റെ മാലയും പൈസയും മോഷ്ടിച്ചവളുമാക്കി. പൊതുസമൂഹ ത്തിന്റെ മുന്നിൽ പെരുമ്പറകൊട്ടിയാടുന്ന ഭരണകൂട രസതന്ത്രത്തിന്റെ രുചി, ജാതീയ പരികല്പനകളുടേതും വംശീയ വിദ്വേഷത്തിന്റേതുമാ ണെന്ന് മുത്തങ്ങയുമായി ബന്ധപ്പെട്ട സർക്കാർ സ്വീകരിച്ച നിലപാടു കൾ തുടങ്ങി ഒടുവിൽ സി ബി ഐ സമർപ്പിച്ച അന്വേഷണ റിപ്പോർട്ട് വരെ വ്യക്തമാക്കുന്നുണ്ട്.

ഭരണഘടനാപരമായ ആദിവാസികളുടെ അവകാശങ്ങളെപ്പറ്റിയോ കുടിൽകെട്ടി സെക്രട്ടറിയേറ്റിനു മുമ്പിൽ സമരം നടത്തിയപ്പോൾ സർക്കാർ ആദിവാസികളുമായി ഉണ്ടാക്കിയ കരാറിനെക്കുറിച്ചോ സംവാ ദത്തിനു മുതിരുന്നതിനു പകരം മുത്തങ്ങാ സമരത്തെപ്പറ്റിയും സമരനേ താക്കളെക്കുറിച്ചും അപസർപ്പക കഥകൾ പ്രചരിപ്പിക്കുന്നതിലായിരുന്നു പല പത്രങ്ങൾക്കുമന്ന് താല്പര്യം. സർക്കാരുമായി ഒപ്പുവെച്ച കരാറിലെ നാലാമത്തെ കാര്യമായ ഗോത്ര സ്വയംഭരണമെന്ന ഭരണഘടനാപരമായ അവകാശത്തെ, രാജ്യത്തെ ഭരണ വ്യവസ്ഥയിൽ നിന്ന് വേറിട്ട ഒരു സായുധ കലാപ മേഖലയായി ചിത്രീകരിക്കുവാൻ ശ്രമങ്ങൾ നടന്നു. ഇന്ത്യയിൽ ആയിരത്തിൽപ്പരം ആദിവാസി സ്വയംഭരണ പ്രദേശങ്ങളുണ്ട് എന്ന യാഥാർത്ഥ്യംപോലും വിസ്മരിക്കപ്പെട്ടു.

നില്പ് സമരം

2001 ലെ കുടിൽകെട്ടി സമരത്തിലും മുത്തങ്ങാ പ്രക്ഷോഭത്തിലും ഉന്നയിച്ച പ്രശ്നങ്ങൾ തന്നെയാണ് 'നില്പ്' സമരത്തിലും ആദിവാസി കൾ ഉന്നയിച്ചത്. മറ്റൊരു രീതിയിൽ പറഞ്ഞാൽ, മേൽസമരങ്ങളിൽ ഉന്ന യിച്ചതും സർക്കാർ നടപ്പിലാക്കാമെന്ന് രേഖാമൂലം പറഞ്ഞ് വഞ്ചിച്ചതു മായ കാര്യങ്ങൾ. മുത്തങ്ങാ സമരം കഴിഞ്ഞ് ഒരു വ്യാഴവട്ടക്കാലം കഴി ഞ്ഞിട്ടും ആദിവാസികളുടെ അവസ്ഥയ്ക്ക് ഒരു മാറ്റവും ഉണ്ടായിട്ടില്ല എന്നതാണ് ഇതിന്റെ മറ്റൊരർത്ഥം.

2001 ലെ കുടിൽകെട്ടി സമരത്തിന്റെ പര്യവസാനത്തിൽ നല്കിയ ഉറപ്പുകൾ പാലിക്കണമെന്നതായിരുന്നു 'നില്പ്' സമരത്തിലെ പ്രധാന

ആവശ്യം. അന്ന് സർക്കാർ നല്കിയ ഉറപ്പുകൾ ഇങ്ങനെ സംഗ്രഹിക്കാം:

> കേരളത്തിലെ ഭൂരഹിതരായ മുഴുവൻ ആദിവാസികളേയും പുനരധിവസിപ്പിക്കും, പുനരധിവാസം ഒരു മിഷൻ മാതൃകയിൽ നടപ്പാക്കും, ആദിവാസി ഭൂമി സംരക്ഷിക്കാൻ ഭരണഘടനയുടെ 5-ാം പട്ടികയിൽ ഉൾപ്പെടുത്തി പട്ടികവർഗ്ഗ മേഖല പ്രഖ്യാപിക്കും; ഭൂരഹിതരെ പുനരധിവസിപ്പിക്കാൻ വനഭൂമി പതിച്ചുനല്കും; പട്ടിണിമരണം തടയാൻ തൊഴിലും വരുമാനവും ഉറപ്പാക്കും; അന്യാധീനപ്പെട്ട ഭൂനിയമവുമായി ബന്ധപ്പെട്ട സുപ്രീംകോടതി വിധി മാനിക്കും; ഒരു ദൗത്യ സംഘം (മിഷൻ മാതൃകയിൽ) നടപ്പാക്കുന്ന പുനരധിവാസ പദ്ധതിയിൽ ആദിവാസികളെ പങ്കാളികളാക്കും.

മേല്പറഞ്ഞ വ്യവസ്ഥകൾ കഴിഞ്ഞ 12 വർഷത്തിനിടയിൽ നടപ്പിലാക്കിയിരുന്നെങ്കിൽ ഒരു 'നില്പ്' സമരം ആവശ്യമായി വരില്ലെന്നു മാത്രമല്ല, കേരളത്തിലെ ആദിവാസികളുടെ ജീവിതചരിത്രം തന്നെ മാറിമറിയുമായിരുന്നു. നിർഭാഗ്യവശാൽ മേല്പറഞ്ഞ ആവശ്യങ്ങളിലെ ഏറ്റവും മർമ്മപ്രധാനമെന്ന് വിശേഷിപ്പിക്കാവുന്ന പുനരധിവാസം ഇപ്പോൾ ചർച്ചയിൽ പോലുമില്ലാത്ത കാര്യമായി മാറിയിരിക്കുന്നു. കേരളത്തിലെ ഏറ്റവും പ്രധാന ആദിവാസി ആവാസമേഖലയായ അട്ടപ്പാടിയിൽ ഞെട്ടിപ്പിക്കുന്ന വിധത്തിൽ ശിശുമരണം സംഭവിച്ചുകൊണ്ടിരിക്കുകയാണ്.

അതിനാൽ ആദിവാസി ജീവിതവും നിലനില്പുമായി ബന്ധപ്പെട്ട മറ്റു ചില അടിസ്ഥാന പ്രശ്നങ്ങളും നില്പു സമരത്തിൽ ഉന്നയിക്കുന്നുണ്ട്. അവയിൽ പ്രധാനപ്പെട്ടവ ഇവയാണ്:

1. മുത്തങ്ങയിൽ കുടിൽകെട്ടി ജീവിതമാരംഭിച്ചിരുന്നവരെയാണ് പൊലീസ് ആട്ടിയോടിച്ചത്. അതിനാൽ അവരെ പുനരധിവസിപ്പിക്കണം. കേരള ഹൈക്കോടതിയുടെയും മനുഷ്യാവകാശ കമ്മീഷന്റേയും വിധിയും നിർദ്ദേശങ്ങളും ഇതുസംബന്ധിയായുണ്ട്. അവ നടപ്പിലാക്കപ്പെടണം.
2. ശിശുമരണവും പട്ടിണി മരണവും അട്ടപ്പാടിയിലെ ആദിവാസികൾക്കിടയിൽ വർദ്ധിച്ച തോതിൽ സംഭവിച്ചുകൊണ്ടിരിക്കുകയാണ്. അവ തടയുന്നതിനാവശ്യമായ നടപടികൾ സ്വീകരിക്കണം.
3. വനാവകാശനിയമം നടപ്പാക്കുക. 2006 ൽ കേന്ദ്ര സർക്കാർ പാസാക്കിയ വനാവകാശനിയമം ആദിവാസികൾ പൊരുതി നേടിയെടുത്ത അവകാശമാണ്. കാടുമായി ബന്ധപ്പെട്ട ആവാസ വ്യവസ്ഥയിൽ ജീവിക്കുന്ന ആദിവാസികളുടെ ജീവിതത്തെ ഏറെ ഗുണകരമായി ബാധിക്കുന്നതാണ് ഈ നിയമം.

   Scheduledtribes & other forest Dwellers (Rights Recognition) Act 2006 നിലവിൽ വന്നതോടെ ഇന്ത്യയിലെമ്പാടും ആദിവാസി

കളുടെ വനാവകാശം അംഗീകരിക്കപ്പെട്ടിട്ടുണ്ട്. കേരളത്തിൽ ഇതേ വരെ ഈ നിയമം നടപ്പിലാക്കിയിട്ടില്ല. എന്നു മാത്രമല്ല, ആവാസ വ്യവസ്ഥകൾ അവർക്കന്യമാവുന്ന അവസ്ഥയാണ് ഇന്നുള്ളത്.

4. ആദിവാസികളിലെ ഏറ്റവും പിന്നാക്കാവസ്ഥയിൽ നില്ക്കുന്ന പണിയ, അടിയ, മുതുവാൻ, മന്നാൻ, മലമ്പണ്ടാരം തുടങ്ങിയ വിഭാഗങ്ങളുടെ പിന്നാക്കാവസ്ഥ പരിഹരിക്കുവാൻ പ്രത്യേക പാക്കേജുകൾ നടപ്പിലാക്കണം. അല്ലാത്തപക്ഷം ഇത്തരം വിഭാഗങ്ങളുടെ അതിജീവനം അങ്ങേയറ്റം പരിതാപകരമാകും.
5. മാവോയിസ്റ്റ് ഭീഷണിയുടെ പേരിലുള്ള പൊലീസ് രാജ് അവസാനിപ്പിക്കണമെന്നും ആദിവാസികൾക്ക് നിർഭയമായി ജീവിക്കുവാനുതകുന്ന സാഹചര്യം സൃഷ്ടിക്കണമെന്നുമാണ് ഒരാവശ്യം. മാവോയിസ്റ്റ് വേട്ടയുടെ പേരുപറഞ്ഞ് ആദിവാസി മേഖലകളിൽ പൊലീസ് നടത്തുന്ന തേർവാഴ്ച ആദിവാസി ജീവിതത്തെ ഏറെ ഭയചകിതമാക്കുന്നുണ്ട്. ഇതവസാനിപ്പിക്കണമെന്നാണ് സമരാവശ്യപ്പട്ടികയിലെ ഒരിനം.

മുകളിൽ സൂചിപ്പിച്ച സുപ്രധാന ആവശ്യങ്ങളോടൊപ്പം ഒട്ടേറെ മറ്റാവശ്യങ്ങളും ആദിവാസികൾ ഉന്നയിക്കുന്നുണ്ട്. സ്വത്വ അസ്തിത്വ പ്രതിസന്ധികൾ നേരിടുന്ന ആദിവാസികളുടെ ആവശ്യങ്ങൾ സാക്ഷാല്ക്കരിച്ചുകൊടുക്കേണ്ടത് ജനാധിപത്യ ഭരണകൂടങ്ങളുടെ ഉത്തരവാദിത്വമാണ്. പിന്നാക്കം നില്ക്കുന്ന ആദിവാസികളുടെ ആവശ്യങ്ങൾ നേടുവാനുള്ള സമരത്തിൽ പങ്കാളിയാവുക എന്നത് ജനാധിപത്യ, മനുഷ്യാവകാശങ്ങളിൽ വിശ്വസിക്കുന്ന മുഴുവൻ മനുഷ്യരുടെയും കടമയാണ്.

അവലംബം

1. പി കെ പ്രകാശ്, *അന്യാധീനപ്പെടുന്ന ഭൂമി; ആദിവാസി ഭൂമിപ്രശ്നത്തിന്റെ ചരിത്രവും രാഷ്ട്രീയവും,* ഒലീവ് കോഴിക്കോട്, 2002.
2. പ്രൊഫ. കെ എം പ്രസാദ് (എഡി.) *ആദിവാസി സമരത്തിന്റെ അർത്ഥാന്തരങ്ങൾ*, കേരള ശാസ്ത്ര സാഹിത്യ പരിഷത്ത്.
3. കെ എം സലിം കുമാർ, *ആദിവാസി ഭൂസമരം പ്രശ്നങ്ങളും സമീപനവും,* ആദിവാസി ഏകോപന സമിതി, 1995.
4. *കേരള ഭൂപരിഷ്കരണം; ദളിത് പക്ഷ വിമർശനവും വിഭവാധികാര പ്രശ്നങ്ങളും,* ചെങ്ങറ ഭൂസമര ഐക്യദാർഢ്യസമിതി, 2010.
5. M. Sebastian, *Tribal Society and Economy Tribal situation in Kerala,* International Congress on Kerala Studies.
6. C R Bijoy & Ravi Raman, *The real story Adivasi movement to recover,* Economic and Political Weekly, Vol.38, No: 20 (May 17, 23)
7. The Kerala scheduled tribes (restriction on transfer on lands

and restoration of alienated lands and restoration of Alienated lands) Act 1975.

8. നീതി തേടുന്ന ജനത ആദിവാസികളുടെ നില്പുസമരം ഉയർത്തുന്ന ചോദ്യങ്ങൾ, ആദിവാസി ഗോത്ര മഹാസഭ, 2014.

Scheduled tribes & other forest Dwellers (Rights Recognition) Act 2006 നിലവിൽവന്നതോടെ ഇന്ത്യയിലെമ്പാടും ആദിവാസി കൾ.

C R Bijoy & Ravi Raman, *The real story Adivasi movement to recover,* Economic and Political Weekly, Vol.38, No: 20 (May 17, 23)

7. The Kerala scheduled tribes (restriction on transfer on lands and restoration of alienated lands and restoration of Alienated lands) Act 1975.

8. നീതി തേടുന്ന ജനത ആദിവാസികളുടെ നില്പുസമരം ഉയർത്തുന്ന ചോദ്യങ്ങൾ, ആദിവാസി ഗോത്ര മഹാസഭ, 2014.

www.ingramcontent.com/pod-product-compliance
Lightning Source LLC
LaVergne TN
LVHW060117051026
849517LV00007B/2334

குச்சுக் கால் மடக்கி,
குவளைக் கை மடித்து...